आपल्या स्नेहीजनांना पुस्तके भेट द्या.

आजचा मेनू

पाककृती-संग्रह

AF529721

रिमल चंगेडे

मेहता पब्लिशिंग हाऊस

All rights reserved along with e-books & layout. No part of this publication may be reproduced, stored in a retrieval system or transmitted, in any form or by any means, without the prior written consent of the Publisher and the licence holder.
Please contact us at **Mehta Publishing House,** Pune 411030.
✆ +91 020-24476924 / 24460313 / Mob. No. 9545000513
Email : production@mehtapublishinghouse.com
Website : www.mehtapublishinghouse.com

- *या पुस्तकातील लेखकाची मते, घटना, वर्णने ही त्या लेखकाची असून त्याच्याशी प्रकाशक सहमत असतीलच असे नाही.*

AAJACHA MENU by RIMAL CHANGEDE

आजचा मेनू : रिमल चंगेडे / पाकशास्त्र

© रिमल चंगेडे

Email : author@mehtapublishinghouse.com

प्रकाशक : सुनील अनिल मेहता, मेहता पब्लिशिंग हाऊस,
१९४१, सदाशिव पेठ, माडीवाले कॉलनी, पुणे - ४११०३०.

मुद्रक : ट्रिनिटी अ‍ॅकॅडमी फॉर कॉर्पोरेट ट्रेनिंग लिमिटेड

मुखपृष्ठ : चंद्रमोहन कुलकर्णी

प्रकाशनकाल : ऑक्टोबर, १९९६ / फेब्रुवारी, १९९९ / ऑगस्ट, २००६ /
सुधारित चौथी आवृत्ती : ऑगस्ट, २०१२ /
पुनर्मुद्रण : फेब्रुवारी, २०२०

किंमत : ₹ २९५

P Book ISBN 9788177666922
E Book ISBN 9789353174019
E Books available on : amazonkindle Apple Books Google Play Books

* पायरेटेड पुस्तकांची खरेदी-विक्री हा कायद्याने गुन्हा आहे आणि अशा गुन्ह्याविरोधात कायदेशीर कारवाई होऊ शकते.

श्री

श्री महावीराय नमः।

ब्रह्मांडनायक श्री गणेशाच्या चरणी
हे पुस्त-पुष्प सादर समर्पित

दोन शब्द

प्रिय भगिनींनो,

प्रत्येक स्त्रीचे स्वयंपाकाचे प्राथमिक शिक्षण तिच्या घरीच, आई व घरातील इतर वडीलधाऱ्या भगिनींच्या मार्गदर्शनाखाली होत असते. स्त्रीची स्वयंपाकाची आवड नैसर्गिक आहे. त्यामुळे आपण स्वत: तयार केलेल्या पाककृती इतरांना खाऊ घालण्यात तिला आनंद वाटतो व त्याबद्दल इतरांनी केलेल्या पदार्थांच्या स्तुतीमुळे तिला समाधान मिळते. स्वयंपाकातील तिची प्रगती घरच्यांच्या मार्गदर्शनाबरोबर तिच्या स्वप्रयत्नांतून व स्वानुभवांतून होत असते.

आपल्या आई-बहिणींसारखीच आपल्याला पाककलेत मदत व्हावी, हा हेतू मनात बाळगून मी 'आजचा मेनू' हा पाककृती-संग्रह तयार केला आहे. हे पुस्तक आपल्या स्वयंपाकातील प्रगतीला हातभार लावील, अशी आशा आहे.

सहजसाध्य साहित्य व सुलभ कृतींद्वारे करता येणाऱ्या पूर्णपणे शाकाहारातील पदार्थांचा समावेश 'आजचा मेनू' या माझ्या पुस्तकात केला आहे. रोजच्या स्वयंपाकातील पदार्थ, सणावारी केले जाणारे पदार्थ, पक्वान्ने, पापड, लोणची, आइस्क्रीम, बिस्किटे वगैरे पदार्थांसमवेत आजीबाईंच्या बटव्यातील औषधी पदार्थांचा समावेश 'आजचा मेनू'त करण्यात आला आहे.

गेल्या तीस-चाळीस वर्षांत निरनिराळ्या प्रांतातील रुचकर पदार्थांनी आपली प्रांतीय सीमा ओलांडली आहे व हे स्वादिष्ट अन्नपदार्थ आपल्या पारंपरिक अन्नपदार्थांत सामावले गेले आहेत. त्यामुळे या पदार्थांची प्रांतीय विभागणी मी केलेली नाही. आपल्याला हव्या त्या पदार्थांची निवड करणे सोपे जाईल, असेच विभाग या पुस्तकात केलेले आहेत.

'आजचा मेनू' स्वानुभवातून साकार होत आहे. या माझ्या उपक्रमाला माझी आई व माझ्या सासूबाईंच्या मार्गदर्शनाबरोबर माझ्या सुना सौ.ॲड. शोभा व सौ. सुनीता व माझी मुलगी सौ. आशा गांधी यांचे साहाय्य लाभले आहे. माझे

पती श्री. वसंतलाल चंगेडे, मुले ॲड. दीपक व दिलीप आणि जावई डॉ. संजयलालजी गांधी या सर्वांच्या प्रोत्साहनामुळेच, गेली अनेक वर्षे मी ठेवीत असलेल्या पाककृतीटिपणांचे रुपांतर आजच्या मेनूत झाले आहे. माझी नातवंडे वैभव, सौ. शितल, स्नेहा, भूषण, वरुण, संस्कृती, अदिती व अश्विन यांनीसुद्धा मी केलेल्या अनेक पदार्थांना 'स्वाद में हिट, खाने में फिट' हा शेरा देऊन मला प्रोत्साहित केले आहे. तसेच, निरनिराळे पदार्थ तयार करताना श्री. नंदू पळशीकर याचीसुद्धा मदत मला मिळाली आहे. या सर्वांची मी अतिशय ऋणी आहे.

'मेहता पब्लिशिंग हाऊस'चे श्री. सुनीलभाई मेहता यांची गाठ पडणे हा माझ्या दृष्टीने शुभशकुनच. या रत्नपारखी जवाहिऱ्याच्या सराईत नजरेखाली 'आजचा मेनू'ला आकर्षक व देखणे रूप देणारे पैलू पाडले गेले, याचा मला अतिशय आनंद होत आहे, तसाच सार्थ अभिमानही वाटत आहे.

पुस्तकाच्या मुद्रण-प्रक्रियेत श्री. मोहनराव वेल्हाळ यांचा सिंहाचा वाटा आहे.

या सर्वांची मी मन:पूर्वक आभारी आहे.

माझ्या परीने 'आजचा मेनू' परिपूर्ण करण्याचा मी आटोकाट प्रयत्न केला आहे. तरी काही त्रुटी वाचक-भगिनीवर्गाच्या लक्षात आल्यास त्यांच्याकडून आलेल्या योग्य सूचनांचे नम्रतापूर्वक स्वागत केले जाईल व त्याप्रमाणे पुढील आवृत्तीत फेरबदल केले जातील.

शेवटी ज्या श्री गणेशाच्या कृपेमुळे हे काम मी पूर्ण करू शकले, त्या ब्रह्मांडनायकाला व माता अन्नपूर्णेला विनम्र अभिवादन करून, 'आजचा मेनू'ला आपल्या पसंतीचा शेरा मिळेल, अशी आशा करते.

■

दुसऱ्या आवृत्तीची प्रस्तावना

'आजचा मेनू' ची दुसरी आवृत्ती सादर करताना मला अतिशय आनंद होत आहे. भगिनी वर्गाकडून मिळालेल्या अपूर्व प्रतिसादाबद्दल मी शतशः आभारी आहे.

■

तिसऱ्या आवृत्तीची प्रस्तावना

आता आंतरराष्ट्रीय अन्नपदार्थांचा शिरकाव आपल्या घरात झाला आहे. लग्नसमारंभाच्या जेवणावळीत, उपाहारगृहात तसेच आपल्या घरातील रुचीपालटाच्या जेवणात चायनीज अन्नपदार्थ मुद्दाम केले जातात. हे पदार्थ फार तिखट, गोड, आंबट किंवा खारट नसतात. त्यामुळेच या रुचकर पदार्थांची आवड समाजात निर्माण झाली आहे. म्हणूनच या आवृत्तीत काही निवडक शाकाहारी चायनीज पदार्थांचा, तसेच काही नवीन पदार्थ कृतींचा समावेश केला आहे. 'आजचा मेनू'ची ही तिसरी आवृत्ती भगिनी वर्गाला निश्चित आवडेल अशी मला पुरेपूर आशा आहे.

■

चौथ्या आवृत्तीची प्रस्तावना

'आजचा मेनू' च्या तिन्ही आवृत्तींचे, भगिनी वर्गाकडून केल्या गेलेल्या स्वागतामुळे ही चौथी आवृत्ती सादर करण्याचा आनंद मला होत आहे. धन्यवाद!

■

पाचव्या आवृत्तीची प्रस्तावना

'आजचा मेनू'च्या पाचव्या आवृत्तीला भगिनी वर्गाची मागणी राहिल याची मला खात्री आहे.

आपली

सौ. रिमल वसंतलाल चंगेडे

परिशिष्ट : १

पदार्थ साहित्य - प्रमाण

या पुस्तकातील पदार्थांचे साहित्य-प्रमाण, वजनी ग्रॅम्स किंवा वाटी या प्रमाणात, तसेच मापी लिटर व वाटी या प्रमाणात ठेवले आहे. रोजच्या स्वयंपाकातील पदार्थ-साहित्य वाटी, चमच्याने घेतले तरी चालते. पण अधूनमधून केल्या जाणाऱ्या खास पदार्थांचे साहित्य बरोबर वजन करूनच घ्यावे. प्रत्येक घरी तराजू, लिटरमाप असेलच, असे नाही. म्हणूनच रोजच्या स्वयंपाकास लागणाऱ्या बहुतेक साहित्यांचे प्रमाण वाटीने घेतल्यास, त्या साहित्याचे वजन, ग्रॅम्समध्ये किती असेल, त्याचा वजन-तक्ता सोबत दिला आहे.

सूचना : या पुस्तकातील तेल व तूप यांकरिता एक भाजी चमचा (भा.च.) हा उल्लेख जेथे जेथे केला आहे, तेथे हे एक भा. च. (१ भाजी चमचा) प्रमाण ५० ग्रॅम गृहीत धरले आहे. तसेच, एक टी स्पूनचा उल्लेख जेथे असेल, तेथे हे प्रमाण (५) पाच ग्रॅम आहे, असे समजावे.

वाटीभर तांदूळ किंवा गहू ज्या वाटीने वजनी १५० ग्रॅ. भरतील, त्याच वाटीने इतर पदार्थ घेतल्यास, त्यांचे वजन सोबत दिलेल्या वजनाच्या आसपास असेल. ■

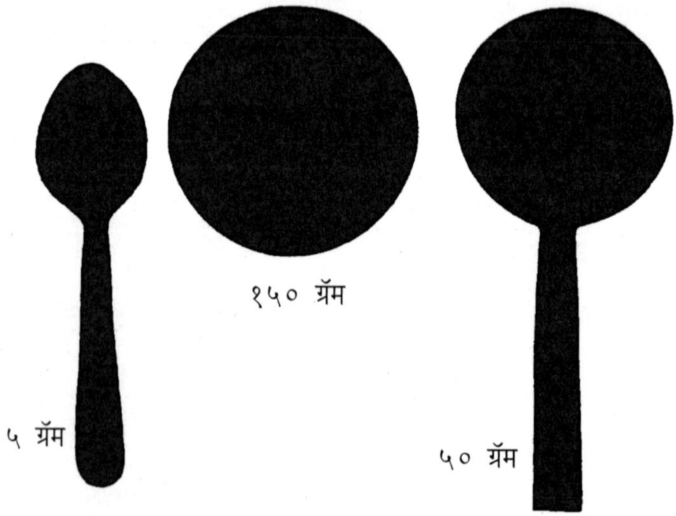

वजन-तक्ता

पदार्थ	वजन ग्रॅम	पदार्थ	वजन ग्रॅम
साखर	१५०	मठ	१३०
पिठीसाखर	१२५	चवळी	१२०
गूळ	१२५	साबुदाणा	१२०
कणीक	१००	भगर	१५०
बेसन	१००	रवा	१२०
साजूक तूप	१२५	मैदा	१००
वनस्पती तूप	१२५	पोहे	७०
तेल	१२५	राजगिरा	१२५
मीठ	१७५	काबुली चणे	१३०
मिरची-पूड	७५	वाटाणे	१३५
हळद-पूड	७०	दूध	१५०
धणे-पूड	८०	दही	१५०
अख्खे धणे	५०	लोणी	१२५
गोडा मसाला	८०	श्रीखंड	१५०
हिंग-पूड	१२५	खवा	१५०
मोहरी	१००	मिल्क पावडर	८०
जिरे	१००	फुटाणे डाळ्या	८०
मोहरी-कूट	१००	बडीशेप	८०
मेतकूट	११०	चहा-पावडर	७०
मेथी	१३५	बदाम	१२५
हावरी	८०	काजू	१००
शेंगदाणे	१००	चारोळी	१००
शेंगदाणे-कूट	१००	खिसमिस	१००
खोबरे काप	९०	वेलदोडे	७५
खोबरे-कीस	७०	पिस्ता	९०
खोवलेले खोबरे	१२५	डिंक (जाडसर)	१२०
तांदूळ	१५०	सुंठ-पावडर	७०
डाळी	१५०	ज्येष्ठमध-पूड	७०
गहू	१५०	अजवान	८५
ज्वारी	१५०	चक्का	१५०
बाजरी	१२५	खसखस	१००

अनुक्रमणिका

१

गोड पदार्थ

१. गुळाचे मोदक

साहित्य : मैदा १२५ ग्रॅम, गूळ ५० ग्रॅम, मोहनासाठी तूप २५ ग्रॅम व तळण्यासाठी तूप.

कृती : मैदा व मोहन एकत्र करून, मोहन मैद्यास चोळून घ्यावे. त्यात थोडे कोमट पाणी घालून, नंतर मळून, मैद्याचा गोळा करून, या पिठाच्या एकवीस लहान लहान गोळ्या तयार कराव्या व लाटून, त्यांत थोडा गूळ भरून, हातावर मोदकाचा आकार देऊन, हे मोदक तुपात मंद आचेवर तळून घ्यावेत.

२. खवा मोदक

साहित्य : खवा २५० ग्रॅम, साखर ६५ ग्रॅम, तूप २ टीस्पून, दोन-तीन वेलदोड्यांची पूड व थोडासा पिवळा फूड- कलर.

कृती : खवा, साखर व तूप एकत्र करून, बदामी रंगावर भाजून, त्यात वेलदोडे-पूड व पिवळा रंग एकत्र करावा व हे मिश्रण कोमट असेपर्यंतच त्याच्या एकवीस गोळ्या करून, त्यांना मोदकाचा आकार द्यावा.

३. तळलेले मोदक

साहित्य : खवा १०० ग्रॅम, मैदा २५० ग्रॅम, साखर १०० ग्रॅम, मोहनासाठी तूप ५० ग्रॅम, घरी किसलेला सुक्या खोबऱ्याचा कीस १०० ग्रॅम, खसखस १० ग्रॅम, पाच-सहा वेलदोड्यांची पूड व तळण्यासाठी तूप.

कृती : गुळाच्या मोदकांच्या कृतीप्रमाणे मैदा व मोहन एकत्र करून, या पिठाच्या एकवीस गोळ्या करून, लाटून घ्याव्या. खवा व साखर एकत्र करून, बदामी रंगावर भाजून, त्यात खोबरे-कीस, खसखस, वेलदोडे-पूड घालून बाखर तयार करावा. हा बाखर लाटलेल्या पुरीत भरून मोदकाचा आकार द्यावा. हे मोदक

तुपामध्ये मंद आचेवर तळून घ्यावेत. आपल्या आवडीनुसार बाखरामध्ये काजू, बदाम, खिसमिस घातले, तरी चालेल.

४. उकडे मोदक

साहित्य : तळलेल्या मोदकांप्रमाणे.

कृती : पसरट भांड्यात चाळणीवर कापड ठेवून पाणी उकळण्यास ठेवावे व तळलेल्या मोदकांच्या कृतीप्रमाणे बाखर भरलेले मोदक चाळणीतील कापडावर ठेवून, हे मोदक वाफेवर उकडून घ्यावेत.

५. तांदळाचे मोदक

साहित्य : तांदूळ १२५ ग्रॅम, तूप २ टीस्पून, मीठ १/४ टीस्पून व गुळाचे मोदक, खवा मोदक किंवा तळलेले मोदक यांपैकी कोणत्याही एका मोदकातील बाखर साहित्य.

कृती : तांदूळ धुऊन घ्यावेत व वाळवून थोडेसे ओलसर असतानाच मिक्सरमधून बारीक करावेत. मैदा चाळणीने चाळून घ्यावा. पाव लिटर पाणी उकळून, त्यात तांदळाचे पीठ, तूप, मीठ घालून हलवून घ्यावे. गाठ राहू देऊ नये. नंतर हे मिश्रण मंद आचेवर शिजवावे. घट्ट गोळा झाल्यानंतर पातेले गॅसवरून खाली घ्यावे. परातीत गोळा काढून, तुपाचा हात फिरवून, मऊसूत मळून घ्यावा. या पिठाच्या एकवीस गोळ्या कराव्या व प्रत्येक गोळीला हातावरच लहान पुरीचा आकार देऊन, त्यात बाखर भरून मोदकाचा आकार द्यावा. सर्व मोदक तयार झाल्यानंतर उकड्या मोदकांच्या कृतीप्रमाणे उकडून घ्यावेत.

टीप : हेच मोदक पंचरंगी करावयाचे असल्यास वरील कृतीप्रमाणे तांदळाच्या पिठाचा गोळा मळून घेतल्यानंतर या गोळ्यांतून पाच लहान गोळे तयार करावे व या गोळ्यांपैकी एक गोळा तसाच ठेवून, इतर चार गोळ्यांत हिरवा, गुलाबी, पिवळा, ऑरेंज यांपैकी एकेक फूड-कलर एकत्र करावा. प्रत्येक गोळ्यातून एकवीस लहान गोळ्या कराव्या, नंतर एका गोळीच्या कडेने इतर चार रंगांच्या गोळ्या चिकटवून हातावरच लहान पुरीचा आकार द्यावा व पुढील कृती वरीलप्रमाणे करावी.

६. सुकडी

साहित्य : गव्हाचे पीठ २५० ग्रॅम, गूळ २५० ग्रॅम व तूप १५० ग्रॅम.

कृती : १०० ग्रॅम तुपामध्ये गव्हाचे पीठ भाजून दुसऱ्या भांड्यात काढून घ्यावे. राहिलेल्या ५० ग्रॅम तुपामध्ये गूळ घालून त्याचा एकतारी पाक तयार

करावा. या पाकात भाजलेले पीठ एकत्र करून, हे मिश्रण ट्रे अथवा परातीत घेऊन सपाट करावे व वड्या पाडाव्यात.

आपल्या आवडीनुसार या सुकडीमध्ये खोबऱ्याचा कीस व सुंठपूड घातली तरी चालेल.

७. सत्यनारायणाचा प्रसाद

साहित्य : रवा सव्वा वाटी, साखर सव्वा वाटी, दूध सव्वादोन वाटी, तूप व सव्वा केळे.

कृती : सत्यनारायणाच्या प्रसादातील रवा व साखर यांचे प्रमाण सवाईने घ्यावे लागते व दुधाचे प्रमाण दुप्पट; पण सवाईचे असते. वेगवेगळ्या कोणत्याही प्रमाणातील प्रसादात मात्र फक्त सव्वाच केळे घालावे लागते. उदा : रवा सव्वा किलो, साखर सव्वा किलो, दूध सव्वादोन लिटर व केळे सव्वा. रवा शिरा कृती (गोड पदार्थ-कृती नं. २६) प्रमाणे हा प्रसाद तयार झाल्यानंतर प्रसादावर केळ्याचे तुकडे करून घालावेत.

८. लापशी

साहित्य : जोडगव्हाचा भरडा (दलिया) २५० ग्रॅम, गूळ २५० ग्रॅम, तूप २०० ग्रॅम, खोबरे काप ५० ग्रॅम व पाच-सहा वेलदोड्यांची पूड.

कृती : गव्हाचा भरडा तुपामध्ये बदामी रंगावर भाजून, त्यात पाऊण लिटर गरम पाणी घालून, मंद आचेवर मऊसूत शिजू द्यावा. गूळ व अर्धी वाटी पाणी एकत्र करून, हे गुळाचे पाणी, खोबरे-काप, वेलदोडे-पूड शिजलेल्या लापशीत घालून, मिश्रण हलवून, पातेल्यावर झाकण ठेवून, मंद आचेवर शिजू द्यावे.

टीप : भरडा गर्द रंगावर भाजू नये. नाहीतर लापशी काळपट होईल.

९. खवा

साहित्य : कोरे दूध १ लिटर.

कृती : जाड लोखंडी कढईत दूध उकळण्यास ठेवावे. उलथण्याने दूध कढईच्या बुडापासून सारखे हलवीत राहावे. दूध घट्ट होत जाईल. दूध कढईच्या बुडाला किंवा बाजूला चिकटणार नाही व डागणार नाही, याची काळजी घ्यावी. दूध थोडेसे घट्ट झाल्यानंतर आच मंद करावी. सारखे हलवीत राहावे. खव्याचा गोळा तयार होईल. कढई गॅसवरून खाली घेऊन, खव्याचा गोळा काढून घ्यावा. या दुधाचा २०० ते २५० ग्रॅम, खवा तयार होईल.

१०. पेढे

साहित्य : खवा २५० ग्रॅम, साखर ७५ ग्रॅम, मिल्क पावडर १० ग्रॅम, दूध पाव वाटी, तूप २ टीस्पून, तीन-चार वेलदोड्यांची पूड, पिस्तेकाप व थोडासा पिवळा फूड-कलर किंवा केशर.

कृती : गार दुधात मिल्क पावडर एकत्र करावी. गाठ राहू देऊ नये. नंतर सर्व साहित्य लोखंडी कढईत घेऊन, बदामी रंगावर भाजून, त्यात वेलदोडे-पूड, कलर किंवा केशर एकत्र करावे, हे मिश्रण कोमट असेपर्यंतच त्याचे पेढे तयार करून, त्यांवर पिस्ते काप बसवावेत.

खवा व साखर एकत्र करून, बदामी रंगावर भाजूनसुद्धा पेढे तयार करता येतील.

११. कुंदा

साहित्य : खवा २५० ग्रॅम, साखर ७५ ग्रॅम, दूध १ वाटी, साजूक तूप २ टीस्पून, पाच-सहा वेलदोड्यांची पूड व थोडासा चॉकलेट फूड-कलर.

कृती : खवा, साखर, तूप व दूध एकत्र करून तांबूस रंगावर भाजून घ्यावे व नंतर कलर व वेलदोडे-पूड घालून एकत्र करावे.

१२. खीर

साहित्य : कोरे दूध १ लिटर, साखर १०० ग्रॅम, तांदूळ २० ग्रॅम, तीन-चार बदाम व पाच-सहा पिस्त्यांचे लांबसर काप, काजू, चारोळी व थोडेसे केशर. (आवडीनुसार तांदूळाऐवजी रवा.) २० ग्रॅम.

कृती : तांदूळ दोन-तीनदा पाण्याने धुऊन गार पाण्यात तासभर भिजवावेत. भिजलेले तांदूळ पाट्यावर किंवा मिक्सरमधून बारीक करून घ्यावेत. जाड बुडाच्या पातेल्यात दूध आटवून निम्मे करावे. दूध आटविताना सारखे हलवत राहावे. एका लहान भांड्यात कपभर दुधात बारीक केलेले तांदूळ एकत्र करावे. गाठ होऊ देऊ नये. नंतर उकळत्या दुधात हे मिश्रण थोडे थोडे घालावे. त्याच वेळी राहिलेले सर्व पदार्थ दुधात घालून, उकळी आल्यानंतर पातेले गॅसवरून खाली घ्यावे.

१३. रबडी

साहित्य : दूध १ लिटर, साखर ८० ग्रॅम, चार-पाच वेलदोड्यांची पूड, पाच-सहा बदाम व पाच-सहा पिस्त्यांचे काप.

कृती : दूध आटवून निम्मे करावे व त्यात वरील सर्व पदार्थ एकत्र करून, चांगले हलवून, उकळी देऊन, कढई गॅसवरून खाली घ्यावी. रबडी वाढताना परत गरम करून दिली तरी चालेल.

आपल्या आवडीनुसार गार झालेल्या रबडीत जिलेबी किंवा गोटीच्या आकाराचे लहान गुलाबजाम एकत्र करून, मलई जिलेबी किंवा जामुनमलाई हे मिक्स पदार्थ तयार करावे.

१४. बासुंदी

साहित्य : कोरे दूध २ लिटर व साखर १०० ग्रॅम.

कृती : जाड बुडाच्या पातेल्यात दूध उकळी येईपर्यंत तापवून, हे दूध कढईत आटवावयास ठेवावे. दूध उकळत असताना त्यावर येणारी साय कढईच्या वरील सर्व बाजूस उलथण्याने चिकटवावी. उकळत असताना परत परत येणारी साय कढईला चिकटलेल्या सायीवरच चिकटवीत जावी. त्याच वेळी दूध बुडापासून हलवीत राहावे, म्हणजे दूध डागणार नाही. ही चिकटलेली साय तशीच राहू द्यावी. खरडू नये. दूध निम्मे आटल्यानंतर कढई गॅसवरून खाली घेऊन, त्यात साखर घालावी. आटलेले दूध गार झाल्यानंतर कढईच्या बाजूला लागलेली साय खरवडून, त्याच उलथण्याने तिचे बारीक बारीक तुकडे करावेत. ही तयार झालेली बासुंदी दुसऱ्या भांड्यात काढून घ्यावी. ही बासुंदी परत गरम करू नये. बासुंदी गारच चांगली लागते.

१५ खीर मालपुवा

साहित्य : तयार झालेली खीर किंवा रबडी

मालपुव्यासाठी साहित्य : मैदा, २०० ग्रॅम, साखर २५० ग्रॅम, वाटीभर दूध, थोडासा पिवळा फूड-कलर किंवा केशर व तळण्यासाठी तूप.

कृती : पातेल्यात २०० मिलीलिटर पाणी, वाटीभर दूध, मैदा व दोन टीस्पून तूप एकत्र करून हे मिश्रण दहा-बारा तास भिजू द्यावे. जिलेबीच्या घोळासारखा घोळ राहू द्यावा. साखरेचा दोनतारी पाक कलर किंवा केशर घालून तयार करावा. जिलेबी तयार करण्याच्या तवीत किंवा निर्लेपच्या पसरट पॅनमध्ये तूप गरम करावयास ठेवावे. तूप गरम झाल्यानंतर चमच्याने भिजलेला घोळ तवीत घालावा. तोच चमचा तवीत फिरवून लहान पुरीसारखा आकार करून घ्यावा. लगेच बाजू उलटी करून लालसर रंगावर तळून घ्यावा. तूप निथळून हा मालपुवा साखरेच्या दोनतारी पाकात भिजावयास ठेवावा. दुसरा मालपुवा तळून होईपर्यंत हा मालपुवा पाकात राहू द्यावा.

खीर किंवा रबडीसोबत हा मालपुवा खावयास द्यावा.

१६. शिरकुरमा

साहित्य : दूध २ लिटर, शेवया १०० ग्रॅम, साखर १५० ग्रॅम, साजूक तूप १०० ग्रॅम व ड्रायफ्रूटस्.

कृती : दूध आटवून थोडे घट्ट करून घ्यावे. शेवया पाण्यात शिजवून नंतर चाळणीत काढून, मोकळ्या करून, त्यांतील पाणी काढून, गार झाल्यानंतर तुपामध्ये परतून घ्याव्या व आटलेले दूध, साखर, ड्रायफ्रूटस् घालून, हलवून घ्याव्या.

१७. फ्रूट सॅलड

साहित्य : दूध १ लिटर, केळी ४ नग, मोसंबी २ नग, डाळिंब १ नग, सफरचंद लहान २ नग, चिकू ४ नग, द्राक्षे १०० ग्रॅम, हापूस आंबा १ नग, अननसाचे २ काप, साखर १०० ग्रॅम, कस्टर्ड पावडर २५ ग्रॅम, पायनापल इसेन्स दोन-तीन थेंब व थोडासा पिवळा फूड-कलर.

कृती : वाटीभर दूध बाजूला काढून, राहिलेले दूध गरम करावयास ठेवावे व बाजूला ठेवलेल्या दुधात कस्टर्ड पावडर एकत्र करावी. हे मिश्रण उकळत्या दुधात घालून सारखे हलवावे, गाठ होऊ देऊ नये. पातेले लगेच गॅसवरून खाली घेऊन त्यात साखर घालावी. दूध गार झाल्यानंतर सर्व फळांचे बारीक केलेले तुकडे, इसेन्स, कलर एकत्र करून पातेले फ्रीजमध्ये ठेवावे. आपल्या आवडीनुसार व फळांच्या कमी-जास्त प्रमाणानुसार दूध व साखरेचे प्रमाण ठेवावे.

१८. श्रीखंड

श्रीखंड तयार करण्यासाठी आधी दही तयार करावे लागते. दही तयार करण्याची कृती खालीलप्रमाणे :

कृती : दूध उकळून गॅसवरून खाली घ्यावे. हे दूध बोटांना गरम लागेल, पण चटका लागणार नाही, असे झाल्यानंतर त्यात थोडे विरजण (दही) घालून ढवळून घ्यावे. दूध खालीवर करावे. हे विरजलेले दूध सात-आठ तास एकाच जागी राहू द्यावे. म्हणजे दही तयार होईल.

साहित्य : दोन लिटर कोऱ्या दुधाचे (सायीसहित) दही, साखर ४०० ग्रॅम, दहा-बारा वेलदोड्यांची पूड, चारोळी १० ग्रॅम व थोडासा पिवळा फूड-कलर किंवा केशर.

कृती : दही पातळ कापडात बांधून चौदा ते सोळा तास टांगून ठेवावे. म्हणजे दह्यातील पाणी कमी होऊन चक्क्याचा घट्ट गोळा तयार होईल. हा चक्का स्टील पातेल्यात काढून, त्यात साखर, वेलदोडे-पूड व कलर एकत्र करून, हे मिश्रण स्टील चाळणीने गाळून किंवा पुरण-यंत्रातून फिरवून घ्यावे व नंतर मिश्रणात चारोळी एकत्र करावी.

१९. आम्रखंड

साहित्य : दोन लिटर दुधापासून केलेला चक्का, साखर ४५० ग्रॅम व एका हापूस आंब्याचा रस किंवा तुकडे किंवा बाजारात मिळणारा मँगोपल्प १५० ग्रॅम.

कृती : चक्का, साखर, आंबारस किंवा मँगोपल्प एकत्र करून, हे मिश्रण पुरणयंत्रातून मऊसूत करून घ्यावे. आंब्याचे तुकडे घालावयाचे असल्यास बारीक तुकडे करावेत. चक्का व साखर एकत्र करून, पुरणयंत्रातून मऊसूत केल्यानंतर त्यात आंब्याचे तुकडे घालावेत.

२०. पुरणपोळी

साहित्य : हरभरा डाळ २५० ग्रॅम, साखर किंवा गूळ २५० ग्रॅम, मैदा चाळणीने चाळलेले गहू-पीठ २५० ग्रॅम, आठ-दहा वेलदोड्यांची पूड, थोडेसे मीठ व तळण्यासाठी तूप.

कृती : स्वच्छ धुतलेली डाळ उकळत्या पाण्यात घालून, मऊसूत शिजवून, त्यातील पाणी (कट) एका भांड्यात काढून घ्यावे. (हे पाणी आमटी तयार करण्यासाठी उपयोगात आणावे.) शिजलेली डाळ, साखर किंवा गूळ, वेलदोडा - पूड एकत्र करून, हे मिश्रण पुन्हा थोडे घट्ट होईपर्यंत शिजू द्यावे. नंतर पुरण-यंत्रातून किंवा पाट्यावर वाटून हे मिश्रण बारीक करून घ्यावे. गव्हाच्या पिठात चवीपुरते मीठ घालून, हे पीठ मळून, नंतर कुटून मऊसूत करावे व या पिठाचे लहान लहान गोळे करून, त्यात पुरण भरावे व तोंड बंद करून, मोदकाचा आकार देऊन, नंतर हाताने दाबून, पाटावर पोळीसारखे हळूहळू लाटावे व तव्यावर पोळीप्रमाणे तुपात तळून घ्यावे. वाढताना पोळीवर परत तूप घालावे किंवा वाटीत तूप द्यावे.

२१. धोंडे

साहित्य : पुरणपोळी साहित्य.

कृती : पुरणपोळीच्या कृतीप्रमाणे लहान पुरीच्या आकाराच्या पुरणपोळ्या तयार करून घ्याव्या. नंतर आत चाळणी ठेवून, झाकण ठेवता येईल, अशा पातेल्यात पाणी उकळण्यास ठेवून, चाळणीवर कापड पसरून, त्यावर पोळ्या ठेवून, भांड्यावर झाकण ठेवावे व या पोळ्या वाफेवर वाफवून घ्याव्या. या कृतीप्रमाणे केलेल्या पोळ्यांनाच धोंडे म्हणतात.

२२. केशरी भात

साहित्य : बासमती तांदूळ २५० ग्रॅम, साखर ३५० ग्रॅम, तूप ५० ग्रॅम, दहा-बारा लवंगा, पाच-सहा वेलदोड्यांची पूड, खिसमिस १० ग्रॅम, पाच-सहा बदामांचे तुकडे, सात-आठ काजू तुकडे व केशर किंवा पिवळा फूड-कलर.

कृती : तांदूळ तीन-चार वेळा पाण्याने धुऊन पातेल्यात शिजवावे. शिजल्यानंतर चाळणीत ओतून त्यातील पाणी काढून घ्यावे. दुसऱ्या पातेल्यात तूप गरम करावयास ठेवून, या तुपात लवंगा परतून घ्याव्या. त्यावर चाळणीतील भात घालावा. भात हलवून घ्यावा. या भातातच राहिलेले सर्व पदार्थ एकत्र करून भातवाढीने हलवून घ्यावा व पातेल्यावर झाकण ठेवून, मंद आचेवर भात मोकळा होऊ द्यावा.

टीप : चाळणीत भात ओतून त्यातील पाणी काढल्यानंतर परत या भातात पाणी घालू नये. भात कुकरमध्ये शिजवावयाचा असल्यास भातात थोडे पाणी कमी घातल्यास भात मोकळा होईल.

२३. अननस - भात

साहित्य : बासमती तांदूळ १५० ग्रॅम, साखर २०० ग्रॅम, साजूक तूप ५० ग्रॅम, पायनॅपल जॅम २०० ग्रॅम, आठ-दहा काळे मिरे, आठ-दहा लवंगा, दालचिनीचे चार-पाच लहान तुकडे, मीठ १/४ टीस्पून, खिसमिस १० ग्रॅम, काजू-तुकडे १५ ग्रॅम व पिवळा फूड-कलर.

कृती : केशरी भाताच्या कृतीप्रमाणे भात तयार करून घ्यावा. काळे मिरे, लवंगा, दालचिनी ओबडधोबड कुटून घ्यावी. हे मसाले व खिसमिस तुपात परतून घ्यावे. त्यावर चाळणीत काढलेला भात व राहिलेले पदार्थ एकत्र करून भातवाढीने हलवून घ्यावा व पातेल्यावर झाकण ठेवून, मंद आचेवर भात मोकळा होऊ द्यावा.

टीप : पायनापल जॅमऐवजी अननसाचे तुकडे घालून सुद्धा हा भात थोडी जास्त साखर घेऊन तयार करता येतो.

२४. पटुलिया (कांजी)

साहित्य : गव्हाचे पीठ २० ग्रॅम, साजूक तूप २० ग्रॅम, साखर ५० ग्रॅम व थोडेसे मीठ.

कृती : गव्हाचे पीठ तुपामध्ये तांबूस रंगावर भाजून घ्यावे. पाव लिटर उकळते पाणी, साखर, मीठ भाजलेल्या पिठात घालून, एक-दोन उकळ्या देऊन पातेले गॅसवरून खाली घ्यावे.

२५. कणकेचा शिरा (लेमटा)

साहित्य : गव्हाचे जाडसर पीठ २५० ग्रॅम, साखर किंवा गूळ २२५ ग्रॅम व तूप १२५ ग्रॅम.

कृती : गव्हाचे पीठ तुपामध्ये तांबूस रंगावर भाजून घ्यावे. पाऊण लिटर गरम पाण्यात गूळ किंवा साखर विरघळवावी व भाजलेल्या पिठात हे पाणी घालावे. चमच्याने हलवून घ्यावे व मंद आचेवर पाच-दहा मिनिटे शिजू द्यावे. गुळाचा वापर करावयाचा असल्यास गुळाचे पाणी गाळून घ्यावे. गूळ व साखर दोन्ही निम्मे निम्मे घेतले, तरी चालेल.

२६. रवा शिरा

साहित्य : रवा २५० ग्रॅम, साखर २५० ग्रॅम, तूप १२५ ग्रॅम, चारोळी १० ग्रॅम, सहा-सात वेलदोड्यांची पूड, काजू-तुकडे १० ग्रॅम, खिसमिस १० ग्रॅम, दूध किंवा पाणी अर्धा लिटर व पिवळा फूड-कलर किंवा केशर.

कृती : रवा स्वच्छ निवडून, चाळणीने चाळून घ्यावा. तुपामध्ये रवा बदामी रंगावर भाजून घ्यावा. दूध व पाणी गरम करून भाजलेल्या रव्यात घालावे व हलवून राहिलेले इतर साहित्य घालून, मिश्रण पाच ते दहा मिनिटे मंद आचेवर शिजू द्यावे.

२७. मूगडाळ शिरा

साहित्य : मूगडाळ २५० ग्रॅम, साखर २५० ग्रॅम, साजूक तूप २०० ग्रॅम, दहा-बारा बदामांचे काप व सहा-सात वेलदोड्यांची पूड.

कृती : मूगडाळ धुऊन, तीन-चार तास गार पाण्यात भिजवावी. पाण्याबाहेर काढून, मिक्सरमधून अथवा ग्राईंडरमधून बारीक करून घ्यावी व त्यात शंभर ग्रॅम तूप एकत्र करून, खूप फेटून घ्यावी. राहिलेल्या तुपापैकी थोडे तूप कढईत घेऊन बारीक केलेली डाळ बदामी रंगावर भाजावी. भाजताना राहिलेले तूप थोडे थोडे घालावे व उलथण्याने सारखे हलवत राहावे, पाऊण लिटर पाण्यात साखर घालून, पाणी गरम करून, हे पाणी व राहिलेले पदार्थ मिश्रणात एकत्र करावे व पातेल्यावर झाकण ठेवून मंद आचेवर शिजू द्यावे.

टीप : आपल्या आवडीनुसार या शिऱ्यात १०० ग्रॅम खवा किंवा दूध घातले तरी चालेल.

२८. बदाम शिरा

साहित्य : बदाम १०० ग्रॅम, साजूक तूप १२५ ग्रॅम, साखर १२५ ग्रॅम व दूध पाव लिटर.

कृती : गरम पाण्यात बदाम पाच-सहा तास भिजवून, सालीसह किंवा साली काढून मिक्सरमधून बारीक रवाळ करून घ्यावे. कढईत तूप घेऊन बारीक केलेला बदामाचा लगदा फिकट लालसर रंगावर भाजून घ्यावा. दुधात साखर घालून, दूध गरम करून, भाजलेल्या बदामांत हे दूध एकत्र करून मंद आचेवर शिजू द्यावे.

२९. सोलाणे शिरा

साहित्य : सोलाणे (ओला हिरवा हरभरा) २५० ग्रॅम, साखर २०० ग्रॅम, तूप १२५ ग्रॅम व सहा-सात वेलदोड्यांची पूड.

कृती : सोलाणे मिक्सरमधून बारीक करून घ्यावे. कढईमध्ये तूप घेऊन, बारीक केलेले सोलाणे खमंग वास येईपर्यंत भाजून घ्यावे. अर्धा लिटर पाण्यात साखर घालून, पाणी गरम करून, हे पाणी व वेलदोड्यांची पूड भाजलेल्या सोलाण्यांत घालून, मंद आचेवर दहा मिनिटे शिजू द्यावे.

टीप : हिरवा हरभरा (सुका) भिजवूनसुद्धा हा शिरा करता येईल.

३०. कलाकंद

साहित्य : कोरे दूध १ लिटर, साखर ७५ ग्रॅम, मिल्क पावडर २० ग्रॅम, चार-पाच वेलदोड्यांची पूड, पाच-सहा पिस्त्यांचे पातळ काप, सायट्रिक ॲसिड अर्धा ग्रॅम किंवा तुरटी अर्धा ग्रॅम किंवा लिंबूरस तीन-चार थेंब व चांदीचा वर्ख एक पान.

कृती : दूध कढईत आटवून १/४ लिटर करावे व मंद आच करून, दोन टीस्पून पाण्यात सायट्रिक ॲसिड किंवा तुरटी विरघळवावी व हे पाणी आटत असलेल्या १/४ दुधात घालावे व सारखे जोरात हलवावे. म्हणजे आटत असलेले दूध रवाळ होईल. दूध थोडे घट्ट झाल्यानंतर साखर, वेलदोडे-पूड, मिल्क पावडर घालून, कढई गॅसवरून खाली घ्यावी व कढईतील गोळा ट्रेमध्ये काढून, ट्रे आपटून सपाट करावा. पिस्ते-काप पसरून, चांदीचा वर्ख लावावा.

टीप : लोखंडी कढईचा वापर केला असल्यास कलाकंद तयार झाल्याबरोबर कढई मोकळी करावी. निर्लेप पॅनमध्ये केल्यास उत्तम.

३१. मलई बर्फी

साहित्य : कोरे दूध १ लिटर, साखर ५० ग्रॅम व सायट्रिक ॲसिड अर्धा ग्रॅम किंवा तुरटी अर्धा ग्रॅम किंवा लिंबूरस तीन-चार थेंब.

कृती : कलाकंद कृतीप्रमाणे (पॅनमध्ये करणे).

३२. बदाम बर्फी

साहित्य : खवा ५०० ग्रॅम, बदाम १०० ग्रॅम, साखर २०० ग्रॅम, मिल्क पावडर २० ग्रॅम, तूप २ टीस्पून, थोडासा पिवळा फूड-कलर व चांदीचा वर्ख १ पान.

कृती : क्रशरमधून बदाम बारीक करून घ्यावेत. तूप घालून खवा बदामी रंगावर भाजून घ्यावा. साखरेचा दोनतारी पाक तयार करून त्यात भाजलेला खवा, मिल्क पावडर, बदाम, कलर एकत्र करून, कढई गॅसवरून खाली घ्यावी व रिफाईंड तेलाचा हात फिरविलेल्या ट्रेमध्ये बर्फी काढून, ट्रे आपटून, सपाट करावी. चांदीचा वर्ख लावावा. गार झाल्यानंतर वड्या कापाव्या.

३३. ड्रायफ्रूट बर्फी

साहित्य : खवा ५०० ग्रॅम, साखर २०० ग्रॅम, बदाम, अक्रोड, काजू, पिस्ते, चारोळी प्रत्येकी २० ग्रॅम, मिल्क पावडर, २० ग्रॅम, तूप २ टीस्पून, सहा-सात वेलदोड्यांची पूड, थोडासा पिवळा फूड-कलर व चांदीचा वर्ख १ पान.

कृती : बदाम बर्फीच्या कृतीप्रमाणे (क्रशरमध्ये ड्रायफ्रूटस् बारीक करावे.)

३४. काजू बर्फी

साहित्य : खवा ५०० ग्रॅम, साखर २०० ग्रॅम, मिल्क पावडर २० ग्रॅम, तूप २ टीस्पून, क्रशरमध्ये बारीक केलेले काजू १०० ग्रॅम व चांदीचा वर्ख १ पान.

कृती : बदाम बर्फी कृतीप्रमाणे.

३५. अंजीर बर्फी

साहित्य : खवा ५०० ग्रॅम, साखर १७५ ग्रॅम, सुक्या अंजिरांचे तुकडे १०० ग्रॅम, मिल्कपावडर २० ग्रॅम, तूप २ टीस्पून, थोडासा चॉकलेट फूड-कलर, व्हॅनिला इसेन्स तीन-चार थेंब व चांदीचा वर्ख १ पान.

कृती : बदाम बर्फी कृतीप्रमाणे.

३६. गुलकंद बर्फी

साहित्य : खवा ५०० ग्रॅम, साखर असलेला गुलकंद २०० ग्रॅम, साखर ७५ ग्रॅम, मिल्कपावडर २० ग्रॅम, तूप २ टीस्पून, थोडासा चॉकलेट फूड-कलर, पाच-सहा थेंब गुलाब इसेन्स, चांदीचा वर्ख १ पान (साखर नसलेला गुलकंद घेतल्यास गुलकंद ७५ ग्रॅम, व साखर १७५ ग्रॅम घ्यावी).

कृती : साखर व खवा एकत्र करून भाजावा. नंतर गुलकंद, मिल्कपावडर, इसेन्स व कलर एकत्र करून, मिश्रण ट्रेमध्ये काढून सपाट करावे व गार झाल्यानंतर वड्या पाडाव्या. वर्ख लावावा.

३७. खजूर बर्फी

साहित्य : खवा १२५ ग्रॅम, खजूर १०० ग्रॅम, साखर ५० ग्रॅम, दूध पाव वाटी, तूप १ टीस्पून व व्हॅनिला इसेन्स २ थेंब.

कृती : खजूर बारीक तुकडे करून तुपात परतून घ्यावे. दूध, साखर, खवा एकत्र भाजून गोळा घट्ट होत आल्यानंतर खजूर एकत्र करून हलवून घ्यावे. कढई गॅसवरून खाली घेऊन मिश्रणात इसेन्स घालावा व बदाम बर्फी कृतीप्रमाणेच वड्या कापाव्या.

टीप : खजुराऐवजी खारकेचे तुकडे घेऊन वरील कृतीप्रमाणेच खारीक बर्फी तयार करता येईल.

३८. पिस्ता बर्फी

साहित्य : खवा ५०० ग्रॅम, साखर १३५ ग्रॅम, तूप २ टीस्पून, पिस्ता इसेन्स चार-पाच थेंब, थोडासा हिरवा फूड-कलर व चांदीचा वर्ख १ पान.

कृती : तूप, खवा, साखर एकत्र करून, फिकट बदामी रंगावर भाजून घ्यावे. भाजलेला निम्मा खवा रिफाईंड तेलाचा हात फिरविलेल्या ट्रेमध्ये पसरावा व राहिलेल्या निम्म्या खव्यात इसेन्स व कलर एकत्र करून हा हिरवा खवा ट्रेमधील खव्यावर काढून, ट्रे आपटून, सपाट करावा, वर्ख लावावा व गार झाल्यानंतर वड्या कापाव्या.

टीप : साखरेचा दोनतारी पाक करूनसुद्धा बदाम बर्फीच्या कृतीप्रमाणे ही बर्फी तयार करता येईल.

३९. गुलाब बर्फी

साहित्य : पिस्ता एसेन्सऐवजी गुलाब एसेन्स व हिरव्या फूड-कलरऐवजी गुलाब कलर व इतर साहित्य पिस्ता बर्फीचे.

कृती : पिस्ता बर्फी कृतीप्रमाणे.

४०. चॉकलेट बर्फी

साहित्य : पिस्ता इसेन्सऐवजी चॉकलेट इसेन्स व हिरव्या फूड-कलरऐवजी चॉकलेट फूड-कलर, ड्रिंकिंग चॉकलेट १० ग्रॅम व इतर साहित्य पिस्ता बर्फीचे.

कृती : पिस्ता बर्फी कृतीप्रमाणेच.

४१. खोबरे बर्फी

साहित्य : नारळाचा खोवलेला कीस २५० ग्रॅम, साखर २०० ग्रॅम, चारोळी १० ग्रॅम, सहा-सात वेलदोड्यांची पूड व थोडासा पिवळा फूड-कलर किंवा केशर.

कृती : (अ) खोबऱ्याचा कीस व साखर एकत्र करून, मंद आचेवर शिजवून, नंतर राहिलेले सर्व पदार्थ एकत्र करून, पातेले गॅसवरून खाली घ्यावे.

(ब) पाव लिटर दुधात खोबऱ्याचा कीस व साखर एकत्र करून, मंद आचेवर शिजवून, नंतर राहिलेले सर्व पदार्थ एकत्र करून, मिश्रण थोडे घट्ट झाल्यानंतर गॅसवरून खाली घेऊन, रिफाईंड तेलाचा हात फिरविलेल्या ट्रेमध्ये काढून, गार झाल्यानंतर वड्या कापाव्यात.

४२. खवा + खोबरे बर्फी

साहित्य : खवा १५० ग्रॅम, नारळाचा खोवलेला कीस २५० ग्रॅम, साखर २५० ग्रॅम, चारोळी १० ग्रॅम, सहा-सात वेलदोड्यांची पूड व थोडा पिवळा फूड-कलर किंवा केशर.

कृती : खोबऱ्याचा कीस कढईमध्ये थोडासा भाजून घेतल्यानंतर, खवा बदामी रंगावर भाजून घ्यावा. साखरेच्या दोनतारी पाकात सर्व पदार्थ एकत्र करून, कढई गॅसवरून खाली घ्यावी व मिश्रण ट्रेमध्ये काढून वड्या कापाव्यात.

४३. खवा + खोबरे + रवा बर्फी

साहित्य : खवा १५० ग्रॅम, रवा १०० ग्रॅम, खोवलेला खोबऱ्याचा कीस २५० ग्रॅम, किंवा बाजारातील सुक्या खोबऱ्याचा कीस १५० ग्रॅम, साखर ३०० ग्रॅम, चारोळी १० ग्रॅम, मिल्क-पावडर २० ग्रॅम, तूप २ टीस्पून, सहा-सात वेलदोड्यांची पूड, थोडासा पिवळा फूड-कलर किंवा केशर व चांदीचा वर्ख २ पाने.

कृती : रवा तुपात बदामी रंगावर भाजून घ्यावा. नंतर खवा व खोबरे वेगवेगळे भाजून, साखरेच्या दोनतारी पाकात सर्व पदार्थ एकत्र करावे. पुढील कृती खवा खोबऱ्याच्या बर्फीप्रमाणे.

४४. खवा + डिंक बर्फी

साहित्य : खवा २५० ग्रॅम, डिंक २५ ग्रॅम, साखर १०० ग्रॅम, साजूक तूप २५ ग्रॅम, सहा-सात वेलदोड्यांची पूड, डिंक तळण्यासाठी तूप, चांदीचा वर्ख २ पाने व थोडासा चॉकलेट फूड कलर.

कृती : डिंक ज्वारीच्या दाण्यांएवढा बारीक करून, कढईत तळून, त्याची फुले तयार करून घ्यावीत. कढईतील तूप काढून त्याच कढईत खवा, साखर व २५ ग्रॅम तूप एकत्र करून, लालसर रंगावर भाजून, कलर व वेलदोडे-पूड एकत्र करावी. हे मिश्रण ट्रेमध्ये काढून, सपाट करून, त्यावर तळलेली डिंकफुले पसरावीत व गार झाल्यानंतर वड्या कापाव्यात.

टीप : ही बर्फी साखरेचा दोनतारी पाक करूनसुद्धा करता येईल.

४५. डिंक पाक बर्फी : प्रकार १

साहित्य : खवा २५० ग्रॅम, साखर २५० ग्रॅम, डिंक १०० ग्रॅम, घरी किसलेला सुक्या खोबऱ्याचा कीस १०० ग्रॅम, सहा-सात वेलदोड्यांची पूड, डिंक तळण्यासाठी तूप व चांदीचा वर्ख २ पाने.

कृती : खोबऱ्याचा कीस मिक्सरमधून बारीक करून घ्यावा. (तेल सुटू देऊ नये) किंवा एकदम बारीक किसून घ्यावा. इतर कृती खवा + डिंक बर्फीप्रमाणेच करून, साखरेच्या दोनतारी पाकात ही बर्फी तयार करावी. (डिंक-फुले वरून न घालता मिश्रणात एकत्र करावी.)

४६. डिंक पाक बर्फी : प्रकार २

साहित्य : खवा २५० ग्रॅम, साखर १५० ग्रॅम, हरभरा डाळ बेसन २५ ग्रॅम, साजूक तूप ५० ग्रॅम, डिंक २५ ग्रॅम, सहा-सात वेलदोड्यांची पूड, डिंक तळण्यासाठी तूप, चांदीचा वर्ख २ पाने व चॉकलेट फूड-कलर.

कृती : बेसन तुपात भाजून घ्यावे व डिंक पाक बर्फी प्रकार १ प्रमाणे बर्फी करून ट्रेमध्ये मिश्रण सपाट केल्यानंतर त्यावर डिंक-फुले पसरावीत व चांदीचा वर्ख लावावा.

४७. बेसन बर्फी : प्रकार १

साहित्य : हरभरा डाळ बेसन ३७५ ग्रॅम, खवा २५० ग्रॅम, साखर ४०० ग्रॅम, साजूक तूप १५० ग्रॅम, बदाम-काप २० ग्रॅम, दहा-बारा वेलदोड्यांची पूड, तळण्यासाठी तूप व चांदीचा वर्ख २ पाने.

कृती : ७५ ग्रॅम तूप बेसनाला चोळून घ्यावे व त्यात थोडे कोमट पाणी घालून घट्ट गोळा करावा. या गोळ्यातून लहानलहान मुटके (पिंड्या) तयार करून, हे मुटके मंद आचेवर तुपात केशरी रंगावर तळून घ्यावे. मुटके गरम असतानाच खलबत्त्यात कुटून घ्यावे. कुटलेले बेसन तांदूळ-कणी चाळणीने चाळून घ्यावे. खवा बदामी रंगावर भाजून घ्यावा. चाळलेले बेसन ७५ ग्रॅम तुपात पुन्हा थोडेसे भाजून घ्यावे. २०० मिलीलिटर पाणी घेऊन, साखरेचा दोनतारी पाक तयार करून, त्यात सर्व पदार्थ एकत्र करून, थोडेसे घट्ट झाल्यानंतर कढई गॅसवरून खाली घ्यावी व मिश्रण ट्रेमध्ये सपाट केल्यानंतर त्यावर बदाम-काप पसरावेत. चांदीचा वर्ख लावून गार झाल्यानंतर वड्या पाडाव्यात.

४८. बेसन बर्फी : प्रकार २

साहित्य : बेसन १२५ ग्रॅम, खवा २०० ग्रॅम, साबुदाणा-पीठ ७५ ग्रॅम, साखर २५० ग्रॅम, तूप १५० ग्रॅम, दूध अर्धा कप, थोडासा पिवळा फूड-कलर व चांदीचा वर्ख २ पाने.

कृती : खवा भाजून घ्यावा. बेसन, दूध व ५० ग्रॅम तूप एकत्र करून बेसनाचा घट्ट गोळा तयार करावा. हा गोळा एक तास तसाच राहू द्यावा. नंतर हा गोळा कुस्करून तांदूळ-कणी चाळणीने चाळून घ्यावा. मिक्सरमधून साबुदाणा बारीक करून पीठ चाळणीने चाळून घ्यावा. साखरेचा एकतारी पाक तयार करावा, राहिलेल्या तुपात बेसन बदामी रंगावर भाजून घ्यावे व त्यात खवा, साबुदाणा-पीठ व साखरेचा पाक घालून, हलवून घ्यावे. मिश्रण घट्ट झाल्यानंतर गॅसवरून खाली घ्यावे. कलर एकत्र करावा व मिश्रण ट्रेमध्ये काढून, सपाट केल्यानंतर वर्ख लावावा व वड्या पाडाव्यात.

साबुदाणा-पिठाऐवजी भाजलेल्या तांदळाचे पीठ घेऊनसुद्धा ही बर्फी तयार करता येईल.

४९. मूगडाळ हरभरा डाळ मिक्स बर्फी

साहित्य : हरभरा डाळ ५० ग्रॅम, मूगडाळ ५० ग्रॅम, खवा १०० ग्रॅम, तूप १२५ ग्रॅम, साखर १२५ ग्रॅम, पाच-सहा वेलदोड्यांची पूड, चारोळी १० ग्रॅम, थोडासा पिवळा फूड-कलर व चांदीचा वर्ख १ पान.

कृती : हरभरा डाळ व मूगडाळ तीन-चार तास गार पाण्यात भिजवून, पाणी काढून मिक्सरमधून बारीक करून घ्याव्या. शंभर ग्रॅम तुपात दोन्ही डाळी फेटून घ्याव्या व कढईत थोड्याशा तुपात बदामी रंगावर भाजून घ्याव्या. खवा बदामी रंगावर भाजावा व साखरेच्या दोनतारी पाकात सर्व पदार्थ एकत्र करून, थोडे

हलवून, मिश्रण ट्रेमध्ये काढून, सपाट केल्यानंतर वर्ख लावावा व वड्या पाडाव्या.

५०. आंबा बर्फी

साहित्य : हापूस आंब्याचा घट्ट रस किंवा मँगोपल्प १०० ग्रॅम, खवा १७५ ग्रॅम, साखर ७५ ग्रॅम, मिल्कपावडर २५ ग्रॅम, मँगो इसेन्स ४ थेंब व थोडासा पिवळा फूड-कलर.

कृती : गॅसवर ॲल्युमिनियम कढईत आंबारस घेऊन आटवून गोळा करावा. त्यातच खवा, मिल्कपावडर एकत्र करून थोडेसे भाजून घ्यावे. साखरेचा तीनतारी पाक तयार करून, त्यात हे मिश्रण हलवून घ्यावे व कढई गॅसवरून खाली घेऊन इतर बर्फी कृतीप्रमाणेच वड्या पाडाव्या.

५१. सोलाणे बर्फी

साहित्य : सोलाणे १०० ग्रॅम, साखर १५० ग्रॅम, तूप २० ग्रॅम, तीन-चार वेलदोड्यांची पूड, खवा १०० ग्रॅम, थोडासा हिरवा फूड-कलर व चांदीचा वर्ख १ पान.

कृती : सोलाणे मिक्सरमधून बारीक करून, तुपात भाजून घ्यावे. खवा भाजून घ्यावा. साखरेच्या दोनतारी पाकात सर्व पदार्थ एकत्र करून, मिश्रण थोडे घट्ट झाल्यानंतर कढई खाली घेऊन इतर बर्फी कृतीप्रमाणेच वड्या पाडाव्यात.

५२. काजूकतली

साहित्य : काजूपूड २०० ग्रॅम, खवा ५० ग्रॅम, साखर २०० ग्रॅम व चांदीचा वर्ख २ पाने.

कृती : खवा बदामी रंगावर भाजून घ्यावा. साखरेचा दोनतारी पाक तयार करून, त्यात खवा, काजूपूड घालून, चांगले हलवून, मिश्रणाचा घट्ट गोळा करावा व लाकडी पाटावर रिफाईंड तेलाचा हात फिरवून, त्यावर काजूकतलीचा गोळा ठेवून, हळूहळू लाटावा. चांदीचा वर्ख लावून वड्या पाडाव्यात.

५३. काजू रोल

साहित्य : काजूपूड १२५ ग्रॅम, खवा १२५ ग्रॅम, साखर १६० ग्रॅम, पिस्ते १० ग्रॅम, थोडासा हिरवा फूड-कलर व चांदीचा वर्ख २ पाने.

कृती : खवा व काजूपूड एकत्र करून, थोडेसे भाजून घ्यावे. भाजलेल्या मिश्रणापैकी अंदाजे २५ ग्रॅम मिश्रण बाजूला काढून, त्यात पिस्तेपूड व हिरवा कलर एकत्र करावा. खवा व काजू-पूड मिश्रणाचे लहानलहान गोळे करावेत. या गोळ्यांपैकी

एकेक गोळा हातावर घेऊन चपटा करावा. या चपट्या गोळ्यावर थोडीशी पिस्तेपूड घालून गोल सुरळीचा आकार द्यावा (रोल तयार करावा) व सर्व रोल तयार झाल्यानंतर त्यावर चांदीचा वर्ख लावावा.

टीप : पिस्तेपूडऐवजी सुक्या अंजिराचे तुकडे किंवा बदामपूड घेऊनही काजूरोलचा बाखर तयार करता येईल.

५४. श्रीखंड वडी

साहित्य : चक्का ५० ग्रॅम, साखर ५० ग्रॅम, तीन-चार वेलदोड्यांची पूड व थोडासा पिवळा फूड-कलर.

कृती : साखर व चक्का एकत्र करून, कढईत भाजून घट्ट गोळा करावा. कढई गॅसवरून खाली घेऊन, वेलदोडे-पूड व कलर एकत्र करावा. मिश्रण लाकडी पाटावर किंवा फरशीवर घ्यावे. रिफाईंड तेलाचा हात फिरवून लाटून घ्यावे व गार झाल्यानंतर वड्या पाडाव्यात.

५५. गुलाबजामुन

साहित्य : खवा २५० ग्रॅम, साखर ४०० ग्रॅम, मैदा किंवा गव्हाचे पीठ ६५ ग्रॅम, चिमूटभर खाण्याचा सोडा व तळण्यासाठी तूप.

कृती : पाव लिटर पाणी घेऊन, साखरेचा एकतारी पाक तयार करावा. खवा, मैदा व सोडा एकत्र करून त्याचा गोळा करावा व पाण्याचा हात लावून हा गोळा कुटून, मऊसूत करून, लगेच मोठ्या सुपारीच्या आकाराच्या गोळ्या कराव्यात. नंतर तुपामध्ये मंद आचेवर तळाव्यात. तळलेले गुलाबजामुन गरम पाकात भिजू द्यावे.

टीप : तुपाला जास्त ताव आल्यास कढई गॅसवरून खाली घ्यावी.

५६. सुके गुलाबजामुन

साहित्य : खवा २५० ग्रॅम, मैदा ५० ग्रॅम, साखर ४०० ग्रॅम, जाड साखर २० ग्रॅम, बेकिंग पावडर २ ग्रॅम व तळण्यासाठी तूप.

कृती : मैदा व बेकिंग पावडर एकत्र करून, दोन-तीनदा चाळून घ्यावे. गुलाबजामुन कृतीप्रमाणे लांबट आकाराचे गुलाबजामुन तयार करून, आठ-दहा तास पाकात भिजू द्यावे. नंतर गुलाबजामुन स्टील चाळणीत काढून, त्यांतील पाक कमी करून घ्यावा. नंतर दुसऱ्या परातीत हे गुलाबजामुन चार-पाच तास सुकू द्यावे. त्यांवर जाड साखर पसरून घालावी.

५७. बुंदी लाडू

साहित्य : हरभरा डाळ बेसन २५० ग्रॅम, साखर ४०० ग्रॅम, मोहनासाठी तूप २० ग्रॅम, पाच-सहा वेलदोड्यांचे दाणे, खिसमिस २० ग्रॅम व थोडासा पिवळा फूड-कलर व तळण्यासाठी तूप.

कृती : बेसन, मोहनाचे तूप, फूड-कलर व पाणी एकत्र करून, भजे-घोळासारखा घोळ तयार करावा. गॅसवर तूप गरम करावयास ठेवून, ताव आल्यावर बुंदी झाऱ्यावर बेसनाचा घोळ घालून, कढईवर झारा हळुवार हाताने आपटून बुंदी पाडावी. बुंदी लांबसर पडत असल्यास घोळात थोडे बेसन एकत्र करावे व झाऱ्यातून बुंदी पडत नसल्यास घोळात थोडे पाणी घालावे. बुंदी पाडताना प्रत्येक घाण्याला झारा धुऊन घ्यावा. तळलेली बुंदी साखरेच्या एकतारी पाकात घालावी. एक तासाने बुंदी पाकाबाहेर काढून खिसमिस, वेलदोडे-दाणे एकत्र करून लाडू बांधून घ्यावे.

आपल्या आवडीनुसार बुंदी व लहान गोटीच्या आकाराचे गुलाबजामुन एकत्र करून बुंदी + जामुन हा मिक्स पदार्थ तयार करावा.

५८. मोती पाक

साहित्य : बुंदी लाडवाच्या कृतीप्रमाणे तयार झालेली बुंदी, खवा २०० ग्रॅम, चांदीचा वर्ख २ पाने व बदाम-काप १० ग्रॅम.

कृती : खवा बदामी रंगावर भाजून घ्यावा. तयार झालेली गरम बुंदी, खवा व बदाम-काप एकत्र करून, हे मिश्रण ट्रेमध्ये काढून, सपाट केल्यानंतर वर्ख लावावा व वड्या कापाव्यात.

५९. बेसन लाडू

साहित्य : हरभरा डाळीचे थोडेसे जाडसर बेसन २५० ग्रॅम, पिठीसाखर १७५ ग्रॅम व साजूक तूप १२५ ग्रॅम.

कृती : तुपामध्ये बेसन बदामी रंगावर भाजून घ्यावे. भाजलेले पीठ गार झाल्यानंतर त्यात तूप, पिठीसाखर एकत्र करून लाडू बांधावे.

टीप : वरील साहित्यात १०० ग्रॅम रवा भाजून व आणखी ७५ ग्रॅम पिठीसाखर घालून रवा-बेसन लाडू तयार करता येतील.

६०. पंचधारी लाडू

साहित्य : रवा २५० ग्रॅम, हरभरा डाळ बेसन ६५ ग्रॅम, खवा १७५ ग्रॅम, साखर २५० ग्रॅम, साजूक तूप १२५ ग्रॅम, पाच-सहा वेलदोड्यांची पूड, खिसमिस २० ग्रॅम, चारोळी २० ग्रॅम व थोडासा पिवळा फूड-कलर किंवा केशर.

कृती : खवा बदामी रंगावर भाजून घ्यावा. नंतर रवा व बेसन तुपात वेगवेगळे भाजून घ्यावे. साखरेचा दोनतारी पाक तयार करून, त्यात सर्व पदार्थ एकत्र करावे व मिश्रण थोडे घट्ट झाल्यानंतर गॅसवरून खाली घेऊन, मिश्रण कोमट असेपर्यंतच लाडू तयार करावेत.

६१. रवा लाडू : प्रकार १

साहित्य : रवा २५० ग्रॅम, नारळाचा खोवलेला कीस १५० ग्रॅम, साखर २५० ग्रॅम, तूप १२५ ग्रॅम, पाच-सहा वेलदोड्यांची पूड, खिसमिस २० ग्रॅम, चारोळी २० ग्रॅम व थोडासा पिवळा फूड-कलर.

कृती : रवा तुपात फिकट बदामी रंगावर भाजून घ्यावा. खोबऱ्याचा कीस थोडासा भाजून घ्यावा. साखरेच्या दोनतारी पाकात सर्व पदार्थ एकत्र करून, मिश्रण थोडे घट्ट झाल्यानंतर गॅसवरून खाली घेऊन, मिश्रण कोमट असेपर्यंतच लाडू तयार करावे.

प्रकार २ रा : प्रकार १ मधील साहित्यापैकी खोबऱ्याचा कीस वगळून त्याऐवजी २०० ग्रॅम खवा भाजून घालावा.

प्रकार ३ रा : खोवलेला खोबऱ्याचा कीस १२५ ग्रॅम, खवा १०० ग्रॅम, बेसन ७० ग्रॅम, साखर १७५ ग्रॅम, पाच-सहा वेलदोड्यांची पूड, खिसमिस २० ग्रॅम, चारोळी २० ग्रॅम व पिवळा फूड-कलर हे साहित्य घेऊन वरील कृतीप्रमाणे लाडू बांधावेत.

६२. फुटाणे डाळ्या लाडू

साहित्य : फुटाणे डाळ्या २५० ग्रॅम, पिठीसाखर २०० ग्रॅम व साजूक तूप २०० ग्रॅम.

कृती : डाळ्या मिक्सरमधून बारीक करून घ्याव्या व पिठाच्या चाळणीने चाळून पिठीसाखर व गरम करून, गार केलेले तूप एकत्र करून, लाडू बांधावेत.

६३. तांदूळ लाडू : प्रकार १

साहित्य : सुगंधी तांदूळ २५० ग्रॅम, पिठीसाखर २०० ग्रॅम व साजूक तूप २०० ग्रॅम.

कृती : तांदूळ दोन-तीनदा पाण्याने धुऊन, कापडावर सावलीत वाळवावे. वाळल्यानंतर तूप न घालता थोडेसे भाजून घ्यावे. गार झाल्यानंतर मिक्सरमधून बारीक करून पीठ चाळणीने चाळून घ्यावे व पातळ गार तूप व पिठीसाखर एकत्र करून लाडू तयार करावेत.

टीप : आवडीनुसार ५० ग्रॅम सुक्या खोबऱ्याचा कीस तुपात परतून व खसखस थोडीशी भाजून एकत्र केली, तरी चालेल.

६४. तांदूळ लाडू : प्रकार २

साहित्य : तांदूळ १०० ग्रॅम, बेसन १०० ग्रॅम, खवा १०० ग्रॅम, पिठीसाखर २०० ग्रॅम व तूप १८० ग्रॅम.

कृती : तांदूळ धुऊन सावलीत वाळवावेत. मिक्सरमधून बारीक करून, मैदा चाळणीने चाळून घ्यावे. बेसन व तांदळाचे पीठ तुपामध्ये भाजून घ्यावे. खवा भाजून घ्यावा. गार झाल्यानंतर सर्व पदार्थ एकत्र करून, लाडू तयार करावेत.

६५. कणीक लाडू (चुटी चुरमा)

साहित्य : गव्हाचे थोडेसे जाडसर पीठ २५० ग्रॅम, पिठीसाखर २५० ग्रॅम, खडीसाखर २० ग्रॅम, काजू-तुकडे २० ग्रॅम, खिसमिस २० ग्रॅम, पाच-सहा वेलदोड्यांची पूड, दूध २०० मिलीलिटर, मोहनासाठी तूप १०० ग्रॅम व तळण्यासाठी तूप.

कृती : गव्हाचे पीठ व ७५ ग्रॅम तूप एकत्र करून चांगले चोळून घ्यावे व त्यात दूध घालून पिठाचा घट्ट गोळा करावा. या गोळ्यातून लहान लहान मुटके (पिंड्या) तयार करावेत. कढईतील तुपात हे मुटके मंद आचेवर बदामी रंगावर तळून घ्यावेत. हे मुटके गरम असतानाच खलबत्त्यात कुटून, कणी चाळणीने चाळून घ्यावे व सर्व पदार्थ एकत्र करून व मोहनतुपापैकी शिल्लक राहिलेले तूप, लाडू बांधता येतील, इतपत घालून, लाडू तयार करावेत.

६६. मूगडाळ लाडू

साहित्य : मूगडाळ २५० ग्रॅम, पिठीसाखर ४०० ग्रॅम, खारीक ७० ग्रॅम, खोबरे ७० ग्रॅम, डिंक २५ ग्रॅम, (आवडीनुसार मेथीकूट ५० ग्रॅम) बदाम २५ ग्रॅम, पाच-सहा वेलदोड्यांची पूड व तूप २०० ग्रॅम.

कृती : मूगडाळ गार पाण्यात तीन तास भिजवून, पाण्याबाहेर काढून, मिक्सरमधून बारीक करून घ्यावी. खारकेचे, खोबऱ्याचे तुकडे एकत्र करून, खलबत्त्यात कुटून किंवा मिक्सरमधून बारीक करून घ्यावे. डिंक ओबडधोबड कुटून, तुपात तळून, त्याची फुले तयार करावी. बारीक केलेली मूगडाळ तुपात फेटून घ्यावी व कढईत तांबूस रंगावर भाजून घ्यावी व गार झाल्यानंतर सर्व पदार्थ एकत्र करून लाडू तयार करावे.

६७. उडीद लाडू

साहित्य : मूगडाळ लाडूचे व फक्त मूगडाळीऐवजी उडीद डाळ २५० ग्रॅम.
कृती : मूगडाळ लाडू कृतीप्रमाणे.

६८. माहीम हलवा : प्रकार १

साहित्य : आरारुट पावडर (कॉर्नफ्लोअर) १०० ग्रॅम, साखर १७० ग्रॅम, साजूक तूप ५० ग्रॅम, लिंबूरस चार-पाच थेंब, पिस्तेकाप, बदाम-काप, चार-पाच वेलदोड्यांची पूड व थोडासा पिवळा फूड-कलर.

कृती : आरारुट पावडर पाण्यात दोन तास भिजू द्यावी. भिजलेल्या पावडरवरील सर्व पाणी हळुवार हाताने काढून घ्यावे. पॅनमध्ये किंवा कढईत १०० ग्रॅम साखरेत ६५ मिलीलिटर पाणी घेऊन, त्याचा दोनतारी पाक तयार करून, या पाकात भिजलेले कॉर्नफ्लोअर हळूहळू ओतावे. गॅसची आच एकदम मंद करून, या मिश्रणात लिंबूरस घालावा व मिश्रण सारखे हलवीत राहावे. म्हणजे गोळा होणार नाही. आता मिश्रणात थोडे तूप घालावे व सारखे हलवीत राहावे. परत थोडी साखर घालावी, परत मिश्रणात जिरेल, एवढेच थोडे तूप घालावे. या क्रमाने साखर व तूप संपवावे. मिश्रणाचा गोळा तयार होईल. लगेच पातेले गॅसवरून खाली घ्यावे व त्यात फूड-कलर, पिस्ते-काप, वेलदोडे-पूड, बदाम-काप एकत्र करावे व तुपाचा हात फिरविलेल्या पाटावर हे मिश्रण घेऊन, हळूहळू दाब देऊन लाटावे व गार झाल्यानंतर चौकोनी तुकडे करावेत किंवा मिश्रण गरम असतानाच, मिश्रणाचे लहान लहान गोळे करून, लगेच एकेक गोळा पातळ प्लॅस्टिक पिशवीत किंवा बटरपेपरच्या दोन तुकड्यांमध्ये ठेवून, दाब देऊन लाटावे व गोल आकार द्यावा.

६९. माहीम हलवा : प्रकार २

साहित्य : गहू १०० ग्रॅम व आरारुट पावडर सोडून इतर सर्व साहित्य माहीम हलवा प्रकार १ चे.

कृती : गहू गार पाण्यात तीन दिवस भिजू द्यावे. रोज त्यातील पाणी बदलत जावे. चौथ्या दिवशी गव्हातील पाणी काढून, गहू मिक्सरमधून बारीक करावेत व मलमलच्या पातळ कापडातून हे गहू चोळून, गाळून घ्यावेत. कापडावर राहिलेल्या चोथ्यावर थोडेसे पाणी घालून, पुन्हा चोळून त्यांतील सत्त्व पूर्णपणे काढून घ्यावे. सत्त्वयुक्त पाणी दोन-तीन तास तसेच राहू द्यावे. त्यातील सत्त्व खाली राहून पाणी वर येईल, ते काढून टाकावे. हे सत्त्व फार घट्ट न घेता कढीसारखे राहू द्यावे. सत्त्व खाली-वर करून, त्यातील १०० ग्रॅम सत्त्व

मोजून घ्यावे व साखरेचे शंभर व सत्तर ग्रॅमचे दोन भाग करावे. पुढील सर्व कृती माहीम हलवा प्रकार १ प्रमाणे.

७०. काजू हलवा

साहित्य : गव्हाचे सत्त्व १०० ग्रॅम, साखर १७० ग्रॅम, काजूपूड १०० ग्रॅम, तूप ७५ ग्रॅम, दहा-अकरा वेलदोड्यांची पूड, पिवळा फूड-कलर, पाणी १०० मिलीलिटर व लिंबूरस ८ ते १० थेंब.

कृती : गव्हाचे सत्त्व, पन्नास मिली. पाणी, वीस ग्रॅम तूप व सव्वाशे ग्रॅम साखर एकत्र करून, त्यात लिंबू पिळावे व चांगले हलवून हे मिश्रण निर्लेप पॅनमध्ये मंद आचेवर शिजू द्यावे. शिल्लक राहिलेल्या पाण्यात कलर एकत्र करावा. शिजविताना शिल्लक राहिलेले तूप, साखर व रंगीत पाणी, काजूपूड व वेलदोडे-पूड एकत्र करून, पॅन गॅसवरून खाली घ्यावा व रिफाईंड तेलाचा हात फिरविलेल्या ट्रेमध्ये मिश्रण काढून सपाट करावे किंवा मिश्रण पाटावर घेऊन, लाटून, वड्या पाडाव्यात.

७१. बदाम हलवा

साहित्य : बदाम-कूट १०० ग्रॅम व काजू-कूट सोडून इतर सर्व साहित्य काजू हलव्याचे.

कृती : काजू हलवा कृतीप्रमाणे.

७२. स्पंज हलवा

साहित्य : गव्हाचे सत्त्व १०० ग्रॅम, साखर १७० ग्रॅम, तूप ५० ग्रॅम, बदाम-काप किंवा काजू-पाकळी, लिंबूरस ८ ते १० थेंब, हिरवा किंवा लाल फूड-कलर व पाणी १०० मिलीलिटर.

कृती : काजू हलवा कृतीप्रमाणे.

टीप : आपल्या आवडीनुसार लाल रंगाच्या हलव्यात रासबेरी इसेन्स, हिरव्या रंगाच्या हलव्यात कैरी इसेन्स व पिवळ्या रंगाच्या हलव्यात पायनापल इसेन्स किंवा वेलदोडे-पूड यांचा वापर करता येईल.

७३. गाजर हलवा

साहित्य : लालभडक दिल्ली गाजराचा कीस २५० ग्रॅम, खवा २०० ग्रॅम किंवा दूध पाव लिटर, तूप ५० ग्रॅम, चारोळी १० ग्रॅम, काजू-तुकडे १० ग्रॅम, साखर २०० ग्रॅम व चार-पाच वेलदोड्यांची पूड.

कृती : गाजराचा कीस तुपात परतून घ्यावा. खवा व साखर एकत्र करून, बदामी रंगावर भाजून घ्यावे व सर्व पदार्थ एकत्र करून, मंद आचेवर थोडा वेळ ठेवून, थोडे घट्ट झाल्यानंतर भांडे गॅसवरून खाली घ्यावे.

टीप : गाजर हलवा दुधात करावयाचा असल्यास, उकळत्या दुधात, तुपात परतलेला गाजराचा कीस शिजवून घट्ट करावा. नंतर सर्व पदार्थ एकत्र करून, पातेले गॅसवरून खाली घ्यावे.

७४. दुधी हलवा

साहित्य : दुधी भोपळा कीस २५० ग्रॅम व गाजर कीस सोडून इतर सर्व साहित्य गाजर हलव्याप्रमाणे.

कृती : स्टेनलेसच्या किसणीने दुधी भोपळ्याचा कीस करून दोनदा पाण्याने स्वच्छ धुऊन घ्यावा व उकळत्या पाण्यात चिमूटभर सोडा घालून हा कीस शिजवावा. स्टील चाळणीत कीस काढून, त्यातील पाणी काढून घ्यावे व नंतर गाजर हलवा कृतीप्रमाणे हलवा तयार करावा.

७५. जिलेबी

साहित्य : मैदा २५० ग्रॅम, खंबीर ५० ग्रॅम (हलवायाकडे मिळणारा मैदा-घोळ), थोडासा पिवळा फूड-कलर किंवा केशर, साखर ५०० ग्रॅम व तळण्यासाठी तूप.

कृती : खंबीर तयार करणे : तयार खंबीर न मिळाल्यास जिलेबी तयार करण्याच्या दोन दिवस आधी, अर्धी वाटी ताक व थोडे कोमट पाणी घेऊन, त्यात थोडा मैदा भिजत घालावा. दोन दिवस भिजून आंबूस पडलेला मैदा-घोळ म्हणजेच खंबीर.

जिलेबी कृती : खंबीर, मैदा व कोमट पाणी एकत्र करून त्याचा भजे-घोळासारखा घोळ तयार करून, हा घोळ बारा तास भिजू द्यावा. भांड्यावर झाकण ठेवून भांडे उबदार जागेत ठेवावे.

पंधरा चौरस इंच कापडास मध्यभागी ज्वारीच्या दाण्याएवढे छिद्र पाडून या छिद्रास गोल काजे करावे.

कढईत साखरेचा एकतारी पाक तयार करून, त्यात कलर किंवा केशर घालावे. हा पाक एकदम मंद आचेवर गरम राहू द्यावा. निर्लेप पॅन किंवा जिलेबी तवीत तूप गरम करावयास ठेवावे. छिद्र पाडलेल्या कापडात मैदा-घोळ घेऊन, तुपास ताव आल्यानंतर कापड हळूहळू दाबून गोल आकाराची जिलेबी तळावी. जिलेबी थोडीशी तळून झाल्यानंतर चिमट्याने अथवा जाड

तारेने उलटी करून घ्यावी, म्हणजे दोन्ही बाजू तळल्या जातील. पूर्ण तळलेली जिलेबी बाहेर काढून, गरम पाकात सोडावी व दुसऱ्या जिलेब्या तळून होईपर्यंत या जिलेब्या पाकात राहू द्याव्यात.

टीप : वरील साहित्यात थोडा मैदा कमी करून, त्याऐवजी तेवढाच रवा घेतला, तरी चालेल. जिलेबी तयार करण्यासाठी निमुळते बूच असलेल्या प्लॅस्टीक बाटलीचा (सॉस बाटली) उपयोग करता येईल.

७६. इमृती

साहित्य : उडीद-डाळ १०० ग्रॅम, साखर २५० ग्रॅम, ऑरेंज किंवा पिवळा फूड-कलर, कॉर्नफ्लोअर ५ ग्रॅम, बेकिंग पावडर सव्वा ग्रॅम व तळण्यासाठी तूप.

कृती : गार पाण्यात उडीद-डाळ चार-पाच तास भिजवावी. पाण्याबाहेर काढून, मिक्सरमधून मऊसूत, बारीक करून घ्यावी. साखर व तूप सोडून, सर्व पदार्थ एकत्र करून चांगले फेटून घ्यावे. निर्लेप पॅन अथवा तवीत तूप घेऊन, तुपास ताव आल्यानंतर जिलेबी तयार करण्याच्या कृतीप्रमाणे आधी बांगडीएवढे गोल आकार घेऊन त्यांच्या कडेवर लहानलहान गोल आकार पाडावेत (तोड्यासारखे) व ही इमृती तळून जिलेबी कृतीप्रमाणे पाकात भिजवावी.

७७. म्हैसूर

साहित्य : बेसन १०० ग्रॅम, साखर १५० ग्रॅम, तूप २५० ग्रॅम., व पाणी १०० मि.ली.

कृती : बेसनाला दोन टीस्पून तूप चोळून ठेवावे. साखरेत पाणी घालून दोन तारी पाक तयार करावयास ठेवावा. याचवेळी दुसऱ्या गॅसवर तूप गरम करावयास ठेवावे. दोन तारी पाक तयार झाल्यानंतर त्यात हळूहळू बेसन घालून ढवळीत राहावे. कढई मंद आचेवरच राहू द्यावी. ढवळीतच राहावे. दुसऱ्या गॅसवरील तूप कडकडीत (धुवाधार) झाल्यानंतर पाक मिश्रणात एकेक चमचा असे सात-आठ चमचे तूप घालावे व ढवळीत राहावे. नंतर शिल्लक राहिलेले तूप एक धारेने घालावे व लगेच मिश्रण ट्रेमध्ये काढावे. मिश्रण गार झाल्यानंतर ट्रे तिरपा करून जास्तीचे तूप काढून घ्यावे.

७८. बालुशाही

साहित्य : मैदा २५० ग्रॅम, मोहनासाठी तूप ७० ग्रॅम, दही ५० ग्रॅम, साखर १५० ग्रॅम, चिमूटभर खाण्याचा सोडा व तळण्यासाठी तूप.

कृती : मैदा, मोहन, दही, सोडा एकत्र करून, त्यात थोडेसे कोमट पाणी घालून, घट्ट गोळा तयार करावा. हा गोळा तासभर तसाच राहू द्यावा. नंतर चपट्या गोल गोळ्या करून, कढईतील ताव आलेल्या तुपात मंद आचेवर तळून घ्याव्यात. पसरट भांड्यात साखरेचा गोळीबंद (पक्का) पाक करून, तळलेली बालुशाही या पाकात पाच मिनिटे ठेवून बाहेर काढावी व त्यावरील पाक वाळू द्यावा.

७९. गोड खाजे

साहित्य : मैदा २५० ग्रॅम, मोहनासाठी तूप ५० ग्रॅम, साखर ५०० ग्रॅम, थोडासा खाण्याचा सोडा व तळण्यासाठी तूप.

कृती : बालुशाही कृतीप्रमाणेच मैदा मिश्रणाच्या लहान गोळ्या कराव्या व लाटून लहान पुरीएवढा आकार द्यावा. या पुरीची त्रिकोणी घडी करून, तुपात मंद आचेवर तळून, साखरेच्या दोनतारी पाकात हे खाजे पाच मिनिटे ठेवून, बाहेर काढावेत.

८०. घीवर

साहित्य : मैदा १२५ ग्रॅम, मोहनासाठी तूप ३० ग्रॅम, साखर ३५ ग्रॅम, पाणी २५० मिली. (पाव लिटर) व तळण्यासाठी तूप. घीवर तळण्यासाठी कढईचा उपयोग करता येणार नाही. त्यासाठी सपाट तवी किंवा पॅनचा उपयोग करावा. या पॅनची उंची अडीच ते तीन इंच व व्यास सहा ते सात इंचांच्या आसपास असावा. या पॅनच्या आत मध्यभागी एक तळ नसलेला गोल, उभा डबा ठेवावा लागतो. या डब्याची उंची व व्यास साडेतीन ते चार इंच असावा. पॅनमधील तुपाची उंची पॅनच्या उंचीपेक्षा अर्धा ते एक इंच कमी असावी. पॅन किंवा तवी उपलब्ध नसल्यास, ज्या आकाराचा घीवर तयार करावयाचा आहे, त्या आकाराचा पण जास्त उंचीचा डबा घ्यावा. डब्यातील तुपाची उंची, डब्याच्या उंचीपेक्षा अडीच ते तीन इंच कमी ठेवावी.

कृती : मोहनासाठी घेतलेले तूप चांगले फेटून घ्यावे. फेटलेले तूप व मैदा एकत्र करून पुन्हा फेटून घ्यावे. नंतर या मिश्रणात थोडे थोडे पाणी ओतून, परत फेटून, मिश्रणाचा पेपर-डोशासारखा मऊसूत घोळ करावा. पॅनमध्ये किंवा पॅन नसल्यास डब्यात तूप गरम करावयास ठेवावे व पॅन घेतला असल्यास पॅनच्या मध्यभागी तळ नसलेला डबा ठेवावा. तुपास चांगला ताव आल्यानंतर हा मैदा-घोळ चमच्याने गोल वेढे घेऊन डब्याच्या आत सोडावा. घीवराला जाळी पडेल. गोल आकाराचा घीवर तयार होईल. आच मंद करावी. जाडसर तारेने घीवर कडक झाला का, ते पाहून त्याच तारेने बाहेर काढावा. साखरेचा दोन तारी पाक तयार करावा.

सर्व घीवर तळून झाल्यानंतर त्यावर साखरेचा पाक पसरावा. नंतर थोड्याशा गुलाब-पाकळ्या या घीवरावर पसराव्यात.

टीप : आपल्या आवडीनुसार घोळात पिवळा फूड-कलर एकत्र करून रंगीत घीवर तयार करावा.

८१. कसार

साहित्य : गव्हाचे जाडसर पीठ २५० ग्रॅम, गूळ २०० ग्रॅम, तूप १५० ग्रॅम, डिंक ५० ग्रॅम व घरी किसलेला सुक्या खोबऱ्याचा कीस १०० ग्रॅम.

कृती : गव्हाचे पीठ थोड्याशा तुपात तांबूस रंगावर भाजून घ्यावे. डिंक बारीक करून, तुपात तळून, फुले तयार करावी. एक टीस्पून तूप व गूळ एकत्र करून, मंद आचेवर पातळ करून घ्यावा व त्यात सर्व पदार्थ एकत्र करून पातेले गॅसवरून खाली घ्यावे.

कृती २ री : मऊसूत बारीक केलेल्या गुळावर, भाजलेले गरम गरम पीठ घालून एकत्र करावे. गाठी पडल्यास चाळणीने चाळून नंतर डिंक-फुले व खोबरे-कीस एकत्र करावा.

टीप : हा कासार नातेवाइकांच्या घरी पाठवावयाचा असल्यास खोबरे-कीस व डिंक-फुले मिश्रणात घालू नयेत. कसार, डबा किंवा ताटात भरून, नंतर त्यावर खोबरे-कीस, डिंक-फुले व गुलाब-पाकळी घालावी.

८२. सुंठ

साहित्य : गव्हाचे जाडसर पीठ २५० ग्रॅम, तूप १५० ग्रॅम, गूळ १५० ग्रॅम, साखर ५० ग्रॅम, सुंठ-पूड ३० ग्रॅम, खोबऱ्याचा कीस ७० ग्रॅम, डिंक ५० ग्रॅम व खारीक-कूट १०० ग्रॅम.

कृती : कसार कृती १ प्रमाणे.

८३. डिंकाची कांजी

साहित्य : डिंक १० ग्रॅम, साखर २० ग्रॅम, गूळ १० ग्रॅम, साजूक तूप २० ग्रॅम व गरम पाणी २०० मिली लिटर.

कृती : डिंक बारीक करून, तुपामध्ये तळून, फुले तयार करावी. दुसऱ्या भांड्यात पाणी गरम करून, हे पाणी, साखर, गूळ, डिंक-फुले तळलेल्या भांड्यात घालून, एक-दोन उकळ्या घेऊन भांडे गॅसवरून खाली घ्यावे.

८४. फळ

साहित्य : गव्हाचे पीठ २५० ग्रॅम, मोहनासाठी तूप ५० ग्रॅम, गूळ किंवा साखर २५० ग्रॅम.

कृती : गव्हाच्या पिठाला मोहनाचे तूप चोळून, त्यात थोडे पाणी घालून, मळून, पिठाचा घट्ट गोळा करावा व या गोळ्यातून लहान सुपारीच्या आकाराच्या गोळ्या कराव्यात. या गोळ्या हातावरच दोन किंवा तीन बोटांनी दाबून त्यांवर बोटांचा ठसा उमटवावा. एका पातेल्यात पाणी उकळण्यास ठेवून, उकळत्या पाण्यात, मंद आचेवर हे फळ मऊसूत शिजू द्यावे. शिजल्यानंतर एका पातेल्यावर चाळण ठेवून त्यातील पाणी काढून घ्यावे. दुसऱ्या पातेल्यात वाटीभर पाणी व गूळ एकत्र करून, त्यात शिजलेले फळ घालून, हलवून, थोडा वेळ मंद आचेवर शिजू द्यावे व जरुरीप्रमाणे बाजूला काढलेले गरम पाणी त्यात घालावे. ताटात वाढताना वरून तूप घालावे.

८५. तळलेले फळ

साहित्य : मैदा २५० ग्रॅम, मोहनासाठी तूप ५० ग्रॅम, पिठीसाखर ५० ग्रॅम, पाकासाठी साखर ७० ग्रॅम, चिमूटभर खाण्याचा सोडा व तळण्यासाठी तूप.

कृती : मोहनासाठी घेतलेले तूप मैद्यास चोळून घ्यावे. नंतर त्यात पिठीसाखर, खाण्याचा सोडा व थोडेसे कोमट पाणी घालून, मळून, पिठाचा घट्ट गोळा करावा. हा गोळा कुटून, मऊसूत करून, अर्धा तास तसाच ठेवावा. या गोळ्यातून फळ कृतीप्रमाणे फळ तयार करावे. ताव आलेल्या तुपात हे फळ तळून घ्यावे व गार झाल्यानंतर साखरेच्या तीनतारी पाकात हे फळ एकत्र करून, पाक वाळू द्यावा.

८६. गव्हाची खिचडी (खिच)

साहित्य : जोड-गहू २५० ग्रॅम, तांदूळ १०० ग्रॅम, साखर किंवा गूळ ३०० ग्रॅम, दूध पाव लिटर, सुक्या खोबऱ्याचा कीस १०० ग्रॅम, सात-आठ वेलदोड्यांची पूड, खिचडी साखरेची असल्यास केशर व तूप.

कृती : गव्हाला पाण्याचा हात लावून, ते अर्धा तास कापडात बांधून ठेवावे. नंतर मिक्सर किंवा उखळ किंवा खलबत्त्यात ज्वारीच्या दाण्याएवढे बारीक करून घ्यावे. पाखडून, फोल काढून, अर्धा लिटर पाण्यात हे गहू रात्री भिजावयास ठेवावे. सकाळी भिजलेले गहू तवलीमध्ये शिजावयास ठेवावे. शिजल्यानंतर या तवलीतच धुतलेले तांदूळ घालावे व परत मऊसूत शिजू द्यावे. थोडे घट्ट झाल्यानंतर त्यात साखर, वेलदोडे-पूड, केशर घालावे व पळीने घोटावे. घोटताना त्यात थोडे थोडे

दूध ओतावे. परत तवलीवर झाकण ठेवून, मंद आचेवर थोडा वेळ शिजू द्यावे. ताटात वाढताना वरून तूप व खोबऱ्याचा कीस घालावा.

टीप : कुकरमध्ये तांदूळ व कुटलेले गहू वेगवेगळे मऊ शिजवून, बाहेर काढून, तवलीमध्ये घेऊन, ही खिचडी घोटता येईल. या खिचडीसाठी शक्यतो जोड-गहू घ्यावेत.

८७. नाग-दिवा (दिवसा)

साहित्य : बाजरीचे जाडसर पीठ २५० ग्रॅम, गूळ १७५ ग्रॅम, गव्हाचे पीठ ५० ग्रॅम, मोहनासाठी तूप २० ग्रॅम, सुक्या खोबऱ्याचा कीस ५० ग्रॅम व सहा-सात वेलदोड्यांची पूड.

कृती : गूळ सोडून इतर सर्व साहित्य एकत्र करावे. अर्धी वाटी पाण्यात गूळ घालावा व हे पाणी गरम करून मिश्रणात घालावे. मळून पिठाचा घट्ट गोळा तयार करावा. या पिठातून लहान लिंबाएवढे गोळे करून, त्यांना पणतीचा आकार द्यावा. पातेल्यात पाणी उकळण्यास ठेवून, त्यावर चाळणी व या चाळणीवर नागदिवे ठेवून वाफेवर शिजू द्यावे.

८८. खरवस वडी

साहित्य : गाय अथवा म्हैस व्यायल्यानंतर काढलेले पहिल्या वेळचे दूध ५०० मिलीलिटर, साधे दूध ४०० मिलीलिटर, साखर १५० ग्रॅम, तीन-चार वेलदोड्यांची पूड व चारोळी १० ग्रॅम.

कृती १ ली : वरील सर्व साहित्य एकत्र करून, दोन ताटांत काढावे. पसरट भांड्यात पाणी उकळण्यास ठेवून या पाण्याच्या वाफेवर हे मिश्रणाचे ताट ठेवून, त्यावर झाकण ठेवावे. दहा ते पंधरा मिनिटांत खरवस तयार होईल. गार झाल्यानंतर वड्या पाडाव्या. आवडीनुसार वेलदोडे-पूड वरून घालावी.

कृती २ री : पहिल्या कृतीप्रमाणे फक्त कच्चे दूध वाफवल्यानंतर त्याचा घट्ट गोळा तयार होईल. हा गोळा गार झाल्यानंतर स्टील किसणीने किसून घ्यावा. खरवसाच्या वजनाएवढी साखर घेऊन दोनतारी पाक तयार करावा. या पाकात खरवस-कीस एकत्र करून, थोडा वेळ मंद आचेवर ठेवून, तुपाचा हात फिरविलेल्या ट्रेमध्ये हे मिश्रण काढावे व गार झाल्यानंतर वड्या पाडाव्यात. आवडीनुसार वेलदोडे-पूड वरून घालावी.

८९. पनीर

साहित्य : गाईचे दूध २ लिटर व सायट्रिक ॲसिड (लिंबूरस) ५ ग्रॅम.

कृती : पाव वाटी पाण्यात सायट्रिक ॲसिड (लिंबूरस) विरघळवावे. दुधाला उकळी देवून भांडे गॅसवरून खाली घ्यावे. हे दूध लगेच खालीवर करून बोटांना गरम लागेल, पण चटका लागणार नाही. असे झाल्यानंतर, (किंवा त्यात थोडेसे गार पाणी ओतून) या दुधात सायट्रिक मिश्रित पाण्याची धार सोडावी. स्टील उलथण्याने दूध नासेपर्यंत हलवावे. हे नासलेले दूध मलमलच्या पातळ कापडात काढून घ्यावे. त्यातील पाणी कमी करून नंतर कापडाला गाठ मारावी. या दुधाच्या पोटलीवर वजन ठेवून दाब द्यावा. सर्व पाणी निघून दुधाचा घट्ट गोळा तयार होईल. हा घट्ट गोळा परातीत काढून चांगला फेटून घ्यावा. म्हणजे पनीर तयार होईल.

टीप : गाईचे दूध न मिळाल्यास म्हशीचे दूधसुद्धा चालेल.

९०. रसगुल्ले

साहित्य : पनीर १०० ग्रॅम, मैदा ४ ग्रॅम, साखर १२५ ग्रॅम, पाणी अर्धा लिटर व गुलाब इसेन्स चार-पाच थेंब.

कृती : पनीर व मैदा एकत्र करून चांगले फेटून घ्यावे व आपटून त्याचा मऊसूत गोळा करावा. या गोळ्यातून सुपारीएवढ्या लहान गोळ्या करून घ्याव्या. पाण्याची उंची दोन-अडीच इंच राहील, अशा बेताने पातेल्यात पाणी व साखर एकत्र करून, गॅस मोठा ठेवावा. उकळी आल्यानंतर पनीरच्या सर्व गोळ्या या पाण्यात सोडाव्या. भांड्यात चमचा किंवा उलथणे घालू नये. पातेल्यावर प्रथम पाच मिनिटे झाकण ठेवू नये. नंतर पाच मिनिटे अर्धे झाकण ठेवावे. वाफेमुळे पाच-सहा मिनिटांत रसगुल्ले फुगतील. एक-दोन वेळा झाकण थोडे सरकवून पाहावे. रसगुल्ल्यांचा रंग थोडा बदललेला दिसेल. तयार झालेला रसगुल्ला गार पाण्यात घातला असता तळाला जाईल. नंतर गॅस बंद करून, झाकण काढून, अर्धा तास हे रसगुल्ले तसेच भिजू द्यावे व गार झाल्यानंतर या पाण्यात गुलाब इसेन्स घालावा.

टीप : उकळणारे साखरेचे पाणी घट्ट होत आहे, असे दिसल्यास त्यात थोडे पाणी घालावे. साखरेचा पाक शेवटपर्यंत एकतारी राहू द्यावा.

(मैदा न घेता सुद्धा, हे रसगुल्ले तयार करता येतील.)

९१. रसमलाई

साहित्य : लहान आकाराचे रसगुल्ले, रबडी, बदाम, पिस्ते-काप, वेलदोडे-पूड व केशर.

कृती : गार झालेल्या रबडीत सर्व पदार्थ एकत्र करावेत.

१२. चमचम

साहित्य : रसगुल्ल्याचे सर्व साहित्य, ड्रायफ्रूटस् व चांदीचा वर्ख.

कृती : गोल आकाराऐवजी त्रिकोणी, लांबट, चौकोनी आकार देऊन रसगुल्ल्याच्या कृतीप्रमाणे चमचम तयार करून त्यांवर ड्रायफ्रूटस् पसरावे किंवा चांदीवर्ख लावावा.

१३. मलाई सँडविच (गोड)

साहित्य : रसगुल्ल्याचे सर्व साहित्य, खवा, साखर, ड्रायफ्रूटस् व रोझ- इसेन्स.

कृती : चमचमच्या कृतीप्रमाणे वड्या तयार करून, याच्या कडा थोड्याशा जाड ठेवाव्यात. खवा व साखर एकत्र करून भाजून घ्यावे व गार झाल्यानंतर त्यात ड्रायफ्रूटस्, रोझ इसेन्स घालून, मिश्रण मऊसूत करून घ्यावे. हे मिश्रण तयार सँडविच वडी कापून, त्यातील एका भागावर पसरावे व सँडविचचा दुसरा भाग त्यावर ठेवावा किंवा पातळसर (कमी उंचीच्या) चौकोनी वड्या करून, एका वडीवर मिश्रण पसरून, त्यावर दुसरी वडी ठेवावी.

१४. क्रीम रसगुल्ले

साहित्य : रसगुल्ल्याचे सर्व साहित्य, क्रीम, साखर व ड्रायफ्रूटस्.

कृती : क्रीम गरम करून, त्यात साखर व ड्रायफ्रूटस् एकत्र करावे. रसगुल्ल्यांना गोल आकाराऐवजी पेढ्यासारखा चपटा आकार द्यावा व या चपट्या रसगुल्ल्यांवर चमच्याने क्रीम घालावे.

१५. संदेश

साहित्य : पनीर २५० ग्रॅम, साखर ७५ ग्रॅम, चार-पाच वेलदोड्यांची पूड व रोझ किंवा केशर इसेन्स चार-पाच थेंब.

कृती : पॅन किंवा कढईत पनीर व साखर एकत्र करून, मंद आचेवर ठेवून, सारखे हलवावे. मिश्रणाला पाणी सुटेल. पाणी आटेपर्यंत सारखे हलवत राहावे. वेलदोडे पूड घालावी. थोडे थंड झाल्यानंतर इसेन्स घालावा. साच्यामध्ये मिश्रण घेऊन आपल्या पसंतीनुसार आकार द्यावा. तयार संदेशवर चेरी, टुटीफ्रुटी किंवा गुलाब-पाकळी लावावी.

१६. चॉकलेट संदेश

साहित्य : संदेश कृतीप्रमाणे तयार केलेला संदेश, थोडीशी ड्रिंकिंग चॉकलेट पावडर व चॉकलेट इसेन्स.

कृती : थोड्याशा संदेशामध्ये चॉकलेट पावडर व इसेन्स एकत्र करून, त्याच्या लहानलहान गोळ्या तयार कराव्यात. साच्यामध्ये आकार दिलेला संदेश मधोमध कापून, त्यात प्रत्येकी एक चॉकलेटमिश्रित संदेशची गोळी बसवावी. किंवा तयार संदेशपैकी निम्म्या संदेशमध्ये ड्रिंकिंग चॉकलेट व इसेन्स एकत्र करावा व चॉकलेट बर्फीच्या कृतीप्रमाणे (कृती नं. ४०) ट्रेमध्ये हे मिश्रण काढून, त्यावर राहिलेला निम्मा संदेश काढून सपाट करावा व वड्या पाडाव्यात.

१७. संदेश लाडू

साहित्य : संदेशचे लहान गोळे, खवा १०० ग्रॅम, बाजारातील खोबऱ्याचा कीस ५० ग्रॅम, साखर ७५ ग्रॅम व चांदीचा वर्ख.

कृती : खोबरे व खवा थोडा भाजून, साखरेच्या एकतारी पाकात एकत्र करावा व हे मिश्रण गार झाल्यानंतर त्याचे आवरण संदेशच्या लहान गोळ्यावर लावावे. लहान लाडू तयार होतील. त्यावर चांदीचा वर्ख लावावा.

१८. संदेश पेढा

साहित्य : संदेश १०० ग्रॅम, खवा ५० ग्रॅम, मिल्क-पावडर १० ग्रॅम, साखर २५ ग्रॅम व थोडासा पिवळा फूड-कलर.

कृती : खवा भाजून घ्यावा व साखरेच्या दोनतारी पाकात सर्व पदार्थ एकत्र करून, भांडे गॅसवरून खाली घेऊन, मिश्रण कोमट असेपर्यंत पेढे तयार करावेत.

१९. खवा + पनीर गुलाबजामुन

साहित्य : खवा १२५ ग्रॅम, पनीर १२५ ग्रॅम, मैदा १५ ग्रॅम, बेकिंग पावडर पाव टीस्पून, साखर ५०० ग्रॅम, पाणी ३०० मिलीलिटर व तळण्यासाठी तूप.

कृती : मैदा व बेकिंग पावडर एकत्र करून चाळून घ्यावे. नंतर खवा, पनीर, मैदा, एकत्र करून, पाण्याचा हात लावून घट्ट गोळा तयार करावा. आपटून गोळा मऊसूत करावा व गुलाबजामुन कृती (नं. ५५) प्रमाणे गुलाबजामुन तयार करावेत.

१००. खीर पनीर

साहित्य : दूध २ लिटर, साखर १२५ ग्रॅम, पनीर १०० ग्रॅम व ड्रायफ्रूटस्.

कृती : दूध गरम करावयास ठेवून, आटून निम्मे झाल्यानंतर त्यात साखर घालावी व दूध आटून १/३ होईपर्यंत उकळू द्यावे व सारखे हलवत राहून, त्यात पनीर तुकडे घालावेत. पनीर तुकडे गोड लागेपर्यंत मिश्रण उकळू द्यावे, नंतर ड्रायफ्रूटस् घालावीत.

१०१. पनीर मुरकी

साहित्य : पनीर २५० ग्रॅम, साखर १२५ ग्रॅम, पाणी ५० मिलीलिटर व ड्रायफ्रूट्स.

कृती : साखरेच्या तीनतारी पाकात पनीर तुकडे पाच-दहा मिनिटे शिजू द्यावेत. पनीर-तुकड्यांना धक्का न लावता साखरेचा पाक हलवावा व कढई गॅसवरून खाली घ्यावी. ड्रायफ्रूटस् घालावीत व पनीर-तुकड्यांभोवती सर्व बाजूंनी साखरेचे आवरण लागेल, अशा पद्धतीने पनीर-तुकडे हलवावेत.

१०२. तिळगूळ

साहित्य : साखर, लिंबूफोड, तीळ (हावरी), वेलदोडे-दाणे, लवंग, बदाम लांबसर काप, खरबूज-बी, टरबूज-बी, मुरमुरे, ज्वारीच्या लाह्या व हिरवा किंवा पिवळा फूड-कलर.

कृती : शंभर ग्रॅम साखरेच्या पाकात, दोन-तीन थेंब लिंबूरस पिळून, पाकातील मळी काढून एकतारी पाक करावा. हा पाक तिळगूळ तयार होईपर्यंत गरम राहण्यासाठी मधूनमधून गरम करीत जावे व पाक घट्ट वाटल्यास त्यात थोडे पाणी ओतावे.

एकदम कमी आच राहण्यासाठी लहान शेगडीत फक्त चार-पाच कोळशांचे निखारे घ्यावेत. दोन जाड पराती घेऊन त्यांपैकी एक शेगडीवर ठेवावी. या परातीत तीळ किंवा वरील साहित्यात दिलेल्या पदार्थांपैकी कोणताही पदार्थ घेऊन त्यावर एक टीस्पून साखरेचा पाक घालून, हे मिश्रण हळुवारपणे बोटाने पुढेमागे फिरवावे. पाक तिळाला चिकटून वाळत जाईल, तसतसा या कृतीप्रमाणे तिळावर अर्धा अर्धा चमचा पाक घालून बोटांनीच पुढेमागे फिरवून तिळगूळ तयार करावा.

परातीला पाक चिकटून पुढे-मागे सरकत नाही, असे दिसल्यावर दुसऱ्या परातीत तिळगूळ तयार करावयास घ्यावा. एका पातेल्यात पाणी घेऊन, त्यात

कापड भिजवून ठेवावे व या ओल्या कापडाने पहिली परात पुसून त्यातील चिकटलेला पाक काढीत जावे व दुसऱ्या सुक्या कापडाने परात पुसून कोरडी करीत जावे.

आपल्या आवडीनुसार फूड-कलर पाकात घालून रंगीत तिळगूळ तयार करता येईल.

१०३. खिरापत

साहित्य : भाजके पोहे २५० ग्रॅम, फुटाणे डाळ्या ५० ग्रॅम, गूळ ५० ग्रॅम, खोबरे कीस ५० ग्रॅम, खसखस २५ ग्रॅम, पिठीसाखर २५ ग्रॅम व थोडेसे तूप.

कृती : तुपात खसखस थोडी भाजून घ्यावी व सर्व पदार्थ एकत्र करावेत.

१०४. अननस जिलेबी

साहित्य : अननसाचे पातळ काप व सर्व जिलेबी साहित्य (विभाग १, कृती ७५)

कृती : अननसाचे काप, जिलेबी घोळात बुडवून, गरम तुपात जिलेबी कृतीप्रमाणे तळून पाकात सोडावेत.

१०५. पेरू खंड

साहित्य : सुवास असणारे चवदार पेरू ६० ग्रॅम, चक्का अर्धा किलो व साखर अर्धा किलो.

कृती : पेरू धुवून पातळ साली चाकूने काढाव्यात. गराचा लगदा करावा व सर्व पदार्थ चांगल्या प्रकारे एकत्र करावेत. फ्रीजमध्ये ठेवून, गार झाल्यानंतर खाण्यास द्यावे.

१०६. पिस्ते शिरा

साहित्य : पिस्ते १०० ग्रॅम, साजूक तूप १५० ग्रॅम, साखर १२५ ग्रॅम, दूध अर्धा लिटर व हिरवा फूड कलर.

कृती : गार पाण्यात पिस्ते एक दीड तास भिजवावे. मिक्सरमधून बारीक रवाळ करून घ्यावे. कढईत तूप घेऊन, बारीक केलेला लगदा या तुपात भाजून घ्यावा. दुधात साखर घालून, दूध गरम करून भाजलेल्या पिस्त्यात ओतावे व बदाम शिरा कृती प्रमाणेच हा शिरा तयार करावा.

१०७. अंगूरमलई

साहित्य : गाईचे दूध २ लिटर, म्हशीचे दूध अडीच लिटर, सायट्रिक ॲसिड (लिंबूसत्त्व) ८ ग्रॅम, साखर १ किलो व तीन-चार रिठे.

रबडी साहित्य : पिस्ते १० ग्रॅम, बदाम १० ग्रॅम व वेलची पूड ५ ग्रॅम

रबडी कृती : रबडीसाठी घेतलेला सुकामेवा क्रशरमधून बारीक करून घ्यावा. म्हशीचे दूध आटवून निम्मे करावे. त्यात साखर व सुकामेवा एकत्र करून. ही रबडी बाजूला ठेवावी.

अंगूरमलाई कृती : निम्म्या साखरेचा एकतारी व निम्म्या साखरेचा दोन तारी पाक, पाणी घालून दोन ठिकाणी करावा. मळी काढावी. रिठे बारीक कुटून, गरम पाण्यात भिजवावे. (एक वाटी पाण्यात.) गाईचे दूध उकळी घेऊन खाली घ्यावे. हे दूध लगेच खालीवर करून, बोटांना गरम लागेल पण चटका लागणार नाही, असे झाल्यानंतर (किंवा थोडेसे गार पाणी त्यात ओतून) या दुधात सायट्रिक मिश्रित पाण्याची धार सोडावी. दुसऱ्या हाताने, स्टील उलथण्याने दूध नासेपर्यंत हलवावे. हे नासलेले दूध मलमलच्या पातळ कापडात काढून घ्यावे. त्यातील पाणी कमी करून नंतर कापडाला गाठ मारावी. या दुधावर दाब देऊन, सर्व पाणी काढून दुधाचा घट्ट गोळा परातीत काढून घ्यावा. चांगले फेटून घ्यावे. या गोळ्यातून लहान लहान गोळे करून या प्रत्येक लहान गोळ्याची सुरळी करावी. या सुरळीतून लहान सुपारीच्या आकाराच्या गोळ्या कराव्यात किंवा रसगुल्ल्यासाठी थोड्या मोठ्या आकाराच्या गोळ्या कराव्यात किंवा साच्यात पनीर भरून चमचमचा आकार घ्यावा. साखरेचा एकतारी पाक गॅसवर ठेवावा. उकळत्या एकतारी पाकात अंगूर मलाई गोळ्या सोडाव्यात. दोन मिनिटांनंतर या उकळत्या पाकावर रिठा पाण्याचा हबका मारावा व फुल गॅसवर दहा-बारा मिनिटे शिजू द्यावे. मध्यंतरी झारीने हलवून घ्यावे. शिजलेली अंगूरमलाई दोनतारी पाकात तीन तास भिजू द्यावी. नंतर ही अंगूरमलाई रबडीत एकत्र करावी. आवडीनुसार रबडीत केशर घालावे.

१०८. सीताफळ व स्ट्रॉबेरी रबडी

साहित्य : १ लिटर दुधाची तयार रबडी, सिताफळाचा किंवा स्ट्रॉबेरीचा गर १५० ग्रॅम, आवडीनुसार ड्रायफ्रूट्स व थोडीशी साखर.

कृती : सिताफळ किंवा स्ट्रॉबेरीचा गर मिक्सरमधून बारीक करून घ्यावा. रबडीत गर सोडून सर्व पदार्थ एकत्र करावेत. हलवून घ्यावे. एक उकळी घ्यावी व रबडी फ्रीजमध्ये गार करावी. गार रबडीत गर एकत्र करावा व ही गार रबडी खाण्यास द्यावी.

१०९. खजूर वडी

साहित्य : खजूर २५० ग्रॅम, मिल्क पावडर ५० ग्रॅम, ड्रायफ्रुटस् ५० ग्रॅम, पाव वाटी दूध व चांदीचा वर्ख.

कृती : खजूर कुस्करून बारीक करावे, व थोडे बत्त्याने कुटून मऊसूत करावे. मिल्क पावडर, ड्रायफ्रूट पावडर व दूध एकत्र करून पेस्ट तयार करावी. खजुराचा गोळा पाटावर ठेवून दाब देऊन लाटावा. लाटलेल्या खजूर पोळीवर मिल्क पावडरची पेस्ट पसरावी व पोळीचा घट्ट रोल करावा. पाटावर चांदीचा वर्ख ठेवून त्यावर रोल घेऊन पुढे फिरवावा, म्हणजे वर्ख रोलला गुंडाळला जाईल. चाकूने रोलचे एकेक इंचाचे काप करावे. हे काप फ्रीजमध्ये गार करावयास ठेवावे.

११०. बाखर बालुशाही (स्टफ)

साहित्य : बालुशाहीचे सर्व साहित्य व बाखरासाठी रवा ५० ग्रॅम व पिठीसाखर ५० ग्रॅम.

कृती : रवा थोड्याशा तुपात भाजून त्यात पिठीसाखर एकत्र करून बाखर तयार करावा. बालुशाही (पा. २५ पदार्थ नं ७८) कृतीप्रमाणे लहान चपटे उंडे तयार करावे. या उंड्याला हातावरच गोल चपटा आकार द्यावा व त्यात बाखर भरून तोंड बंद करावेत. बाखर भरलेल्या उंड्याला परत हाताने दाबून गोल, चपटा आकार द्यावा व मंद आचेवर तळून त्यावर साखरेचा पक्का पाक ओतावा किंवा पाकात ठेवून बालूशाही बाहेर काढावी.

■

२

दिवाळीचा फराळ

१. अनारसे

साहित्य : जुने तांदूळ ५०० ग्रॅम, पिवळा गूळ ४०० ग्रॅम, खसखस १०० ग्रॅम व तळण्यासाठी तूप.

कृती : तांदूळ स्वच्छ धुऊन, गार पाण्यात तीन दिवस भिजवावे. रोज त्यातील पाणी बदलीत जावे. चौथ्या दिवशी तांदूळ चाळणीत काढावे, पाणी निघाल्यानंतर कापडावर अर्धा-पाऊण तास पसरून ठेवावे. नंतर थोडेसे ओलसर असतानाच खलबत्त्यात कुटावे. मैद्याच्या चाळणीने चाळून घ्यावे. या पिठात गूळ घालून, मऊसूत होईपर्यंत कुटून पिठाचा गोळा करावा. या गोळ्यातून लहानलहान गोळ्या कराव्यात. परातीत खाली खसखस पसरून, त्यावर लहान गोळी ठेवून, थापून चपटा गोल आकार द्यावा. थापताना बोटांना थोडेसे तूप लावावे. म्हणजे पीठ बोटांना चिकटणार नाही. कढईतील तुपाला ताव आल्यावर खसखस लावलेली बाजू वर घेऊन मंद आचेवर तळावे. तळताना कढईतील तूप झारीनेच हळूहळू अनारशावर सोडावे म्हणजे जाळी पडेल. तिरप्या करून ठेवलेल्या ताटात अनारसे काढावेत, म्हणजे अनारशातील तूप बाहेर निघेल.

२. शंकरपाळे

साहित्य : मैदा ५०० ग्रॅम किंवा मैदा ४०० ग्रॅम व रवा १०० ग्रॅम, मोहनासाठी तूप ११० ग्रॅम, खाण्याचा सोडा अर्धा ग्रॅम, पिठीसाखर १८० ग्रॅम व तळण्यासाठी तूप.

कृती : मोहनासाठी घेतलेले तूप मैद्यास चोळून, त्यात पिठीसाखर, सोडा व थोडे कोमट पाणी घालून, मैद्याचा मळून मऊसूत गोळा तयार करावा. हा घट्ट गोळा पंधरा मिनिटे तसाच राहू द्यावा. नंतर या गोळ्यातून लहानलहान गोळे करून, जाडसर चपात्या लाटाव्यात. चपातीला उभे, आडवे काप देऊन तुकडे करावेत. हे

कापलेले तुकडे थोडा वेळ वाळू द्यावे व कढईत भरपूर तूप घेऊन, ताव आलेल्या तुपात मंद आचेवर तळून घ्यावे.

३. पाकातील शंकरपाळे

साहित्य : मैदा २५० ग्रॅम, मोहनासाठी तूप ५० ग्रॅम, खाण्याचा सोडा पाव ग्रॅम, साखर १०० ग्रॅम व तळण्यासाठी तूप.

कृती : साखर न घालता शंकरपाळ्याच्या कृतीप्रमाणे मैदा, मोहन व सोडा एकत्र करून, शंकरपाळ्याच्या कृतीप्रमाणे चपात्या लाटून चौकोनी आकाराचे दोन दोन इंच लांबीचे तुकडे करून, तळून घ्यावेत. साखरेचा पक्का पाक करून, तळलेल्या शंकरपाळ्यावर ओतावा. भांडे हलवून घ्यावे, म्हणजे पाक सर्व शंकरपाळ्यांना लागेल.

४. खारे शंकरपाळे

साहित्य : मैदा २५० ग्रॅम, मोहनासाठी तूप ५० ग्रॅम, खाण्याचा सोडा पाव ग्रॅम, मीठ १० ग्रॅम, ओवा ५ ग्रॅम, जिरेपूड ५ ग्रॅम व तळण्यासाठी तूप.

कृती : शंकरपाळ्याच्या कृतीप्रमाणे चपात्या लाटून, सोडा वॉटर बाटलीच्या बुचाने दाब देऊन, गोल किंवा काजूच्या आकाराचे तुकडे तळून घ्यावेत.

५. तिखट शंकरपाळे

साहित्य : मैदा २५० ग्रॅम, तूप ५० ग्रॅम (मोहनासाठी), मीठ १० ग्रॅम, ओवा अर्धा टीस्पून, मिरची-पूड अर्धा टीस्पून, हळद पाव टीस्पून, पिठीसाखर १ टीस्पून, खाण्याचा सोडा पावग्रॅम व तळण्यासाठी तूप.

कृती : शंकरपाळे कृतीप्रमाणे.

६. सफेद खाजे

साहित्य : मैदा २५० ग्रॅम, मोहनासाठी तूप ४० ग्रॅम व तळण्यासाठी तूप.

कृती : मोहनासाठी घेतलेले तूप मैद्यास चोळून घ्यावे व थोडे कोमट पाणी घालून, मैद्याचा मळून मऊसूत गोळा करावा. हा गोळा तासभर तसाच राहू द्यावा. या गोळ्यातून लहान गोळ्या करून मध्यम जाडीच्या पुऱ्या लाटाव्यात. या पुऱ्यांना चाकूने टोचे द्यावे किंवा नख्या माराव्यात व या पुऱ्या थोड्याशा वाळल्यानंतर मंद आचेवर तळून घ्याव्यात.

७. पिवळे खाजे

साहित्य : मैदा २५० ग्रॅम, मोहनासाठी तूप ४० ग्रॅम, मीठ १० ग्रॅम, ओवा ५ ग्रॅम, थोडीशी हळद व तळण्यासाठी तूप.

कृती : सफेद खाजे कृतीप्रमाणे.

८. खारे खाजे

साहित्य : मैदा २५० ग्रॅम, मोहनासाठी तूप ४० ग्रॅम, मीठ १० ग्रॅम, ओबडधोबड कुटलेली काळी मिरी ५ ग्रॅम व तळण्यासाठी तूप.

कृती : या खाज्याच्या पुऱ्या थोड्याशा जाडसर लाटून, पांढऱ्या खाज्याच्या कृतीप्रमाणे हे खाजे तयार करावेत.

९. मटरी

साहित्य : काळी मिरीऐवजी ओवा व इतर सर्व साहित्य खारे खाज्यांचे व खाण्याचा सोडा पाव ग्रॅम.

कृती : खाऱ्या खाज्याच्या कृतीप्रमाणे. पण पुऱ्या लहान बांगडीच्या आकाराच्या व खाऱ्या खाज्याच्या पुरीपेक्षा जाडसर लाटाव्यात. या पुऱ्यांना काडीने पाच-सहा छिद्रे पाडावीत व थोडा वेळ वाळल्यानंतर, ताव आलेल्या भरपूर तुपात मंद आचेवर तळून काढाव्यात.

१०. पिवळे कारले

साहित्य : पिवळ्या खाज्याचे साहित्य.

कृती : पिवळ्या खाज्याच्या कृतीप्रमाणे पुरी लाटून घ्यावी. पुरीचा खालचा व वरचा भाग सोडून अर्ध्या अर्ध्या इंचावर चाकूने समांतर चिरे मारावेत. पुरीची हळूहळू गुंडाळी करावी व पुरीचे वरच्या बाजूचे व खालच्या बाजूचे तोंड हाताने दाबून, गुंडाळीला पिळा देऊन, दोन्ही बाजूंची तोंडे बंद करावीत व तळून घ्यावे.

११. तीळ पापडी

साहित्य : मैदा २५० ग्रॅम, मोहनासाठी तूप ४० ग्रॅम, पिठी-साखर २० ग्रॅम, हावरी (तीळ) १० ग्रॅम, साखर १०० ग्रॅम, तळण्यासाठी तूप व पाव ग्रॅम खाण्याचा सोडा.

कृती : मोहनासाठी घेतलेले तूप मैद्यास चोळून, त्यात हावरी, सोडा, पिठीसाखर व कोमट पाणी घालून पिठाचा मऊसूत गोळा करावा व पाणीपुरीच्या आकाराच्या मध्यम जाडीच्या पुऱ्या लाटून, त्यांना चाकूने टोचे द्यावेत किंवा नख्या

माराव्यात. पुऱ्या थोड्या वाळल्यानंतर तुपात मंद आचेवर तळून घ्याव्यात. गार झालेल्या पुऱ्यांवर साखरेचा तीनतारी पाक घालावा व भांडे हलवून घ्यावे.

१२. पुडाचे खाजे

साहित्य : मैदा १२५ ग्रॅम, पिठीसाखर ५० ग्रॅम, सारणासाठी तूप २५ ग्रॅम, मोहनासाठी तूप ५ ग्रॅम व तळण्यासाठी तूप.

कृती : मैदा, मोहनतूप व थोडे कोमट पाणी एकत्र करून, मळून, पिठाचा घट्ट गोळा करावा. हा गोळा चार तास तसाच झाकून ठेवावा. नंतर हा गोळा कुटून, आपटून मऊसूत करावा. सारणाचे तूप मिक्सरमधून काढावे किंवा परातीत हाताने फेटून घ्यावे. हा मैदा-गोळा डायनिंग टेबलवर ठेवून, मैदापिठी लावून, चपातीपेक्षा थोडी पातळ, पण आकाराने मोठी चपाती लाटावी. या चपातीवर फेटलेल्या तुपाचा पातळ हात फिरवून गुंडाळी करावी. गुंडाळीच्या वरील बाजूस थोडी मैदा-पिठी घालून, ही गुंडाळी हळुवार हाताने मागे-पुढे फिरवावी. म्हणजे गुंडाळीची वरील बाजू गुंडाळीस पक्की चिकटून राहील. या गुंडाळीचे एकेक इंचाचे तुकडे करावे. कापलेल्या बाजूने हलक्या हाताने लाटणे फिरवून गोल आकाराची पुरी लाटावी, किंवा वरील बाजूने वरील कृतीप्रमाणेच लाटून चौकोनी आकार द्यावा व ताव आलेल्या तुपात मंद आचेवर तळून घ्यावी. गार झाल्यानंतर या खाज्यावर पिठीसाखर किंवा साखरेचा पक्का पाक घालावा.

कृती २ : मैदा गोळ्याचे तीन सारखे गोळे करून, तीन सारख्या आकाराच्या चपात्या लाटाव्यात. एका चपातीवर फेटलेल्या तुपाचा पातळ हात फिरवून, तीवर दुसरी चपाती ठेवावी. परत या चपातीवर तुपाचा हात फिरवून तीवर तिसरी चपाती ठेवावी. परत या तिसऱ्या चपातीवर तुपाचा हात फिरून या चपात्यांची गुंडाळी करावी व वरील कृतीप्रमाणेच गोल व चौकोनी आकाराचे खाजे तयार करावेत.

१३. करंजी : प्रकार १ (गुंजा)

साहित्य : मैदा २५० ग्रॅम, मोहनासाठी तूप ४० ग्रॅम, व तळण्यासाठी तूप.

बाखर साहित्य : रवा २५० ग्रॅम किंवा खवा २५० ग्रॅम, खसखस २० ग्रॅम, सुक्या खोबऱ्याचा कीस ५० ग्रॅम, सहा-सात वेलदोड्यांची पूड, रवा घेतला असल्यास पिठीसाखर २५० ग्रॅम व खवा घेतला असल्यास पिठीसाखर १५० ग्रॅम.

कृती : रवा किंवा खवा व खसखस हे पदार्थ थोड्या तुपात वेगवेगळे भाजून घ्यावेत. त्यांत पिठीसाखर, खोबऱ्याचा कीस, वेलदोडे-पूड एकत्र करून बाखर तयार करून घ्यावा.

मोहनासाठी घेतलेले तूप, मैद्याला चोळून, कोमट पाणी घालून, मैद्याचा कुटून मऊसूत गोळा तयार करावा. या गोळ्यातून लहानलहान गोळ्या करून, त्यांच्या पातळ पुऱ्या लाटाव्यात. पुरीमध्ये बाखर भरून, पुरी अर्धी दुमडून, तोंड बंद करून, किनारीला हाताने मुरड घालावी किंवा किनारीवर फिरकी फिरवावी किंवा साच्यामध्ये करंजीचा आकार द्यावा व ताव आलेल्या भरपूर तुपात मंद आचेवर करंजी तळून घ्यावी.

१४. करंजी : प्रकार २

साहित्य : मैदा २५० ग्रॅम, मोहनासाठी तूप ४० ग्रॅम, साखर २५० ग्रॅम, एका नारळाचा खोवलेला कीस, चार-पाच वेलदोड्यांची पूड व तळण्यासाठी तूप.

कृती : नारळ खोवून घ्यावा, कीस थोडासा भाजून घ्यावा. भाजलेला कीस, साखर, वेलदोडे-पूड एकत्र करून, शिजवून, घट्ट गोळा करावा व हा तयार झालेला बाखर करंजी कृतीप्रमाणे केलेल्या मैदा पुरीत भरावा व तुपात करंजी मंद आचेवर तळून घ्यावी.

१५. गोड पापडी

साहित्य : गव्हाचे पीठ २०० ग्रॅम, मैदा ५० ग्रॅम, मोहनासाठी तूप ५० ग्रॅम, हावरी (तीळ) २० ग्रॅम, गूळ १५० ग्रॅम व तळण्यासाठी तूप.

कृती : मैदा चाळणीने गव्हाचे पीठ व मैदा चाळून घ्यावा. गूळ बारीक करून अर्धी वाटी पाण्यात भिजवावा. गुळाचे पाणी गाळून त्यात हावरी भिजवावी. मोहनासाठी घेतलेले तूप, मैदा व पीठ एकत्र करून, तूप पिठास चोळून, गुळाचे पाणी कोमट गरम करून पिठात घालावे व मळून पिठाचा गोळा तयार करावा. लहानलहान गोळ्या करून पुऱ्या लाटाव्यात. पुऱ्यांना नख्या मारून, त्या थोड्याशा वाळल्यानंतर भरपूर तुपात मंद आचेवर तळून घ्याव्यात.

१६. तिखट पापडी

साहित्य : बेसन २०० ग्रॅम, मैदा ५० ग्रॅम, मोहनासाठी तेल ३५ ग्रॅम, ओबडधोबड कुटलेले जिरे ५ ग्रॅम, मीठ १० ग्रॅम, मिरची-पूड ५ ग्रॅम, हिंग, हळद व तळण्यासाठी तेल.

कृती : सर्व पदार्थ एकत्र करून गोड पापडीच्या कृतीप्रमाणे तिखट-पापडी तयार करावी.

१७. ज्वारीच्या पिठाची चकली

साहित्य : ज्वारीचे पीठ २०० ग्रॅम, बेसन १०० ग्रॅम, हावरी (तीळ) १० ग्रॅम, मोहनासाठी तेल ५० ग्रॅम, मीठ १ टीस्पून, मिरची-पूड १ टीस्पून, जिरेपूड ५ ग्रॅम, धने ५ ग्रॅम, थोडासा हिंग, पिवळा फूड-कलर व तळण्यासाठी तेल.

कृती : ज्वारीचे पीठ व बेसन थोड्याशा तेलात बदामी रंगावर भाजून घ्यावे. जिरे व आख्खे धने थोडे भाजून घ्यावेत व कुटावेत, सर्व पदार्थ एकत्र करावे. पातेल्यात थोडे गरम पाणी करावयास ठेवून या उकळत्या पाण्यात सर्व मिश्रण सोडावे. सारखे हलवावे. गाठी पडू देऊ नयेत. मंद आच करून, पातेल्यावर झाकण ठेवून, वाफ येऊ द्यावी. गोळा परातीत काढून मऊसूत करावा व ताव आलेल्या तेलात मंद आचेवर चकली सोऱ्याने चकली पाडून तळून घ्यावी किंवा प्लॅस्टिक कागदावर चकली पाडून नंतर तळावी.

१८. मिक्स डाळ चकली

साहित्य : हरभरा डाळ १०० ग्रॅम, तांदूळ १०० ग्रॅम, मूगडाळ ५० ग्रॅम, उडीद-डाळ ५० ग्रॅम, पोहे ५० ग्रॅम, मोहनासाठी रिफाईंड तेल ७५ ग्रॅम, हावरी (तीळ) २५ ग्रॅम, मीठ १५ ग्रॅम, मिरची-पूड दीड टीस्पून, हिंग, धने १ टीस्पून, पिवळा फूड-कलर व तळण्यासाठी तेल.

कृती : सर्व डाळी व तांदूळ धुऊन, कापडावर वाळवून, बदामी रंगावर भाजून घ्यावे. पोहे, तांदूळ व डाळी बारीक करून एकत्र करावे. मोहनासाठी घेतलेले तेल मिश्रणास चोळून घ्यावे व कोमट पाणी व इतर सर्व पदार्थ एकत्र करून, पिठाचा मऊसूत गोळा तयार करावा व चकली-पात्रात तेलाचा हात फिरवून ताव आलेल्या तेलात भरपूर तेलात चकली मंद आचेवर तळून घ्यावी.

१९. तांदूळ चकली

साहित्य : तांदूळ २५० ग्रॅम, लोणी ५० ग्रॅम, मीठ १० ग्रॅम, मिरची १ टीस्पून, हावरी (तीळ) १० ग्रॅम, हिंग, थोडासा खाण्याचा सोडा, पिवळा फूड-कलर व तळण्यासाठी तेल.

कृती : तांदूळ धुऊन, वाळवून, भाजून घ्यावे व बारीक करून, मागील चकली कृतीप्रमाणे चकली तयार करावी.

२०. सारणपोळी

साहित्य : मैदा २०० ग्रॅम, रवा ५० ग्रॅम व मोहनासाठी तूप ४० ग्रॅम.

बाखर साहित्य : बारीक रवा १५० ग्रॅम, खवा १०० ग्रॅम, खसखस २० ग्रॅम, पिठीसाखर २०० ग्रॅम, सात-आठ वेलदोड्यांची पूड व तळण्यासाठी तूप.

कृती : खवा भाजून घ्यावा. नंतर खसखस व रवा तुपात वेगवेगळे भाजून घ्यावे. गार झाल्यानंतर भाजलेले पदार्थ, पिठीसाखर व वेलदोडे-पूड एकत्र करावी. नंतर मैदा व रवा (५० ग्रॅम) एकत्र करून, या मिश्रणाला मोहनासाठी घेतलेले तूप चोळून घ्यावे व कोमट पाणी घालून, मळून, पिठाचा गोळा करावा. हा गोळा एक तास तसाच ठेवावा. परत कुटून मऊसूत करावा व लहान पुऱ्या लाटून, त्यांत बाखर भरून तळून घ्याव्यात किंवा तव्यावर पोळीप्रमाणे तळाव्यात.

२१. खाजा मिसळ

साहित्य : सफेद खाजे, पिवळे खाजे, शेव, तळलेला पोहे चिवडा, उकडलेल्या बटाट्याचे तुकडे, मीठ, मिरची-पूड, जिरेपूड, काळा मसाला, चिंच-चटणी व दही.

कृती : एका सफेद व एका पिवळ्या खाज्याचे तुकडे करून बाऊलमध्ये घ्यावे किंवा डिशमध्ये एक सफेद खाजा व एक पिवळा खाजा घेऊन, त्यावर दही पसरून, नंतर मीठ, मिरची-पूड, जिरेपूड घालावी. नंतर शेव, चिवडा, बटाट्याचे तुकडे घालून आवडीनुसार चिंच-चटणी, काळा मसाला घालावा.

■

३

उपवासाचे पदार्थ

१. साबुदाणा खीर

साहित्य : दूध अर्धा लिटर, साबुदाणा ५० ग्रॅम, साखर ५० ग्रॅम, साजूक तूप १ टीस्पून व तीन-चार वेलदोड्यांची पूड.

कृती : साबुदाणा गार पाण्यात अर्धा तास भिजवून बाहेर काढावा व उकळत्या दुधात भिजलेला साबुदाणा, साखर, तूप, वेलदोडे-पूड घालून सारखे हलवावे. उकळी द्यावी. साबुदाणा शिजून पारदर्शक दिसू लागला, म्हणजे खीर तयार झाली.

२. साबुदाणा लाडू

साहित्य : साबुदाणा १०० ग्रॅम, पिठीसाखर ८० ग्रॅम, खसखस ५ ग्रॅम, साजूक तूप ७० ग्रॅम, खोबऱ्याचा कीस २५ ग्रॅम, चार-पाच बदामांचे काप, थोडीशी खिसमिस, तीन-चार वेलदोड्यांची पूड, डिंक १० ग्रॅम, थोडासा पिवळा फूड-कलर व डिंक तळण्यासाठी तूप.

कृती : साबुदाणा व खसखस भाजून घ्यावी. डिंक बारीक करून, तुपात तळून फुले काढावीत. साबुदाणा मिक्सरमधून बारीक करून, पीठ-चाळणीने गाळून घ्यावा व सर्व पदार्थ एकत्र करून लाडू तयार करावेत.

३. शेंगदाणे लाडू

साहित्य : शेंगदाणे २५० ग्रॅम, घरी किसलेला खोबऱ्याचा कीस ५० ग्रॅम, पिठीसाखर २० ग्रॅम, तूप २० ग्रॅम, गूळ १०० ग्रॅम व चार-पाच वेलदोड्यांची पूड.

कृती : शेंगदाणे रेतीमध्ये खमंग भाजून घ्यावे व फोल काढून खलबत्त्यात तेल सुटेपर्यंत कुटून घ्यावे व गूळ कुटून घ्यावा. सर्व पदार्थ एकत्र करून लाडू बांधावे. (शेंगदाण्यास तेल कमी सुटल्यास तूप घालावे.)

४. हावरी (तीळ) लाडू

साहित्य : हावरी (तीळ) १५० ग्रॅम, खोबऱ्याचा कीस ५० ग्रॅम, गूळ १२० ग्रॅम, शेंगदाणे-कूट ५० ग्रॅम व थोडेसे तूप.

कृती : हावरी (तीळ) तांबूस रंगावर भाजून घ्यावी. गूळ बारीक करावा. सर्व पदार्थ एकत्र करून लाडू बांधावेत.

५. राजगिरा लाडू व चिक्की

साहित्य : राजगिरा लाह्या १०० ग्रॅम, गूळ १०० ग्रॅम, शेंगदाणे पाकळी २० ग्रॅम व खोबऱ्याचा कीस २० ग्रॅम.

कृती : गुळाचा पक्का पाक तयार करून, त्यात सर्व पदार्थ एकत्र करून, मिश्रण कोमट असेपर्यंत लाडू बांधावेत किंवा रिफाईंड तेलाचा हात फिरविलेल्या ट्रेमध्ये हे मिश्रण काढून, सपाट करून, वड्या पाडाव्यात.

६. राजगिरा शिरा

साहित्य : राजगिरा पीठ १२५ ग्रॅम, साखर ७० ग्रॅम, गूळ ७० ग्रॅम, तूप ७० ग्रॅम व पाणी पाव लिटर.

कृती : स्वच्छ केलेला राजगिरा थोडासा भाजून मिक्सरमधून बारीक करून घ्यावा. हे राजगिरा पीठ तुपात तांबूस रंगावर व खमंग वास येईपर्यंत भाजून घ्यावे. गरम पाण्यात साखर व गूळ घालून विरघळवावे. भाजलेल्या पिठात हे मिश्रण मंद आचेवर पाच-दहा मिनिटे शिजू द्यावे.

७. शेंगदाणे शिरा

साहित्य : मोठे सांगली शेंगदाणे १२५ ग्रॅम, साखर १०० ग्रॅम व तूप ७५ ग्रॅम.

कृती : गरम पाण्यात शेंगदाणे दोन तास भिजवून त्यांची सालं काढावीत. क्रशरमधून शेंगदाण्यांचा थोडा मध्यम कूट तयार करून, हे कूट तुपात तांबूस रंगावर भाजून घ्यावे. त्यात पाव लिटर गरम पाणी व साखर घालून मंद आचेवर शिजू द्यावे.

टीप : ड्रायफ्रूट क्रशरनेच शेंगदाणे बारीक करावे. कुटाला तेल सुटू देऊ नये.

८. खारीक + खोबरे सुंठ

साहित्य : खारीक तुकडे १५० ग्रॅम, खोबरे १०० ग्रॅम, डिंक २० ग्रॅम, पिठीसाखर १०० ग्रॅम, सुंठ-पूड १५ ग्रॅम व डिंक तळण्यासाठी तूप.

कृती : खारीक, खोबरे एकत्र करून मिक्सरमधून ओबडधोबड बारीक करावे किंवा खलबत्त्यात कुटून बारीक करावे. डिंकाची फुले काढावीत. सर्व पदार्थ व थोडेसे तूप एकत्र करून गॅसवर ठेवावे व हलवून पातेले गॅसवरून खाली घ्यावे.

९. रताळी : प्रकार १

साहित्य : रताळी व पिठीसाखर.

कृती : रताळी दोन-तीनदा पाण्याने धुऊन घ्यावी व प्रत्येक रताळ्याचे दोन-तीन तुकडे करावेत. कुकरमधील भांड्यात हे तुकडे घालून, कुकरची एक शिट्टी होईपर्यंत शिजू द्यावे. डिशमध्ये देताना वरून पिठीसाखर पेरून द्यावी. ही रताळी दुधाबरोबर खाण्यास दिली, तरी चालेल.

१०. गोड रताळी : प्रकार २

साहित्य : रताळी ५०० ग्रॅम, गूळ ५० ग्रॅम, साखर ५० ग्रॅम व थोडेसे तूप.

कृती : रताळी दोन-तीनदा पाण्याने धुऊन, त्यांची साल काढावी व चाकूने अर्ध्या अर्ध्या इंचाचे गोल काप करावेत. जाड बुडाच्या पातेल्यात २ टीस्पून तूप घेऊन त्यात रताळी, गूळ, साखर एकत्र करावी व पातेल्यावर झाकण ठेवून मंद आचेवर शिजावयास ठेवावे. शिजवताना पातेले खाली-वर हलवीत जावे किंवा रताळ्याचे काप कुकरमध्ये एक शिट्टी घेऊन शिजवावेत व नंतर पातेल्यात सर्व पदार्थ एकत्र करून मंद आचेवर अगदी थोडा वेळ शिजवावेत.

११. राजगिऱ्याची गोड पोळी

साहित्य : राजगिरा २५० ग्रॅम, गूळ १५० ग्रॅम व तळण्यासाठी तूप.

कृती : राजगिरा भाजून मिक्सरमधून बारीक करावा. अर्धी वाटी पाण्यात गूळ घालून हे पाणी उकळून घ्यावे. हे उकळते पाणी राजगिरा पिठात घालून, मळून, पिठाचा गोळा करावा. या पिठाच्या लहान गोळ्या करून, राजगिरा पिठाचीच पिठी लावून पोळी करावी व तव्यावर तुपात तळावी.

१२. राजगिऱ्याची तिखट पोळी व पुरी

साहित्य : राजगिरा पीठ १०० ग्रॅम, शेंगदाणे-कूट अर्धी वाटी, तीन-चार हिरव्या मिरच्यांचा कूट, साखर ५ ग्रॅम, थोडेसे मीठ व तळण्यासाठी तूप.

कृती : राजगिऱ्याचे पीठ, हिरव्या मिरचीचे कूट, मीठ, साखर, शेंगदाणे-कूट एकत्र करून, या मिश्रणात उकळते पाणी घालून, पिठाचा गोळा करावा. लहान गोळ्या करून, लाटून घ्याव्या व तव्यावर तुपात तळाव्या किंवा लहान पुरी लाटून

कढईतील तुपात तळून घ्यावी.

१३. मिक्स थालीपीठ

साहित्य : राजगिरा ५० ग्रॅम, साबुदाणा ५० ग्रॅम, भगर ५० ग्रॅम, मीठ १ टीस्पून, दोन-तीन हिरव्या मिरच्यांचा कूट, साखर २ टीस्पून, सुक्या खोबऱ्याचा कीस ५० ग्रॅम, शेंगदाणे कूट ५० ग्रॅम व तळण्यासाठी तूप.

कृती : राजगिरा, भगर, साबुदाणा वेगवेगळा भाजून, मिक्सरमधून बारीक करून घ्यावा. चाळून घ्यावा व खोबऱ्याचा कीस सोडून इतर सर्व पदार्थ एकत्र करून, त्यात गरम पाणी घालून, पिठाचा घट्ट गोळा तयार करावा व थालीपीठ कृतीप्रमाणेच (पान नं. ७६) थालीपीठ तयार करावे.

टीप : याच पिठाच्या लहान पुऱ्या लाटून कढईतील तुपात तळून घेता येतील.

१४. उपवासाचा डोसा

साहित्य : भगर २०० ग्रॅम, साबुदाणा १०० ग्रॅम, मीठ, तीन-चार हिरव्या मिरच्यांचा कूट व उपवासाची बटाट्याची भाजी व तळण्यासाठी तूप.

कृती : भगर व साबुदाणा बारीक करून पीठ चाळणीने चाळून दहा-बारा तास गार पाण्यात भिजवावे. मीठ, मिरची-कूट एकत्र करून मसाला डोसा कृतीप्रमाणे (पान नं. ६३) निर्लेप पॅनमध्ये डोसा तयार करावा.

१५. बटाटे + रताळे कीस

साहित्य : बटाटे २५० ग्रॅम, रताळी २५० ग्रॅम, मीठ, चार-पाच हिरव्या मिरच्यांचा कूट, जिरे अर्धा टीस्पून, शेंगदाणे कूट ५० ग्रॅम, शेंगदाणे पाकळी २० ग्रॅम, साखर ५ ग्रॅम, आल्याचा लहान तुकडा, कढीपत्ता व फोडणीसाठी तूप.

कृती : बटाटे व रताळी धुऊन, त्यांच्या साली काढून किसणीने कीस करावा. आले कुटून घ्यावे. तुपाच्या फोडणीत जिरे, कढीपत्ता, मिरची-कूट घालावे व या फोडणीतच शेंगदाणे-पाकळी, बटाट्याचा कीस, रताळ्याचा कीस परतून घेऊन, मिश्रणावर झाकण ठेवून, मंद आचेवर थोडा वेळ शिजवावे व नंतर शेंगदाणे-कूट, मीठ, साखर एकत्र करावे.

१६. साबुदाणा खिचडी

साहित्य : साबुदाणा २५० ग्रॅम, शेंगदाण्याचा जाडसर कूट १५० ग्रॅम, बटाटे १५० ग्रॅम, तूप ५० ग्रॅम, साखर १० ग्रॅम, मीठ १० ग्रॅम, चार-पाच हिरव्या

मिरच्यांचा कूट, कढीपत्ता, आले-तुकडा, कोथिंबीर, लिंबू व खोबऱ्याचा कीस ५० ग्रॅम, किंवा खोवलेला खोबऱ्याचा कीस (व आवडीनुसार जिरे १ टीस्पून).

कृती : साबुदाणा दोन-तीनदा पाण्याने धुऊन, परातीत दोन-तीन तास भिजवावा. आले व मिरची कुटून घ्यावी. बटाटे धुऊन, उकडून, त्याचे बारीक तुकडे करावे. तुपाच्या (जिरे) कढीपत्ता घातलेल्या फोडणीत मिरचीकूट, आलेकूट, बटाटे परतून घ्यावे व त्यावरच साबुदाणा, शेंगदाणे-कूट, मीठ, साखर घालून, चांगले हलवून पाच मिनिटांनी भांडे गॅसवरून खाली घ्यावे. डिशमध्ये खिचडी देताना, खोबऱ्याचा कीस, बारीक केलेली कोथिंबीर घालावी. सोबत लिंबू द्यावे. या खिचडीसोबत वाटीत दही द्यावे.

१७. उपवासाची मिसळ

साहित्य : साबुदाणा खिचडी, तळलेला बटाट्याचा कीस, साबुदाणा पापडी, काकडीचा कीस व दही.

कृती : डिशमध्ये साबुदाणा खिचडीवर वरील सर्व पदार्थ थोडे थोडे घालून द्यावेत.

१८. साबुदाणा वडा

साहित्य : साबुदाणा २५० ग्रॅम, शेंगादाण्याचा जाडसर कूट १५० ग्रॅम, मीठ १० ग्रॅम, चार-पाच हिरव्या मिरच्यांचा कूट, साखर १० ग्रॅम, आले-तुकडा, लिंबू, आवडीनुसार बटाटे १०० ग्रॅम व तळण्यासाठी तूप.

कृती : दोन-तीन तास भिजविलेला साबुदाणा, मिरची-कूट, आले-कूट, उकडलेले बटाटे तुकडे, मीठ, साखर व शेंगदाणे-कूट एकत्र करून त्यावर लिंबू पिळावे व मिश्रणाचा गोळा करावा. या गोळ्यातून लहान, चपट्या गोल आकाराच्या गोळ्या करून घ्याव्या व ताव आलेल्या भरपूर तुपात मंद आचेवर हे वडे तळून घ्यावे.

१९. साबुदाणा थालीपीठ

साहित्य : बटाटे सोडून इतर सर्व साहित्य साबुदाणा वड्याचे व खोबऱ्याचा कीस ५० ग्रॅम.

कृती : खोबऱ्याचा कीस न घालता इतर सर्व साहित्य एकत्र करून, मिश्रणाचा गोळा करावा. त्यावर लिंबू पिळावे व लहान गोळ्या करून थालीपीठ कृतीप्रमाणे तव्यावर थालीपीठ तयार करावे.

२०. वऱ्याची खिचडी (भगर)

साहित्य : भगर १०० ग्रॅम, शेंगदाणे-कूट ५० ग्रॅम, दोन-तीन हिरव्या मिरच्यांचा कूट, मीठ १ टीस्पून व फोडणीसाठी तूप १ भाजीचा चमचा.

कृती : भगर दोन-तीनदा पाण्याने धुऊन घ्यावी. तुपात मिरची परतून घ्यावी. त्याच तुपात अर्धा लिटर पाणी व मीठ घालावे. पाण्याला उकळी आल्यानंतर त्यात भगर, शेंगदाणे-कूट घालून हलवून घ्यावी व मंद आचेवर भाताप्रमाणे मऊसूत शिजू द्यावी.

२१. फराळाची आमटी

साहित्य : शेंगदाणे-कूट ५० ग्रॅम, भाजलेल्या राजगिऱ्याचे पीठ १० ग्रॅम, दोन-तीन हिरव्या मिरच्यांचा कूट, थोडेसे काळे व पांढरे मीठ, एक-दोन आमसुले, कढीपत्ता व फोडणीसाठी तूप अर्धा भाजीचा चमचा.

कृती : पाण्यात सर्व पदार्थ एकत्र करून, कढीसारखा घोळ करावा व तुपाच्या फोडणीत हा घोळ ओतावा. जरुरीनुसार पाणी कमी-जास्त ठेवावे. उकळी देऊन पातेले गॅसवरून खाली घ्यावे. आवडीनुसार थोडीशी काळी मिरी-कूट व लवंग-कूट घातला, तरी चालेल.

२२. साबुदाणा पापडी

साहित्य : साबुदाणा २०० ग्रॅम व मीठ.

कृती : रात्री २०० ग्रॅम साबुदाणा दोनदा पाण्याने धुऊन गार पाण्यात भिजावयास ठेवावा. सकाळी त्यातील पाणी काढून, एका पातेल्यात अर्धा लिटर पाणी उकळण्यास ठेवावे. उकळी आल्यानंतर त्यात भिजलेला साबुदाणा, मीठ (आवडीनुसार मिरची-पूड) घालून शिजू द्यावे. शिजवताना सारखे हलवावे. शिजून भजे-घोळासारखा घोळ झाल्यानंतर कडक उन्हात, प्लॅस्टिक कागदावर चमच्याने लहान लहान पापड्या घालाव्या. या पापड्या दोन दिवस वाळल्यानंतर डब्यात साठवणीसाठी भरून ठेवाव्यात व जरूर लागेल, त्या वेळी तुपात तळाव्यात.

टीप : उकडलेले बटाटे पुरणयंत्रातून बारीक करून, शिजविलेल्या साबुदाणा घोळात एकत्र करून, साबुदाणा-बटाटे-पापडी तयार करता येईल.

२३. साबुदाणा कुरडई

साहित्य : साबुदाणा २५० ग्रॅम व मीठ १० ग्रॅम.

कृती : रात्री साबुदाणा दोनदा पाण्याने धुऊन गार पाण्यात भिजावयास ठेवावा. सकाळी त्यातील पाणी काढून पुरणयंत्राने किंवा ग्राईंडरमधून हा साबुदाणा बारीक

करून घ्यावा, त्यात मीठ एकत्र करावे व कडक उन्हात प्लॅस्टिक कागदावर शेव-सोऱ्याने कुरडई पाडावी. दोन दिवस वाळल्यानंतर साठवणीसाठी डब्यात भरून ठेवावी व जरूर लागेल, त्या वेळी तुपात तळावी.

२४. साबुदाणा मिक्स चकली

साहित्य : साबुदाणा २५० ग्रॅम, बटाटे २५० ग्रॅम, भगर ५० ग्रॅम, राजगिरा ५० ग्रॅम, मीठ २५ ग्रॅम, वाळलेली हिरवी मिरची-पूड ५ ग्रॅम व जिरेपूड ५ ग्रॅम.

कृती : साबुदाणा, भगर, राजगिरा मिक्सरमधून बारीक करून घ्यावे. बटाटे धुऊन, उकडून साली काढाव्यात. पुरणयंत्रातून बटाट्याचा लगदा करावा. सर्व पदार्थ एकत्र करून, त्यांचा गोळा करावा. कडक उन्हात चकली सोऱ्याने प्लॅस्टिक कागदावर चकली पाडावी. दोन दिवस कडक उन्हात वाळवून साठवणीसाठी भरून ठेवावी व जरूर लागेल, त्या वेळी तुपात तळावी.

टीप : वरील चकलीत भगर किंवा राजगिरा यांपैकी एक पदार्थ घेऊन किंवा दोन्ही पदार्थ न घेता सुद्धा चकली करता येईल. तसेच, हा साबुदाणा व उकडलेले बटाटे पुरणयंत्रातून बारीक करून घेतले, तरी चालेल.

२५. बटाटे वेफर्स व बटाट्याचा कीस

साहित्य : मोठे जुने बटाटे, थोडीशी तुरटी व लिंबू.

कृती : बटाटे स्वच्छ धुऊन साली काढाव्यात. मोठे छिद्र असलेल्या किसणीने कीस व वेफर किसणीने वेफर्स किसून घ्यावेत. हा कीस दोन तीनदा पाण्याने स्वच्छ धुऊन घ्यावा. एका भांड्यात स्वच्छ पाणी घेऊन त्यात तुरटी फिरवावी व लिंबू पिळावे. या पाण्यात बटाटा-कीस दहा-बारा तास भिजवावा. नंतर हा कीस चाळणीत ओतून त्यातील पाणी काढून टाकावे. दुसऱ्या पातेल्यात पाणी उकळण्यास ठेवून उकळत्या पाण्यात हा कीस घालून दोन-तीन उकळ्या द्याव्या व लगेच हा कीस परत चाळणीत काढून कडक उन्हात प्लॅस्टिक कागदावर वाळू द्यावा व साठवणीसाठी डब्यात भरून ठेवावा व जरूर लागेल, त्या वेळी तुपात तळावा.

२६. बटाटे वेफर्स व चिवडा

साहित्य : बटाट्याचा कीस, काजू-पाकळी, खिसमिस, शेंगदाणे-पाकळी, मीठ, हिरव्या मिरचीचे तुकडे किंवा काळी मिरी-पूड, पिठीसाखर व तळण्यासाठी तूप.

कृती : बटाटे धुवून साली काढाव्यात. किसणीने कीस किंवा वेफर्स किसून घ्यावा व स्वच्छ पाण्यात पाच मिनिटे भिजवून नंतर चाळणीत ओतून त्यातील

पाणी काढून घ्यावे व चांगला ताव आलेल्या तेलात किंवा तूपात तळून घ्यावे. कृती नं. २५ व २६ प्रमाणे तयार केलेल्या वेफर्सवर तळल्यानंतर थोडे मीठ घालावे व मागील कृतींप्रमाणे तयार केलेल्या बटाट्याच्या किसात तळलेले काजू, खिसमिस, तळलेले मिरचीचे तुकडे व शेंगदाणे-पाकळी, मीठ, पिठीसाखर एकत्र करावी. हिरवी मिरची घालावयाची नसल्यास काळी मिरी-पूड वापरावी.

२७. बटाटे फिंगर चिप्स

साहित्य : बटाटे, मीठ व तळण्यासाठी तूप किंवा रिफाईंड तेल.

कृती : बटाटे धुऊन त्यांच्या साली काढाव्या व चाकूने लांबसर छोट्या छोट्या फोडी तयार कराव्या. या फोडी मीठ घातलेल्या गार पाण्यात दहा मिनिटे भिजू द्याव्या. पाण्याबाहेर काढून कोरड्या करून तळून घ्याव्या.

२८. नायलॉन साबुदाणा चिवडा

साहित्य : नायलॉन साबुदाणा २५० ग्रॅम, शेंगदाणे १५० ग्रॅम, खोबरे-काप १०० ग्रॅम, काजू-पाकळी ५० ग्रॅम, खिसमिस ५० ग्रॅम, चार-पाच हिरव्या मिरच्यांचे तुकडे किंवा काळी मिरी-पूड, मीठ, पिठीसाखर व तळण्यासाठी तूप.

कृती : सर्व पदार्थ तुपात तळून घ्यावे व तळलेले पदार्थ, मीठ, पिठीसाखर, काळी मिरी-पूड (हिरवी मिरची नसल्यास) एकत्र करावी. तळलेला बटाट्याचा कीस व नायलॉन साबुदाणा चिवडा एकत्र केला, तरी चालेल.

२९. बटाट्याची भाजी (उपवासाची)

साहित्य : बटाटे २५० ग्रॅम, फराळाचे मीठ, तीन-चार हिरव्या मिरच्यांचे तुकडे, आवडीनुसार जिरे, आल्याचा लहान तुकडा, कढीपत्ता, थोडीशी साखर, थोडासा खोबऱ्याचा कीस व फोडणीसाठी तूप १ भाजीचा चमचा.

कृती : बटाटे स्वच्छ धुऊन, उकडून घ्यावे. नंतर साली काढून त्यांचे तुकडे करावे. जिरे, हिरवी मिरची, आले-कूट, कढीपत्ता घातलेल्या तुपाच्या फोडणीत बटाटे परतून घ्यावे व मीठ, साखर घालून, हलवून मंद आचेवर शिजू द्यावे. नंतर खोबऱ्याचा कीस घालावा.

३०. भेंडीची भाजी (उपवासाची)

साहित्य : भेंडी १२५ ग्रॅम, शेंगदाणे-कूट पाव वाटी, दोन-तीन हिरव्या मिरच्यांचा कूट, फराळाचे मीठ, साखर अर्धा टीस्पून, कढीपत्ता व तूप अर्धा भाजी चमचा.

कृती : भेंडी धुऊन, कोरडी करून उभ्या चिरा द्याव्यात. त्यात अळी वगैरे पाहून, लहानलहान गोल काप करावे. तुपाच्या फोडणीत हिरवी मिरची, कढीपत्ता, भेंडीकाप परतून घ्यावेत. नंतर शेंगदाणे-कूट, मीठ, साखर एकत्र करावी. पातेल्यावर झाकण न ठेवता पाच मिनिटे शिजू द्यावे.

३१. उकडलेले शेंगदाणे व शेंगा

साहित्य : शेंगदाणे, काळी मिरी-कूट, फराळाचे पांढरे मीठ व काळे मीठ.

कृती : कुकरमध्ये शेंगदाणे मऊ शिजवून, त्यांतील पाणी काढावे व चवीनुसार वरील पदार्थ एकत्र करावे.

शेंगा कृती : शेंगा धुऊन थोड्याशा ठेचून घ्याव्यात व कुकरमध्ये शेंगा, मीठ व पाणी एकत्र करून शिजवून घ्याव्या.

३२. केळ्याची कोशिंबीर

साहित्य : दही अर्धा लिटर, साखर ५० ग्रॅम, तीन-चार केळी, तीन-चार वेलदोड्यांची पूड, थोडीशी चारोळी, थोडेसे काजू व पिवळा फूड-कलर किंवा केशर.

कृती : केळ्यांचे तुकडे करावे. दही घुसळून घ्यावे व सर्व पदार्थ एकत्र करावे.

३३. डाळिंबाची कोशिंबीर

साहित्य : एका डाळिंबाचे दाणे, दही अर्धा लिटर, साखर ५० ग्रॅम, थोडेसे मीठ व थोडीशी काळी मिरी-पूड.

कृती : दही, साखर, मीठ, मिरीपूड एकत्र करून घुसळून घ्यावे व त्यात डाळिंबाचे दाणे घालावे.

या कोशिंबिरीत केळ्याचे तुकडे, अननसाचे तुकडे, सफरचंदाचे तुकडे व लहान द्राक्षे एकत्र केली, तरी चालेल.

३४. मठ्ठा

साहित्य : दही अर्धा लिटर, दोन-तीन हिरव्या मिरच्यांचा कूट, थोडासा आलेकूट, मीठ, जिरेपूड अर्धा टीस्पून, साखर २ टीस्पून व कोथिंबीर.

कृती : दही घुसळून त्यात थोडे पाणी घालावे व सर्व पदार्थ एकत्र करून, हलवून घ्यावे व फ्रीजमध्ये गार होण्यासाठी ठेवावे. उपवास नसल्यास या मठ्ठ्यामध्ये खारी बुंदी घातली, तरी चालेल.

३५. सुक्या खोबऱ्याच्या किसाची चटणी

साहित्य : दोन लहान वाट्या खोबऱ्याचा कीस, एक लहान वाटी हावरी, अर्धी वाटी शेंगदाणे-कूट, दोन-तीन हिरव्या मिरच्यांचा कूट, मीठ, थोडीशी जिरेपूड, थोडीशी साखर, कढीपत्ता, दोन वाट्या कोथिंबीर व रिफाईंड तेल अर्धा भाजीचा चमचा.

कृती : हावरी व खोबऱ्याचा कीस थोडासा भाजून घ्यावा व तेलाची फोडणी करून त्यात सर्व पदार्थ एकत्र करावे.

टीप : उपवास नसल्यास वरील चटणीत, मोहरी, हळद, हिंग हे पदार्थ घालावे.

३६. उपवासाची कोशिंबीर

साहित्य : ओल्या नारळाचा खोवलेला कीस १०० ग्रॅम किंवा काकडीचा कीस २०० ग्रॅम, शेंगदाणे-कूट १०० ग्रॅम, साखर १० ग्रॅम, मीठ अर्धा टीस्पून, तीन-चार हिरव्या मिरच्यांचा कूट, थोडासा आले-कूट, दही पाव लिटर, कढीपत्ता व तूप १ टीस्पून.

कृती : दही घुसळून घ्यावे. तुपाची फोडणी करून त्यात हिरवी मिरची, कढीपत्ता घालावा व सर्व पदार्थ एकत्र करावेत. काकडीची कोशिंबीर करावयाची असल्यास, काकडीच्या किसात थोडे मीठ घालून, त्यातील पाणी काढून घ्यावे. तसेच, या कोशिंबिरीत आवडीनुसार जिरेपूड, कोथिंबीर व पुदिना घातला तरी चालेल.

३७. फराळाचे गोड लिंबू

साहित्य : पाच मोठी पिवळी लिंबे, मीठ १० ग्रॅम, साखर २०० ग्रॅम व वाळलेली हिरवी मिरची-पूड अर्धा टीस्पून.

कृती : लिंबे स्वच्छ धुऊन, कोरडी करून, प्रत्येकाचे आठ तुकडे करावे. त्यात मीठ, मिरची एकत्र करून, लिंबू-तुकडे कोरड्या बरणीत भरावे. बरणी रोज हलवावी. तीन-चार दिवसांनी या लिंबांत साखर एकत्र करावी.

३८. मिरचीचा ठेचा

साहित्य : हिरवी मिरची ५० ग्रॅम, शेंगदाणे-कूट ५० ग्रॅम, एक लिंबू, साखर ५ ग्रॅम, मीठ १ टीस्पून व तूप १ टीस्पून.

कृती : मिरची व मीठ एकत्र करून, पाट्यावर किंवा खलबत्त्यात अर्धवट कुटून, बारीक करून घ्यावे. तुपाची फोडणी करून सर्व पदार्थ एकत्र करावे व ठेचा गार झाल्यानंतर लिंबू पिळावे.

३९. शिंगाडा भजी

साहित्य : शिंगाड्याचे पीठ अर्धी वाटी, थोडासा शेंगदाणे कूट, मीठ, हिरव्या मिरचीचे कूट, जिरे पाव टीस्पून, मोहनासाठी तूप, चिमूटभर खाण्याचा सोडा, बटाटे, केळी किंवा काकडीचे काप व तळण्यासाठी तूप.

कृती : भज्याच्या कृतीप्रमाणे.

टीप : याच पिठाचे पुडले (धिरडे) करता येईल.

४०. खारे व तिखट काजू

साहित्य : काजू १०० ग्रॅम, तूप २ टीस्पून, मीठ ५ ग्रॅम व थोडीशी मिरची-पूड.

कृती : तुपात मीठ विरघळवावे. हे तूप काजूला लावावे. हे खारे काजू होतील. याच खाऱ्या काजूंना मिरची-पूड लावून तिखट काजू होतील. नंतर हे मीठ व तिखट लावलेले काजू ओव्हनमध्ये बदामी रंगावर बेक करावे.

४१. गुडदाणी

साहित्य : शेंगदाणे ७५ ग्रॅम, गूळ किंवा साखर ७५ ग्रॅम व लिंबू-रस तीन-चार थेंब.

कृती : शेंगदाणे रेतीमध्ये खमंग भाजून घ्यावे. फोलपट काढून व आपल्या आवडीनुसार या शेंगदाण्यांची पाकळी, मध्यम कूट किंवा बारीक कूट करून घ्यावे. मंद आचेवर साखरेचा किंवा गुळाचा तीनतारी पाक तयार करावयास घ्यावा. (पाक तयार करण्यासाठी पाणी अजिबात घेऊ नये.) साखरेच्या पाकात दोन-तीन थेंब लिंबू पिळावे, गूळपाकात लिंबू पिळू नये. कढई गॅसवरून खाली घेऊन या पाकात शेंगदाणे-पाकळी किंवा कूट एकत्र करावे. हे मिश्रण लाटता येईल, असे असावे. फार घट्ट नसावे. स्वच्छ केलेल्या फरशीवर रिफाईंड तेलाचा हात फिरवून हे मिश्रण फरशीवर काढून घ्यावे. लाटण्याला तेलाचा हात फिरवून प्रथम हळूहळू लाटावे. नंतर हे मिश्रण गरम असेपर्यंतच जोर देऊन लाटून, मोठा गोल आकार करून घ्यावा. गुडदाणी गरम असतानाच लाटलेल्या गुडदाणीवर कापडाचा हात ठेवून चाकूने वड्या पाडाव्यात किंवा त्रिकोणी तुकडे करावयाचे असल्यास मध्यभागी फुली मारावी.

वरील कृतीप्रमाणेच (१) बदामाचे लांब काप करून, (२) काजू-पाकळी करून, (३) खोबऱ्याचे पातळ काप किंवा कीस करून, (४) फुटाणे डाळ्या, (५) मुरमुरे, (६) भाजलेली हावरी, (७) पॉलिश्ड हावरी या पदार्थांची साखरेची गुडदाणी तयार करता येते.

तसेच (१) भाजलेला राजगिरा व शेंगदाणे-पाकळी एकत्र घेऊन (२) भाजलेली हावरी किंवा पॉलिश्ड हावरी (३) मुरमुरे (४) ज्वारीच्या लाह्या या पदार्थांची गुळाची गुडदाणी करता येते.

४२. खजूर मिक्स लाडू

साहित्य : बिया काढलेले खजूर २०० ग्रॅम, गूळ ७५ ग्रॅम, खमंग भाजलेल्या शेंगदाण्याचे कूट १५० ग्रॅम, सुके खोबरे कीस ७५ ग्रॅम

कृती : खजूर स्वच्छ करून बारीक तुकडे करावेत. गूळ बारीक करावा. सर्व पदार्थ एकत्र करून मिक्सरमधून बारीक करून लाडू बांधून घ्यावेत.

४३. रताळे शिरा

साहित्य : रताळी ५०० ग्रॅम (आवडीनुसार १ बटाटा), साखर १५० ग्रॅम, तूप अर्धा भाजीचा चमचा, दूध अर्धी वाटी, काजू तुकडे, पाच सहा वेलदोड्यांची पूड व थोडासा पिवळा फूड कलर.

कृती : रताळी व बटाटा स्वच्छ धुवून, साली काढून वाफवून घ्यावे. मऊसूत लगदा करावा. तुपात लगदा भाजून घ्यावा व राहिलेले पदार्थ घालून हलवून घ्यावे. कढईवर झाकण ठेवून मंद आचेवर, पाच मिनिटे शिजू द्यावे.

४४. उपवासाची सुंठ

साहित्य : राजगिरा २५० ग्रॅम, खारीक २५० ग्रॅम, खोबरे १५० ग्रॅम, सुंठ पूड ४० ग्रॅम, डिंक ७५ ग्रॅम, साखर २०० ग्रॅम, गूळ १५० ग्रॅम, साजूक तूप १५० ग्रॅम, व खोबरे कीस ५० ग्रॅम

कृती : राजगिरा स्वच्छ करून भाजून घ्यावा. खारीक व खोबरे एकत्र करून मिक्सरमधून बारीक करून घ्यावे. डिंकाची फुले तयार करावी. राजगिरा १ टीस्पून तुपात पुन्हा गुलाबी रंगावर भाजून घ्यावा. सर्व पदार्थ एकत्र करून हलवून घ्यावे व पातेले गॅसवरून खाली घ्यावे.

४५. राजगिरा उपमा

साहित्य : राजगिरा १२५ ग्रॅम, शेंगदाणे कूट ५० ग्रॅम, तूप एक भाजीचा चमचा, मीठ, बटाटा एक नग, तीन चार हिरव्या मिरच्यांचा कूट, लहान आले तुकडा, कढीपत्ता, साखर १ टीस्पून व आवडीनुसार बटाटे चिवडा, साबुदाणा पापडी किंवा वेफर्स.

कृती : राजगिरा १ टीस्पून तुपात भाजून मिक्सरमधून जाडसर रवाळ करून

घ्यावा. पुन्हा हे राजगिरा पीठ तुपात खमंग वास येईपर्यंत भाजून बाजूला काढून घ्यावे. तुपात मिरचीकूट, आलेकूट व बटाटे तुकडे परतून त्यात मीठ, साखर, कढीपत्ता, राजगिरा पीठ व एक वाटी उकळते पाणी एकत्र करावे. मंद आचेवर थोडा वेळ शिजवून व हलवून घ्यावे. डिशमध्ये देताना मुदी पाडून कोथिंबीर व आपल्या आपल्या आवडीनुसार बटाटे चिवडा, साबुदाणा पापडी तुकडे, वेफर्स या उपम्यावर घालून घ्यावे. सोबत लिंबू द्यावे.

एक महत्त्वाची सूचना : या प्रकरणामध्ये दिलेल्या काही पाककृतींत कढीपत्ता हा घटक अंतर्भूत केलेला आहे. माहेश्वरी समाजातील पाककृतींत तो स्वीकार्य आहे. अन्य भगिनींनी तो वगळावा.

■

४

रुचिपालट

१. दहीवडा

साहित्य : मूग डाळ १२५ ग्रॅम, उडीद-डाळ १२५ ग्रॅम किंवा फक्त मूग डाळ २५० ग्रॅम किंवा उडीद-डाळ २५० ग्रॅम, मोहनासाठी तेल अर्धा भाजीचा चमचा, दही १ लिटर, साखर, चिंच-चटणी, मीठ, मिरची-पूड, जिरे-पूड, काळा मसाला, आख्खी काळी मिरी, काळी मिरी-पूड, थोडासा खाण्याचा सोडा, मोहरी, कढीपत्ता व तळण्यासाठी रिफाईंड तेल.

कृती : डाळी तीन तास गार पाण्यात भिजवाव्यात. मिक्सरमधून घट्ट मऊसूत बारीक करून घ्याव्यात. घोळात मोहनाचे तेल, थोडे मीठ, खाण्याचा सोडा, थोडीशी आख्खी काळी मिरी घालून खूप फेटून घ्यावे व लहानलहान, चापट किंवा गोल गोळे करून घ्यावे. कढईमध्ये भरपूर तेल घेऊन या तेलास ताव आल्यानंतर मंद आचेवर हे वडे तळून घ्यावे. एका पसरट भांड्यात कोमट पाणी घेऊन त्यात थोडेसे मीठ घालावे. तळलेले वडे या पाण्यात घालीत जावे. वडे फिकट पिवळसर झाले, म्हणजे बाहेर काढावे व हाताने दाबून त्यांतील पाणी काढून घ्यावे. दही घुसळून त्यात आपल्या आवडीनुसार साखर घालावी. मोहरी, कढीपत्ता घातलेली तुपाची फोडणी दह्यामध्ये घालावी. डिशमध्ये वडे देताना त्यावर दही, चिंचचटणी, मीठ, मिरची-पूड, जिरे-पूड, काळा मसाला घालून द्यावी. वड्यामध्ये काळी मिरी घातली नसल्यास डिशमध्ये वडे देताना जिरेपूडऐवजी काळी मिरी-पूड द्यावी.

२. मेदूवडा

साहित्य : उडीद-डाळ २५०ग्रॅम, मीठ, मोहनासाठी तेल अर्धा भाजीचा चमचा, थोडासा खाण्याचा सोडा, तळण्यासाठी तेल, दही-चटणी व सांबार.

कृती : दहीवड्याच्या कृतीप्रमाणेच हे वडे तयार करून, तळून घ्यावे. वडे तयार करताना चापट गोळे तयार करून, त्यांना मध्यभागी छिद्र ठेवावे. हे वडे

दहीवड्यांप्रमाणे पाण्यात घालू नयेत. हे वडे खाण्यास देताना सोबत सांबार व दही-चटणी द्यावी.

३. बटाटेवडा

साहित्य : बटाटे ५०० ग्रॅम, हिरा बेसन २५० ग्रॅम, मोहनासाठी तेल दीड भाजीचा चमचा, मूगडाळ २० ग्रॅम, मीठ, हिरवी मिरची-कूट, आले, कढीपत्ता, हळद, मोहरी, जिरे, हिंग, थोडासा खाण्याचा सोडा, कोथिंबीर, साखर, लिंबू व तळण्यासाठी तेल.

कृती : मूगडाळ वाफवून परतून घ्यावी. कोरडी बटाटे भाजी तयार करावी. त्यात मूगडाळ एकत्र करावी. भाजीच्या गोल किंवा चापट लहान गोळ्या तयार कराव्यात. बेसन, मीठ, खाण्याचा सोडा, मोहनाचे तेल व पाणी एकत्र करून, भजे-घोळासारखा घोळ तयार करावा. भाजीच्या गोळ्या बेसन-घोळात बुडवून चांगला ताव आलेल्या भरपूर तेलात मंद आचेवर तळून घ्याव्या. या वड्याबरोबर खाण्यास देताना, सांबार, चिंच-चटणी किंवा दही-चटणी द्यावी.

४. कचोरी (मूगडाळ)

साहित्य : मैदा २५० ग्रॅम, मूगडाळ १२५ ग्रॅम, मोहनासाठी रिफाईंड तेल ७० ग्रॅम, मीठ, मिरची-पूड अर्धा टीस्पून, आख्खे धने ५ ग्रॅम, बडीशेप ५ ग्रॅम, काळा मसाला पाव टीस्पून, थोडीशी हळद, साखर १० ग्रॅम, थोडासा खाण्याचा सोडा, चिमूटभर हिंग व तळण्यासाठी तेल.

कृती : मोहनासाठी घेतलेले तेल मैद्यास चोळून घ्यावे व त्यात मीठ, खाण्याचा सोडा व कोमट पाणी एकत्र करून, मळून व कुटून पिठाचा गोळा करावा. हा गोळा ओलसर कापडात दाबून ठेवावा. मूगडाळ गाळ होऊ न देता अर्धवट मऊसूत शिजवून घ्यावी. पाण्याबाहेर काढून कोरडी होईपर्यंत भाजून घ्यावी. हिंग, मिरची-पूड, धने, बडीशेप घालून तेलाची फोडणी करावी व भाजलेली डाळ, फोडणीचे पदार्थ, हळद, काळा-मसाला, साखर, मीठ एकत्र करून, या सारणाच्या (बाखर) लहानलहान गोळ्या तयार कराव्यात. मैदा-पिठाच्या गोळ्या करून, हातावर किंवा लाटून, बांगडीच्या आकाराच्या पुऱ्या करून, त्यांत सारण भरून तोंड बंद करावे व गोल चपटा आकार द्यावा व भरपूर तेलात मंद आचेवर तळून घ्यावी.

५. कचोरी (बेसन)

साहित्य : मूगडाळीऐवजी हरभरा जाडसर बेसन १५० ग्रॅम व इतर साहित्य मूगडाळ कचोरीचे.

कृती : मूगडाळ कचोरीची कृती. ही कचोरी डिशमध्ये देताना कचोरीवर उकडलेल्या बटाट्याचे तुकडे, बारीक शेव, दही, बारीक चिरलेला कांदा, मिरचीपूड, काळा मसाला, मीठ, चिंच-चटणी घालावी किंवा कचोरीमध्ये रगडा भरून द्यावा.

६. कचोरी (सोलाणे)

साहित्य : मूगडाळीऐवजी सोलाणे २०० ग्रॅम, बेसन ५० ग्रॅम व इतर साहित्य मूगडाळ कचोरीचे.

कृती : हिरवे सोलाणे मिक्सरमध्ये बारीक करून तेलात भाजून घ्यावे. इतर कृती मूगडाळ कचोरीची.

७. कचोरी (मटारदाणे)

साहित्य : मूगडाळीऐवजी हिरवे मटारदाणे २०० ग्रॅम व इतर साहित्य मूगडाळ कचोरीचे.

कृती : सोलाणे कचोरीची कृती.

८. सामोसे

साहित्य : मैदा २५० ग्रॅम, बटाटे २५० ग्रॅम, हिरवे मटारदाणे ५० ग्रॅम, मूगडाळ २० ग्रॅम, मोहनासाठी तूप ५० ग्रॅम, मीठ, हिरवी मिरची-कूट, थोडीशी हळद, हिंग, मोहरी, आले, कोथिंबीर, कढीपत्ता व तळण्यासाठी तूप.

कृती : मोहनासाठी घेतलेले तूप मैदा-पिठास चोळून घ्यावे. त्यात मीठ, कोमट पाणी एकत्र करून, मळून, पिठाचा गोळा करावा. मटारदाणे व मूगडाळ वाफवून घ्यावी. सर्व फोडणीचे साहित्य व मसाले घालून बटाट्याची भाजी तयार करावी. त्यात वाफवलेले मटार व मूगडाळ एकत्र करावी. मळलेल्या पिठाच्या गोळ्या करून लहान चपाती लाटावी. ही चपाती चाकूने मधोमध कापून दोन भाग करावे. एकेका भागाची तिकोनी खणासारखी घडी करून त्यात भाजी भरावी. वरील खुला भाग आतील बाजूस पाण्याचे बोट फिरवून बंद करावा व चांगला ताव आलेल्या भरपूर तुपामध्ये सामोसे तळून घ्यावेत.

डिशमध्ये खाण्यास देताना सोबत टोमॅटो सॉस द्यावा.

९. बाखरवडी

साहित्य : मैदा २५० ग्रॅम, मोहन ३५ ग्रॅम, मीठ १० ग्रॅम व तळण्यासाठी तेल.

बाखर साहित्य : कोथिंबीर २ वाटी (२० ग्रॅम), खोबरे कीस ५० ग्रॅम, खसखस १५ ग्रॅम, बडीशेप ५ ग्रॅम, बेसन १०० ग्रॅम, चिंचचटणी अर्धी वाटी (चिंच + गूळ), काळा मसाला १० ग्रॅम, मीठ, चिमूटभर हिंग, हिरवी मिरची ५ ते ६, बारीक शेव १०० ग्रॅम.

ताजा मसाला : आख्खे धणे १० ग्रॅम, जिरे ५ ग्रॅम, शहाजिरे ५ ग्रॅम, काळीमिरी १० ते १२ दाणे, लवंगा ६ ते ७, मसाला वेलदोडे ३ नग, तमालपत्र ३ ते ४ पाने.

कृती : मैदा, मोहन व मीठ एकत्र करावे. थोडे कोमट पाणी घालून, मळून व कुटून मैद्याचा मऊसूत, घट्ट गोळा करावा. हा गोळा प्लॅस्टीक पिशवीत ठेवावा. ताज्या मसाल्याचे साहित्य थोड्याशा तेलात परतून घ्यावे व मिक्सरमधून बारीक करून घ्यावे. चिंचगुळाची चटणी तयार करून घ्यावी. कोथिंबीर कोरडी करून घ्यावी. कोथिंबीर, खोबरेकिस, खसखस, बडीशेप, बेसन, हिरव्या मिरच्या एकत्र करून थोड्याशा तेलात भाजून घ्यावे व नंतर मिक्सरमधून बारीक करून घ्यावे. सर्व बाखर साहित्य शेव व ताजा मसाला, एकत्र करावा. पिठाच्या लहान गोळ्या कराव्या. एकेक गोळी पाटावर घेऊन लांबसर चपाती लाटावी. या चपातीचा वरचा व खालचा थोडा भाग सोडून बाखर सर्वत्र पसरावा. बाखरावर हलक्या हाताने लाटणे फिरवावे. चपातीची घट्ट गुंडाळी करावी. गुंडाळीच्या कडा पाण्याचे बोट फिरवून दाबून घ्याव्या व गुंडाळीचे एकेक इंचाचे तुकडे, चाकूने करावेत. तुकड्यांच्या दोन्ही बाजू हलक्या हाताने दाबून घ्याव्या. ताव आलेल्या तेलात मंद आचेवर तळून घ्यावे

१०. पाणीपुरी : प्रकार १

साहित्य : पुरीसाठी बारीक रवा २५० ग्रॅम, थोडेसे मीठ व तळण्यासाठी रिफाईंड तेल किंवा तूप.

कृती : रवा व मीठ एकत्र करून, त्यात थोडे कोमट पाणी घालून, मळून, रव्याचा गोळा तयार करावा. हा गोळा दोन तास तसाच डब्यात राहू द्यावा. गोळा फार सैलसर किंवा घट्ट नसावा. नंतर थोडासा तेलाचा हात लावून हा गोळा चांगला कुटून घ्यावा व लहान गोळ्या कराव्यात. दोन्ही बाजूंनी लाटून पुऱ्या ओलसर असतानाच लगेच ताव आलेल्या भरपूर तेलात मंद आचेवर तळून घ्याव्यात.

साहित्य : पाण्यासाठी : पुदिना, कोथिंबीर, चिंच, गूळ, काळे मीठ, साधे मीठ व मिरची-पूड.

कृती : पुदिना व कोथिंबीर एकत्र करून, मिक्सरमधून बारीक करून, चाळणीने चाळून घ्यावी. चिंच व गूळ कोमट पाण्यात दोन तास भिजवून, मिक्सरमधून बारीक करून घ्यावी व पाण्यात सर्व पदार्थ एकत्र करावे.

११. पाणीपुरी : प्रकार २

साहित्य : फुगलेली पुरी, पाणीपुरीचे पाणी व रगडा (शिजविलेला पांढरा वाटाणा) किंवा खारी बुंदी किंवा शिजविलेले हिरवे मूग.

कृती : फुगलेल्या पुरीला लहान छिद्र पाडून, त्यात थोडासा रगडा किंवा बुंदी किंवा शिजविलेले हिरवे मूग भरून, तीच पुरी पाणीपुरीच्या पाण्यात बुडवून, त्यात पाणी भरावे. खाणाऱ्याच्या हातात डिश देऊन त्यात ही पुरी ठेवावी.

१२. दहीपुरी

साहित्य : न फुगलेल्या पुऱ्या, दही, मीठ, मिरची-पूड, जिरे पूड, आवडीनुसार काळा मसाला व चिंच-चटणी.

कृती : दही घुसळून घ्यावे व डिशमध्ये पुऱ्या ठेवून, त्यांवर दही, चिंच-चटणी व वरील मसाले घालावे.

टीप : न फुगलेल्या पुऱ्या भेळपुरीतसुद्धा उपयोगात आणता येतील.

१३. बटाटा-पुरी

साहित्य : अर्धवट फुगलेल्या पुऱ्या, उकडलेल्या बटाट्याचे तुकडे, बारीक शेव, दही, चिंच-चटणी, मीठ, मिरची-पूड, जिरे-पूड व आवडीनुसार काळा मसाला.

कृती : दही घुसळून घ्यावे. पुरीमध्ये बटाट्याचे तुकडे भरून डिशमध्ये ठेवावे व त्यावर दही, चिंच-चटणी, मसाले व बारीक शेव घालून द्यावे.

१४. खमण ढोकळा

साहित्य : हिरा बेसन २५० ग्रॅम, मीठ १० ग्रॅम, चार-पाच हिरव्या मिरच्यांचा कूट, मोहरी, हिंग, साखर ३० ग्रॅम, सायट्रिक ॲसिड ५ ग्रॅम, खाण्याचा सोडा ५ ग्रॅम, तेल दीड भाजीचा चमचा, कोथिंबीर, आल्याचा लहान तुकडा, कढीपत्ता, खोवलेल्या नारळाचा कीस, पिवळा फूड-कलर व पाणी पाव लिटर.

कृती : हिरवी मिरची व आले बारीक करून घ्यावे. पाव लिटर पाण्यात मीठ, साखर व फूड-कलर विरघळवून, त्यात बेसन व बारीक केलेली मिरची, आले

एकत्र करून फेटून घ्यावे. उंच किनारीच्या परातीला तेलाचा हात फिरवून घ्यावा. एका पसरट भांड्यात पाणी उकळण्यास ठेवावे. बेसनाच्या मिश्रणात सायट्रिक ॲसिड व खाण्याचा सोडा घालून मिश्रण खूप फेटून घ्यावे. लगेच तेलाचा हात फिरविलेल्या परातीत हे मिश्रण काढावे व ही परात उकळत्या पाण्याच्या भांड्यात ठेवून, वर झाकण ठेवावे. पंधरा ते वीस मिनिटे हा ढोकळा वाफवून, भांडे गॅसवरून खाली घ्यावे. गार झाल्यानंतर लहान तुकडे करून, मोहरी, हिंग, कढीपत्ता घातलेल्या तेलाच्या फोडणीत हे तुकडे परतून घ्यावे. चिरलेली कोथिंबीर व ओल्या नारळाचा कीस वरून घालावा.

१५. ढोकळा सँडविच

साहित्य : खमण ढोकळा, पुदिना व कोथिंबीर मिक्स चटणी, हावरी, खोबऱ्याचा कीस व टोमॅटो सॉस.

कृती : खमण ढोकळ्याच्या कृतीप्रमाणे एकाऐवजी दोन परातींत पाऊण इंच उंचीच्या वड्या तयार कराव्या. हावरी थोडी भाजून घ्यावी. ढोकळा वडीवर पुदिना, कोथिंबीर, चटणी घातल्यानंतर टोमॅटो सॉस घालून, नंतर त्यावर हावरी व खोबऱ्याचा कीस घालून या वडीवर दुसरी वडी ठेवावी.

१६. तांदूळ ढोकळा

साहित्य : तांदूळ २०० ग्रॅम, उडीद-डाळ ५० ग्रॅम, खाण्याचा सोडा ५ ग्रॅम, सायट्रिक ॲसिड ५ ग्रॅम, मीठ १० ग्रॅम, मोहरी, हिंग, कढीपत्ता, कोथिंबीर, आल्याचा लहान तुकडा, साखर १५ ग्रॅम, ओल्या खोबऱ्याचा कीस, ताक व तेल दीड भाजीचा चमचा.

कृती : तांदूळ व डाळ जाडसर वाटून घ्यावी व ताकात दहा-बारा तास भिजू द्यावी. फुगल्यानंतर मीठ, साखर, खाण्याचा सोडा, सायट्रिक ॲसिड एकत्र करून, खूप फेटून घ्यावे व खमण ढोकळ्याच्या कृतीप्रमाणे हा ढोकळा तयार करून घ्यावा. हावरीच्या चटणीबरोबर हा ढोकळा खाण्यास देताना त्यावर थोडे तूप, कोथिंबीर व खोबऱ्याचा कीस घालावा.

टीप : याच पिठाची इडली करता येईल.

१७. मूग डाळ ढोकळा

साहित्य : तांदूळ व उडीद-डाळीऐवजी मूगडाळ २५० ग्रॅम व इतर साहित्य तांदूळ ढोकळ्याचे व चार-पाच हिरव्या मिरच्यांचा कूट.

कृती : मूगडाळ गार पाण्यात चार तास भिजवावी व मिक्सरमधून बारीक

करावी. मिरची-कूट, मीठ, साखर घालून फेटल्यानंतर सायट्रिक ॲसिड व सोडा घालून खूप फेटावे व लगेच मागील कृतीप्रमाणे हा ढोकळा तयार करावा.

१८. हरभरा डाळ ढोकळा

साहित्य : मूगडाळीऐवजी हरभरा डाळ २५० ग्रॅम व इतर साहित्य मूगडाळ ढोकळ्याचे.

कृती : मूगडाळीच्या ढोकळ्याची कृती.

१९. मिक्स डाळ ढोकळा

साहित्य : हरभरा डाळ १०० ग्रॅम, तांदूळ १०० ग्रॅम, तूर डाळ ५० ग्रॅम, उडीद-डाळ ५० ग्रॅम, आंबट ताक पाव लिटर, मीठ १० ग्रॅम, साखर २५ ग्रॅम, मोहरी, हिंग, आख्खे धने २ टीस्पून, चार-पाच हिरव्या मिरच्यांचा कूट, कढीपत्ता, कोथिंबीर, आल्याचा लहान तुकडा, खाण्याचा सोडा ५ ग्रॅम, सायट्रिक ॲसिड ५ ग्रॅम, पिवळा फूड-कलर व तेल दीड भाजीचा चमचा.

कृती : तांदूळ ढोकळ्याची कृती.

२०. मिक्स डाळ हांडवा

साहित्य : मिक्स डाळ ढोकळ्याचे साहित्य.

कृती : तांदूळ ढोकळ्याच्या कृतीप्रमाणे सर्व पदार्थ एकत्र करून, भजे-घोळासारखा घोळ तयार करावा. शेगडीवर पातेल्यात थोडे जास्त तेल घेऊन मोहरी, हिंग, कढीपत्ता घातलेल्या फोडणीत हा घोळ ओतावा. (घोळ फोडणीत ओतण्यापूर्वी सोडा व सायट्रिक ॲसिड घालून चांगले फेटावे.) पातेल्यावरील झाकणावर शेगडीतील निखारे ठेवून मंद आचेवर शिजू द्यावे. आतील मिश्रण लालसर दिसू लागले, म्हणजे हांडवा तयार झाला, असे समजावे.

टीप : ओव्हनमध्ये हा हांडवा तयार करावयाचा असल्यास मिश्रणास आधी फोडणी देऊन, नंतर मिश्रण ओव्हनमधील भांड्यात काढून, मंद आचेवर हांडवा अर्धवट शिजल्यानंतर बाहेर काढून, वरील भाग खाली घेऊन, हांडवा परत भाजून घ्यावा.

२१. पेपर डोसा

साहित्य : तांदूळ ४०० ग्रॅम, उडीद-डाळ १२५ ग्रॅम, मेथी १ टीस्पून, मीठ २० ग्रॅम व तळण्यासाठी तेल.

कृती : तांदूळ, उडीद डाळ, मेथी आठ-दहा तास वेगवेगळे भिजवावेत व मिक्सरमधून बारीक करून, घोळ डब्यात काढून, उबदार जागेत दहा-बारा तास फुगावयास ठेवावा व भजे-घोळापेक्षा थोडा पातळ घोळ ठेवून त्यात मीठ घालावे. सपाट तवा मिठाच्या पाण्याने पुसून गॅसवर ठेवल्यानंतर फक्त पहिल्या वेळी तव्यास थोडे तेल लावावे व तवा गरम झाल्यानंतर त्यावर घोळ घालून वाटीने घोळ पसरावा. डोशाच्या कडेतून, त्याचप्रमाणे वरून थोडे रिफाईंड तेल घालीत जावे. डोसा-घोळ तव्यावर घालताना गॅस मोठा ठेवावा पण घोळ पसरविताना आच मंद करावी. डोसा तयार झाल्यानंतर त्याची पोकळ गुंडाळी करावी.

२२. उत्तप्पा

साहित्य : पेपर डोशाचे सर्व साहित्य, एका कांद्याचे बारीक तुकडे व दोन-तीन हिरव्या मिरच्यांचे कूट.

कृती : पेपर डोशाच्या घट्ट घोळात कांद्याचे तुकडे, मिरची-कूट एकत्र करावे व डोसा कृतीप्रमाणे उत्तप्पा तयार करावा.

टीप : कांदा उत्तप्प्याच्या घोळात न घालता घोळ तव्यावर घातल्यानंतर वरून घातला तरी चालेल.

२३. मसाला डोसा

साहित्य : पेपर डोशाचे सर्व साहित्य. कांदा, बटाटा मिक्स भाजी व उडीद डाळ १ टीस्पून.

कृती : उडीद-डाळ तांबूस रंगावर भाजून, कांदा + बटाटा भाजी तयार करताना तेलाच्या फोडणीत घालून परतून घ्यावी. ही भाजी पेपर डोसा तयार झाल्यावर तव्यावरच डोशावर घालून, डोशाची घडी करावी व डिशमध्ये ठेवावी. या डोशाबरोबर दही, शेंगदाणे चटणी किंवा दही-नारळाच्या किसाची चटणी व सांबार द्यावे.

२४. रवा डोसा : प्रकार १

साहित्य : रवा १२५ ग्रॅम, मैदा १२५ ग्रॅम, मीठ १० ग्रॅम, तीन-चार हिरव्या मिरच्यांचे कूट, ताक, कोथिंबीर व तळण्यासाठी तेल.

कृती : रवा व मैदा ताकामध्ये दोन तास भिजवावे. भिजल्यानंतर त्यात सर्व

पदार्थ एकत्र करावे व डोसा कृतीप्रमाणेच रवा डोसा तयार करावा.

२५. रवा डोसा : प्रकार २

साहित्य : रवा २०० ग्रॅम, उडीद-डाळ ६५ ग्रॅम, मेथी १ टीस्पून, मीठ १० ग्रॅम, दोन-तीन वाळलेल्या हिरव्या मिरच्यांची पूड व तेल.

कृती : उडीद-डाळ व मेथी एकत्र करून, आठ-दहा तास भिजवावे. भिजलेली डाळ बारीक करून घ्यावी. रवा थोडासा भाजून घ्यावा. बारीक केलेली डाळ व रवा एकत्र करून मिक्सरमधून बारीक करावे. हा घोळ दोन-तीन तास तसाच राहू द्यावा. डोसा तयार करताना घोळात मीठ व मिरचीपूड घालावी व पेपर डोसा कृतीप्रमाणेच हा डोसा तयार करावा.

२६. बेसन डोसा (पुडले)

साहित्य : बेसन २५० ग्रॅम, मीठ १० ग्रॅम, लाल मिरची-पूड किंवा हिरव्या मिरचीचे कूट, हिंग, हळद, ओवा-पूड, कोथिंबीर, मोहनासाठी तेल अर्धा भाजीचा चमचा व तळण्यासाठी तेल.

कृती : बेसनाचा भजे-घोळापेक्षा थोडा पातळ घोळ करून, त्यात वरील सर्व पदार्थ एकत्र करावे. घोळ तयार करताना बेसनाच्या गाठी पडू देऊ नयेत व पेपर डोशाच्या कृतीप्रमाणेच हा डोसा तयार करावा.

२७. टोमॅटो ऑम्लेट

साहित्य : बेसन डोशाचे साहित्य व लाल टोमॅटोचे तुकडे.

कृती : बेसन डोशाच्या घट्ट घोळात टोमॅटो तुकडे एकत्र करून डोशाच्या कृतीप्रमाणेच जाडसर ऑम्लेट करावे.

२८. गोडे डोसे (गोड पुडले)

साहित्य : गव्हाचे पीठ २५० ग्रॅम, गूळ २०० ग्रॅम व तळण्यासाठी तूप.

कृती : पाव लिटर गार पाण्यात गूळ बारीक करून भिजावयास ठेवावा. गूळ विरघळल्यानंतर गुळाचे पाणी गाळून गव्हाच्या पिठात घालावे. गाठ पडू न देता डोसा घोळासारखा घोळ तयार करावा व पेपर डोशाच्या कृतीप्रमाणेच हा गोड डोसा तयार करावा.

२९. तांदूळ इडली : प्रकार १

साहित्य : तांदूळ ४०० ग्रॅम, उडीद-डाळ १०० ग्रॅम, मेथी १ टीस्पून, मीठ २० ग्रॅम, थोडासा खाण्याचा सोडा व रिफाईंड तेल १ भाजीचा चमचा.

कृती : तांदूळ, उडीद-डाळ व मेथी हे आठ ते दहा तास भिजवावे व नंतर मिक्सरमधून बारीक करावे व हा घोळ डब्यात भरून उबदार जागेत, दहा-बारा तास फुगावयास ठेवावा. इडली तयार करावयाच्या वेळी खाण्याचा सोडा, मीठ व तेल एकत्र करून फेटून घ्यावे व इडली साच्यांना तेलाचा हात फिरवून इडली-पात्रात किंवा कुकरमध्ये पाणी घालून इडली साच्यात थोडे थोडे मिश्रण घालून इडली तयार करावी व इडली गार झाल्यानंतर साच्यातून बाहेर काढावी.

३०. तांदूळ इडली : प्रकार २

साहित्य : तांदूळ-इडलीचे व एक वाटी आंबट दही.

कृती : तांदूळ, उडीद-डाळ व मेथी हे मिश्रण गिरणीतून दळून आणावे व इडली तयार करावयाच्या दहा-बारा तास अगोदर दही व पाण्यात हे पीठ भिजवावयास ठेवावे व मागील कृतीप्रमाणेच इडली-पात्रात इडली तयार करावी.

३१. रवा इडली : प्रकार १

साहित्य : इडली रवा ४०० ग्रॅम, उडीद-डाळ १०० ग्रॅम, दही १ वाटी, मीठ २० ग्रॅम, थोडासा खाण्याचा सोडा, सायट्रिक ॲसिड ५ ग्रॅम व रिफाईंड तेल १ भाजीचा चमचा.

कृती : उडीद-डाळ आठ ते दहा तास भिजवावी. नंतर भिजलेली डाळ बारीक करून घ्यावी व डब्यात काढून उबदार जागेत दहा-बारा तास फुगण्यासाठी ठेवावी. रवा थोडासा भाजून, इडली तयार करावयाच्या अर्धा तास अगोदर सर्व पदार्थ एकत्र फेटून घ्यावे व लगेच मागील कृतीप्रमाणे इडली तयार करावी.

३२. रवा इडली : प्रकार २ (इन्स्टंट)

साहित्य : रवा ५०० ग्रॅम, उडीद-डाळ १० ग्रॅम, बारीक केलेली सुंठ-पूड १ टीस्पून, तीन-चार वाळलेल्या हिरव्या मिरच्या, मोहरी १० ग्रॅम, थोडासा खाण्याचा सोडा, आंबट दही पाऊण किलो, कढीपत्ता, काजू-तुकडे, सायट्रिक ॲसिड ५ ग्रॅम व रिफाईंड तेल ५० ग्रॅम.

कृती : तेलाच्या मोहरी, कढीपत्ता घातलेल्या फोडणीत डाळ, काजू-तुकडे व मिरचीचे तुकडे परतून घ्यावेत व रवा थोडासा भाजून घ्यावा. भाजलेल्या रव्यामध्ये तळलेले पदार्थ, सुंठ-पूड, मीठ एकत्र करावे व गार झाल्यानंतर दह्यामध्ये अर्धा तास भिजू घालावे. इडली-पात्रात जितक्या इडल्या तयार करता येतील, तेवढ्याच घोळात सायट्रिक ॲसिड व खाण्याचा सोडा घालीत जावे व लगेच इडली तयार करावयास घ्यावी.

टीप : इडली मिश्रणाच्या सर्व घोळात एकाच वेळी सायट्रिक ॲसिड व सोडा घालू नये.

३३. पावभाजी

साहित्य : बटाटे २५० ग्रॅम, कांदे २५० ग्रॅम, हिरवे मटार-दाणे २५० ग्रॅम किंवा कडधान्य वाटाणा १०० ग्रॅम, लाल टोमॅटो १०० ग्रॅम, आले-तुकडा, दोन-तीन हिरव्या मिरच्या, कोथिंबीर, लिंबू ४ नग, कढीपत्ता, मीठ, चिंच, गूळ, तूप ५० ग्रॅम, पावभाजीचा मसाला किंवा खाली दिलेले पदार्थ एकत्र करून केलेला ताजा मसाला व मोहरी, हिंग, हळद, लहान बन १५ नग, लोणी १०० ग्रॅम, पापड १० नग व आवडीनुसार लसूण.

मसाला साहित्य : जिरे १० ग्रॅम, लवंग १० ग्रॅम, मसाला वेलदोडे १० ग्रॅम, शहाजिरे १० ग्रॅम, हिंग खडा १० ग्रॅम, लाल मिरची १०० ग्रॅम, धने १०० ग्रॅम, मिरी १० ग्रॅम, बडीशेप १० ग्रॅम, दगडफूल १० ग्रॅम, तळण्यासाठी रिफाईंड तेल. हे सर्व पदार्थ तेलात तळून गार झाल्यानंतर कुटून घ्यावे.

कृती : बटाटे उकडून, बारीक तुकडे करून घ्यावे. कांदा बारीक चिरून, त्यातील १०० ग्रॅम भाजीमध्ये घालण्यासाठी व राहिलेला १५० ग्रॅम, तयार झालेली भाजी डिशमध्ये देताना वरून घालण्यासाठी राहू द्यावा. कडधान्य वाटाणा घेतला असल्यास शिजवून घ्यावा. बटाटे, मटार, कांदे तुपात परतून घ्यावे. मोहरी हिंग, कढीपत्ता घातलेल्या तुपाच्या फोडणीत परतलेले पदार्थ, तयार मसाला, मीठ, मिरची, आलेकूट, टोमॅटो व चिंचगुळाचे पाणी घालून भाजी तयार करावी. बन आडवा कापून, लोणी किंवा तूप लावून, सपाट तव्यावर भाजून घ्यावा. भाजी डिशमध्ये देताना त्यावर बारीक चिरलेला कांदा, कोथिंबीर व लोणी घालून द्यावे. सोबत लिंबाची फोड व पापड द्यावा.

३४. शेव

साहित्य : हिरा बेसन ५०० ग्रॅम, मोहनासाठी रिफाईंड तेल १५० ग्रॅम, मीठ २० ग्रॅम, मिरची-पूड १५ ग्रॅम व तळण्यासाठी तेल.

कृती : मोहनासाठी घेतलेल्या तेलात मीठ, मिरची व थोडेसे कोमट पाणी एकत्र करावे व नंतर बेसन एकत्र करून, घट्ट, मऊसूत गोळा तयार करून घ्यावा. कढईत तेल गरम करावयास ठेवून, तेलास ताव आल्यानंतर सोऱ्याला आतून तेलाचा हात फिरवून, सोऱ्या भरून शेव तळावयास घ्यावी. अर्धवट तळलेली शेव उलटी करावी व फार कडक होऊ न देता बाहेर काढीत जावे. सोऱ्या परत भरताना आत तेलाचा हात फिरवावा व जाळी धुऊन घ्यावी.

३५. मसाला शेव

साहित्य : शेव-साहित्य, लवंग-पूड ३ ग्रॅम व ओवा-पूड १० ग्रॅम.

कृती : लवंग व ओवा-पूड एकदम बारीक करावी व शेव कृतीप्रमाणे मीठ, मिरची एकत्र करताना मिश्रणात घालावी व शेव कृतीप्रमाणेच ही शेव तयार करावी.

बारीक मसाला शेव तयार करावयाची असल्यास पातळ कापडामध्ये ओवा-पूड व लवंग-पूड घेऊन पोटली बांधावी व वाटीभर गरम पाण्यात ही पोटली थोडा वेळ ठेवून, पाणी हाताने दाबून काढावे व चोथा बाहेर टाकावा व हे पाणी बेसन-पिठाचा घट्ट, मऊसूत गोळा करताना त्यात घालावे.

३६. भावनगरी (गाठी)

साहित्य : हिरा बेसन २५० ग्रॅम, मोहनासाठी रिफाईंड तेल १२५ ग्रॅम, मीठ १० ग्रॅम, ओवा ५ ग्रॅम, कपडे धुण्याचा सोडा २ ग्रॅम व तळण्यासाठी तेल.

कृती : शेव कृतीप्रमाणे.

टीप : वरील साहित्य घेऊन व सोऱ्यातील जाळी बदलून गाठी व पापडी तयार करता येईल. तसेच, पाटावर लाटून हातपापडी (फापडा) तयार करता येईल.

३७. खारी व तिखट बुंदी

साहित्य : बेसन २५० ग्रॅम, मीठ १० ग्रॅम, मिरची-पूड १५ ग्रॅम, मोहनासाठी तेल ५० ग्रॅम व तळण्यासाठी तेल.

कृती : बेसन, मीठ, मिरची, मोहनाचे तेल व पाणी एकत्र करून, भजे-घोळासारखा घोळ तयार करावा व बुंदीलाडू (गोड पदार्थ विभाग, कृती नं. ५७) कृतीतील बुंदीप्रमाणे, बुंदी तयार करावी.

टीप : वरील साहित्यात मिरची-पूड न घेता तयार केलेली खारी बुंदी मठ्ठा तयार करण्यासाठी उपयोगात आणता येईल.

३८. मसूर व मूग डाळ

साहित्य : मसूर व मूग डाळ २५० ग्रॅम, मीठ, काळे मीठ, पांढरी मिरी-पूड, जिरेपूड, सायट्रिक ॲसिड, काजू, खिसमिस व तळण्यासाठी रिफाईंड तेल.

कृती : मसूर व मूग डाळ तीन-चार तास पाण्यात भिजवून, बाहेर काढून, थोडा वेळ कापडावर वाळू द्यावी व नंतर कढईतील तेलास ताव आल्यानंतर मंद आचेवर तळून घ्यावी व सर्व पदार्थ एकत्र करावे.

या तळलेल्या मिश्रणात बारीक शेव, रंगीत खारी बुंदी व थोडासा सुक्या पोह्यांचा चिवडा एकत्र करून पंचभेळ फरसाण करता येईल.

३९. मूग डाळ

साहित्य : मोठी मूग डाळ, पांढरे मीठ, पांढरी मिरीपूड, सायट्रिक ॲसिड व तळण्यासाठी तूप.

कृती : मूगडाळ चार तास गार पाण्यात भिजवून थोडीशी वाळवून तुपात तळून घ्यावी व मीठ, मिरी, सायट्रिक ॲसिड एकत्र करावे. या मूगडाळीत इतर कोणतेही फरसाण एकत्र करू नये. इमृतीच्या जोडीला फरसाण म्हणून ही डाळ देता येईल.

४०. कडधान्य पंचभेळ

साहित्य : सुके कडधान्य : हिरवे वाटाणे, पांढरे वाटाणे, काबुली चणे, पांढरी चवळी, हिरवी चवळी, मीठ, पांढरी मिरी-पूड, काळे मीठ, जिरे-पूड, सायट्रिक ॲसिड, खाण्याचा सोडा व तळण्यासाठी तेल.

कृती : वरील कडधान्ये पाण्यात थोडासा खाण्याचा सोडा घालून आठ ते दहा तास वेगवेगळी भिजवावी. थंडीचे दिवस असल्यास कोमट पाणी घ्यावे. बाहेर काढून कापडावर वाळवावे. थोडेसे ओलसर असतानाच भरपूर तेलात मंद आचेवर तळून घ्यावे. तळताना कडधान्य उडत असल्यास कढईवर दुरडी (बांबू टोपली) अथवा सूप पालथे ठेवावे. तळल्यानंतर सर्व कडधान्ये व मसाले चवीनुसार एकत्र करावे.

वरीलपैकी कोणत्याही दोन कडधान्यांत आपल्या आवडीनुसार इतर फरसाण एकत्र करावे.

४१. हरभरा डाळ

साहित्य : हरभरा डाळ २५० ग्रॅम, शेंगदाणे १०० ग्रॅम, थोडीशी हळद, थोडासा खाण्याचा सोडा, मीठ, मिरची-पूड व तळण्यासाठी तेल.

कृती : गार पाण्यात थोडासा सोडा घालून डाळ बारा तास भिजवावी. बाहेर काढून थोडा वेळ वाळल्यानंतर तळून घ्यावी. शेंगदाणे तळावे व वरील सर्व पदार्थ एकत्र करावे. ही डाळ व शेव एकत्र करून द्यावे किंवा इतर फरसाणात ही डाळ एकत्र केली, तरी चालेल.

४२. कच्च्या पोह्यांचा चिवडा

साहित्य : जाडसर सुगंधी पोहे २५० ग्रॅम, शेंगदाणे १०० ग्रॅम, खोबऱ्याचे काप १०० ग्रॅम, फुटाणे डाळ्या ५० ग्रॅम, आख्खे धने २० ग्रॅम, पिठीसाखर २० ग्रॅम, हळद, हिंग, मीठ, मिरची-पूड, कढीपत्ता व तळण्यासाठी रिफाईंड तेल.

कृती : तेलात शेंगदाणे, खोबरे काप, डाळ्या, कढीपत्ता, धने तळून घ्यावे.

नंतर मंद आचेवर पोहे तळून घ्यावेत. पोहे तळून बाहेर काढल्यानंतर त्यावर लगेच थोडी थोडी हळद व पिठीसाखर घालत जावे व सर्व पोहे तळून झाल्यानंतर हिंग, मीठ, मिरची-पूड, शेंगदाणे, डाळ्या, कढीपत्ता एकत्र करावे.

४३. दगडी पोह्यांचा चिवडा

साहित्य : दगडी पोहे २५० ग्रॅम, शेंगदाणे १०० ग्रॅम, खोबऱ्याचे काप १०० ग्रॅम, काजू-पाकळी ५० ग्रॅम, मनुका ५० ग्रॅम, पिठीसाखर ३० ग्रॅम, मीठ, मिरची-पूड, हळद, हिंग, धने-पावडर व तळण्यासाठी रिफाईंड तेल.

कृती : कच्च्या पोह्यांचा चिवडा कृतीप्रमाणे.

४४. नाशिक पोह्यांचा चिवडा

साहित्य : बारीक लांबसर भाजके नाशिक पोहे २५० ग्रॅम, शेंगदाणे १०० ग्रॅम, दाळ्या १०० ग्रॅम, खोबरे-काप १०० ग्रॅम, वाळलेला कांदा २० ग्रॅम, पिठीसाखर २० ग्रॅम, मीठ, मिरची-पूड, हळद, हिंग, धने-पावडर, थोडासा काळा मसाला व तळण्यासाठी रिफाईंड तेल.

कृती : कच्च्या पोह्यांचा चिवडा कृतीप्रमाणे.

४५. भाजक्या पोह्यांचा चिवडा

साहित्य : भाजके पोहे २५० ग्रॅम, शेंगदाणे १०० ग्रॅम, खोबरे-काप ५० ग्रॅम, दाळ्या १०० ग्रॅम, पिठीसाखर, काळा मसाला, कढीपत्ता, मीठ, मिरची-पूड, हळद, हिंग, तळण्यासाठी व फोडणीसाठी रिफाईंड तेल २५० ग्रॅम.

कृती : शेंगदाणे, डाळ्या, कढीपत्ता, खोबरे-काप तेलात तळून घ्यावे व मिरची हिंग, हळद घातलेल्या तेलाच्या फोडणीत सर्व पदार्थ एकत्र करावे.

४६. नायलॉन पोह्यांचा चिवडा

साहित्य : नायलॉन पोहे २५० ग्रॅम, शेंगदाणे १०० ग्रॅम, खोबऱ्याचे पातळ काप १०० ग्रॅम, डाळ्या १०० ग्रॅम, काजू-पाकळी ५० ग्रॅम, खिसमिस ५० ग्रॅम, चार-पाच हिरव्या मिरच्यांचे तुकडे, मीठ, हळद, हिंग, मोहरी, कढीपत्ता, पिठीसाखर २० ग्रॅम व तळण्यासाठी रिफाईंड तेल.

कृती : पोहे थोडे भाजून घ्यावे. शेंगदाणे, खोबरे, डाळ्या, खिसमिस, काजू-पाकळी तेलात तळून घ्यावे. मिरची, हळद, हिंग, मोहरी, कढीपत्ता घालून तेलाची फोडणी करून, त्यात पोहे घालून हलवावे. नंतर मीठ, पिठीसाखर व तळलेले सर्व पदार्थ एकत्र करावेत.

४७. मका पोह्यांचा चिवडा

साहित्य : मका पोहे २५० ग्रॅम, शेंगदाणे १५० ग्रॅम, मीठ, मिरची, हळद, हिंग व तळण्यासाठी तेल.

कृती : कच्च्या पोह्यांचा चिवडा कृतीप्रमाणे.

४८. भडंग चिवडा

साहित्य : भडंग २५० ग्रॅम, शेंगदाणे १०० ग्रॅम, डाळ्या १०० ग्रॅम, खोबरे-काप ५० ग्रॅम, मिरची-पूड, हळद, हिंग, मोहरी, थोडासा काळा मसाला, पिठीसाखर, कढीपत्ता व रिफाईंड तेल.

कृती : शेंगदाणे थोडे भाजून घ्यावेत. तेलात शेंगदाणे, डाळ्या, खोबरे-काप तळून घ्यावे व त्याच तेलात मिरची, हळद, हिंग, मोहरी, कढीपत्ता घालून फोडणी करावी व त्यात भडंग व इतर सर्व साहित्य एकत्र करावे.

४९. मुरमुरे चिवडा

साहित्य : मुरमुरे २५० ग्रॅम, शेंगदाणे १५० ग्रॅम, मीठ, मिरची-पूड, हळद, हिंग, मोहरी, कढीपत्ता, पिठीसाखर व रिफाईंड तेल किंवा तूप.

कृती : भडंग चिवड्याच्या कृतीप्रमाणे.

५०. ज्वारीच्या लाह्यांचा चिवडा

साहित्य : ज्वारीच्या लाह्या, शेंगदाणे, मीठ, मिरची-पूड, हळद, हिंग, मोहरी, पिठीसाखर व रिफाईंड तेल.

कृती : ज्वारी दोन-तीनदा पाण्यात धुऊन, पाण्याबाहेर काढून, दहा-बारा तास कापडात बांधून ठेवावी. नंतर ही ज्वारी भट्टीवरून भाजून लाह्या करून आणावी. चाळून लाह्या न झालेले ज्वारीचे दाणे (गडंगणे) बाजूला काढावे व लाह्यांचा मुरमुरे चिवडा कृतीप्रमाणे, पण थोडे जास्त तेल घेऊन फोडणी देऊन चिवडा तयार करावा.

टीप : बाजूला काढलेल्या ज्वारी-दाण्यांचा उपयोग थालीपिठात होतो.

५१. ओले पोहे चिवडा

साहित्य : कच्चे जाडसर पोहे २५० ग्रॅम, शेंगदाणे ५० ग्रॅम, शेंगदाणे-कूट १०० ग्रॅम, डाळ्या ५० ग्रॅम, मीठ, दोन-तीन हिरव्या मिरच्यांचा कूट, किंवा वाळलेली हिरवी मिरची-पूड, हिंग, जिरे, मोहरी, हळद, मीठ, साखर २ टीस्पून, बटाटे, कांदे किंवा हिरवे मटार-दाणे यांपैकी कोणताही एक पदार्थ,

लिंबू, कोथिंबीर, कढीपत्ता, आले, खोबऱ्याचा कीस किंवा खोवलेल्या नारळाचा कीस, टोमॅटो-तुकडे, काकडी-तुकडे, गाठी, दही, बारीक शेव व रिफाईंड तेल.

कृती : पोहे अर्धा-तास भिजवावे. शेंगदाणे थोडे भाजून, तळून घ्यावे. बटाटे किंवा मटार असल्यास वाफवून घ्यावे. कांदे असल्यास बारीक चिरावे. मोहरी, जिरे, मिरची, हिंग, हळद, मीठ, कढीपत्ता घातलेल्या तेलाच्या फोडणीत कांदे किंवा बटाटे किंवा मटारदाणे परतून घ्यावे नंतर या फोडणीत पोहे, शेंगदाणे, शेंगदाणे-कूट, मीठ, साखर घालून हलवून घ्यावे व मंद आचेवर पाच-दहा मिनिटे वाफ येऊ द्यावी. डिशमध्ये देताना कोथिंबीर, खोबरे घालावे व सोबत लिंबू द्यावे. आपल्या आवडीनुसार डिशमध्ये या पोह्यांवर टोमॅटो-तुकडे, काकडी-तुकडे, शेव, गाठी, दही हे सर्व पदार्थ किंवा त्यातील आवडणारे पदार्थ घातले, तरी चालेल.

५२. ओले मुरमुरे चिवडा

साहित्य : मुरमुरे २५० ग्रॅम, बटाटे १५० ग्रॅम व कांदा व मटारदाणे सोडून इतर साहित्य ओला पोहे चिवड्याचे.

कृती : मुरमुरे अर्धा तास भिजवावे. बटाटे उकडून बारीक तुकडे करावे व ओल्या पोह्यांचा चिवडा कृतीप्रमाणेच हा चिवडा करावा.

५३. रवा उप्पीट

साहित्य : जाड रवा १५० ग्रॅम, कांदा १ नग, टोमॅटो १ नग, हिरवे मटार-दाणे ५० ग्रॅम, शेंगदाणे पाकळी २० ग्रॅम, उडीद-डाळ १० ग्रॅम, तीन-चार हिरव्या मिरच्यांचे तुकडे, मीठ, मोहरी, हिंग, कढीपत्ता, लिंबू व आवडीनुसार काजू-तुकडे, खिसमिस, बारीक शेव, थोडीशी साखर, सुक्या खोबऱ्याचा कीस व तूप ५० ग्रॅम.

कृती : रवा तुपामध्ये भाजून घ्यावा. वाटाणे वाफवून घ्यावे. कांद्याचे व टोमॅटोचे बारीक तुकडे करावे. मोहरी, हिंग घातलेल्या तुपाच्या फोडणीत मिरचीचे तुकडे, उडीद-डाळ, शेंगदाणे-पाकळी, वाटाणे, काजू, खिसमिस परतून, त्यात रवा घालावा व हलवून दोन वाट्यांच्या आसपास उकळते पाणी घालावे. साखर व मीठ एकत्र घालून, मंद आचेवर पाच-दहा मिनिटे ठेवून वाफ येऊ द्यावी. डिशमध्ये देताना वरून खोबरे, कोथिंबीर, टोमॅटो-तुकडे व बारीक शेव घालावी. सोबत लिंबू द्यावे.

५४. भेळपुरी

साहित्य : मुरमुरे २५० ग्रॅम, फरसाण २०० ग्रॅम, पाणीपुरीच्या न फुगलेल्या पुऱ्या, उकडलेल्या बटाट्याचे तुकडे, फोडणी दिलेली मोडाची मठ भाजी १०० ग्रॅम, हिरवी मिरची, कोथिंबीर व पुदिना हे तिन्ही एकत्र करून बारीक वाटलेली चटणी, चिंच व गुळाची पातळ चटणी, कांदे, टोमॅटो, मीठ, कोथिंबीर व बारीक शेव.

कृती : पुरी व बारीक शेव सोडून सर्व पदार्थ पातेल्यात एकत्र करावे व ही भेळ डिशमध्ये देताना वरून बारीक शेव घालावी व दोन-तीन पुऱ्या वर ठेवाव्यात.

५५. सरदवाडी भेळ (सुकी)

साहित्य : मुरमुरे, फरसाण, तळलेला मक्याचा चिवडा, मीठ, मिरची-पूड, कांदा व कोथिंबीर.

कृती : मुरमुरे, फरसाण, मक्याचा चिवडा एकत्र करावे. कांद्याचे गोल काप करावे. डिशमध्ये भेळ देताना वर कांद्याचे काप ठेवावे. आवडीनुसार मीठ, मिरची, कोथिंबीर वरून द्यावी.

५६. दही मिसळ

साहित्य : मोड फुटलेल्या मठाची उसळ, शेव, गाठी, चिवडा, फरसाण, दही, कांदे, टोमॅटो व कोथिंबीर.

कृती : तेलाचा तवंग (तर्री) आलेल्या मठ-उसळीवर फरसाण घालून, वर कांदे, टोमॅटो तुकडे, कोथिंबीर घालून नंतर दही घालावे.

५७. रगडा

साहित्य : पांढरे वाटाणे १०० ग्रॅम, कांदा १०० ग्रॅम, बटाटे १५० ग्रॅम, टोमॅटो १०० ग्रॅम, मीठ १ टीस्पून, पाच-सहा हिरव्या मिरच्यांचे तुकडे, काळा मसाला, हिंग, तेल भाजीचा १ चमचा, चिमूटभर खाण्याचा सोडा व आल्याचा लहान तुकडा.

कृती : पाण्यात खाण्याचा सोडा घालून, वाटाणे बारा तास भिजवावे. नंतर कुकरमध्ये शिजवून घ्यावे. हिंग घालून तेलाची फोडणी करून, त्यात बटाट्याचे तुकडे, कांदे व हिरवी मिरची परतून घेऊन, त्यातच वाटाणे, काळा मसाला, आले-कूट, टोमॅटो-तुकडे, मीठ एकत्र करावे. मंद आचेवर ठेवावे व जरुरीप्रमाणे पाणी वाढवावे.

५८. पॅटीस

साहित्य : बटाटे २५० ग्रॅम, चार-पाच हिरव्या मिरच्यांचे कूट, मीठ १ टीस्पून, आले-तुकडा, साखर १ टीस्पून, तेल भाजीचे २ चमचे व लिंबू.

कृती : बटाटे उकडून बारीक मऊसूत लगदा करावा. सर्व पदार्थ एकत्र करून, त्यात लिंबू पिळावे. मिश्रणाचा घट्ट गोळा करावा. लहान गोळे करून हातावर गोल चपटा आकार द्यावा किंवा साच्यात मिश्रण भरून साच्याचा आकार द्यावा. दोन्ही बाजूंना थोडासा रवा किंवा तांदळाची पिठी लावून तव्यावर प्रथम थोडे तेल घालून दोन्ही बाजू तळून घ्याव्या. डिशमध्ये रगडा व पॅटीस एकत्र करून खाण्यास द्यावे.

५९. छोले : प्रकार १

साहित्य : काबुली चणे २५० ग्रॅम, बटाटे १५० ग्रॅम, लाल टोमॅटो १०० ग्रॅम, कांदा १०० ग्रॅम, आल्याचा लहान तुकडा, मीठ, मोहरी १ टीस्पून, हिंग, थोडीशी हळद, चिंच, गूळ, कढीपत्ता, कोथिंबीर चार-पाच हिरव्या मिरच्या, तेल दीड भाजीचा चमचा, चिमूटभर खाण्याचा सोडा व छोले तयार मसाला किंवा मसाला घरीच करावयाचा असल्यास खाली दिलेले साहित्य घ्यावे.

मसाला साहित्य : मसाला वेलदोडे २, लवंगा ४, तमालपत्र दोन तुकडे, थोडासा खडा हिंग, दालचिनीचे दोन तुकडे, जिरे अर्धा टीस्पून, धने १ टीस्पून, तीन-चार काळी मिरी व थोडेसे शहाजिरे.

कृती : हे सर्व पदार्थ तळून कुटून घ्यावे.

छोले कृती : चणे, थोडा खाण्याचा सोडा घालून बारा तास भिजवावे. पाणी काढून कुकरमध्ये मऊसूत शिजवावे. चणे शिजविण्यासाठी घेतलेले पाणी एका भांड्यात काढून घ्यावे. मोहरी, हिंग, हळद, कढीपत्ता घालून, तेलाची फोडणी करून, त्यात कांदा, बटाटे, आले, मिरची-तुकडे परतून घ्यावे. १/४ चणे मिक्सरमधून बारीक करावे. हे बारीक केलेले व ३/४ भाग चणे, टोमॅटो, चणे शिजवून बाजूला काढलेले पाणी व राहिलेले सर्व साहित्य फोडणीत एकत्र करावे व हलवून मंद आचेवर शिजवावे. डिशमध्ये देताना वरून कांद्याचे तुकडे, टोमॅटोचे तुकडे, कोथिंबीर घालावी.

६०. छोले : प्रकार २

साहित्य : काबुली चणे २५० ग्रॅम, मीठ, चिमूटभर हिंग, कढीपत्ता, तेल १ भाजीचा चमचा, सामोसे (प्र. २) मधील मसाला साहित्य.

कृती : छोले कृतीप्रमाणे चणे भिजवावे व शिजवून घ्यावे. नंतर त्यातील १/४ चणे मिक्सरमधून बारीक करावे. तेलाच्या फोडणीत हिंग व कढीपत्ता घालून शिजविण्यासाठी घेतलेले पाणी व राहिलेले साहित्य एकत्र करावे व हलवून मंद आचेवर शिजवावे.

६१. भटोरे

साहित्य : मैदा ५०० ग्रॅम, मोहनासाठी तूप ७० ग्रॅम, दही ५० ग्रॅम, मीठ व तळण्यासाठी तूप.

कृती : मैदा व मोहनाचे तूप एकत्र करून, तूप पिठास चोळून घ्यावे. त्यात मीठ, दही व थोडे पाणी घालून पिठाचा घट्ट गोळा तयार करावा व लाटून आपल्या आवडीनुसार निखाऱ्यावर भाजावा किंवा तव्यावर पोळीप्रमाणे तळून घ्यावा किंवा लहान पुरी लाटून कढईतील ताव आलेल्या तुपात तळून घ्यावी. या भटोऱ्यासोबत छोले भाजी खाण्यास द्यावी.

६२. मेथी भजी (गोल भजी)

साहित्य : हिरा बेसन २५० ग्रॅम, मीठ, ओबडधोबड कुटलेली मिरी १ टीस्पून, मोहनासाठी तेल १ भाजीचा चमचा, वाटीभर चिरलेली मेथी भाजी, चिमूटभर खाण्याचा सोडा व तळण्यासाठी तेल.

कृती : वरील सर्व पदार्थ एकत्र करून, त्यात पाणी घालून घोळ तयार करावा व कढईतील ताव आलेल्या तेलात गोल भजी तळून घ्यावी.

जिलेबी नाष्ट्यासोबत ही भजी खाण्यास देतात किंवा श्रीखंड-पुरी, आंबरस-पुरी या जेवणाबरोबर फरसाण म्हणून ही भजी देता येतील.

आवडीनुसार या भज्यांमध्ये मेथीची भाजी घातली नाही, तरी चालेल.

६३. कांदा भजी

साहित्य : हिरा बेसन २५० ग्रॅम किंवा मैदा चाळणीने चाळलेले हरभरा बेसन २५० ग्रॅम, कांदे, मीठ, मिरची-पूड, हिंग, जिरे, आख्खे धने व मोहनासाठी तेल १ भाजीचा चमचा, चिमूटभर खाण्याचा सोडा व तळण्यासाठी तेल व आल्याचा लहान तुकडा.

कृती : कांद्याचे बारीक तुकडे करून बाजूला ठेवावे. हिरवी मिरची घेतली असल्यास आले व मिरची बारीक कुटून घ्यावी. कांदे वगळता इतर सर्व पदार्थ एकत्र करून, पाणी घालून घोळ तयार करावा. कढईतील तेलास ताव आल्यानंतर एका वेळेला तळता येतील, एवढेच कांदे बेसन घोळात घालून गोल आकाराची

भजी तळून घ्यावी.

कांद्याऐवजी केळी, काकडी, बटाटे-काप, लांब मिरची, दोडके, अळूपान, पालक, मेथी हे पदार्थ घालून या प्रकारची भजी तयार करता येतील.

६४. कांदा कडक भजी

साहित्य : हिरा बेसन, कांदे, मीठ, मिरची-पूड, हिंग, जिरे, आख्खे धने, चिमूटभर खाण्याचा सोडा, मोहनासाठी तेल व तळण्यासाठी तेल.

कृती : कांद्याचे लांब तुकडे करावे, कांद्याचे तुकडे, मीठ, मिरची-पूड, हिंग, जिरे, धने, खाण्याचा सोडा, मोहनासाठी घेतलेले तेल एकत्र करून या मिश्रणात सामावेल, एवढेच बेसन घालून भजी तळून घ्यावी.

६५. मूग डाळ भजी

साहित्य : मूग डाळ २५० ग्रॅम, मीठ, मिरची-पूड, थोडीशी हळद, हिंग, आख्खे धने १ टीस्पून, मोहनासाठी तेल १ भाजीचा चमचा, थोडासा खाण्याचा सोडा व तळण्यासाठी तेल.

कृती : मूग डाळ चार तास गार पाण्यात भिजवून मिक्सरमधून बारीक करावी व सर्व पदार्थ एकत्र करून कढईतील तेलास ताव आल्यानंतर गोल भजी तळून घ्यावी.

६६. गोड भजी (गुलगुले)

साहित्य : गव्हाचे पीठ २५० ग्रॅम, गूळ २०० ग्रॅम, मोहनासाठी तूप १ भाजीचा चमचा व तळण्यासाठी तूप.

कृती : गूळ पाण्यात विरघळवून हे मिश्रण गाळून घ्यावे व त्यात गव्हाचे पीठ, मोहनाचे तूप एकत्र करावे. भजे-घोळासारखा घोळ तयार करून मागील कृतीप्रमाणे तुपात तळून घ्यावे.

६७. बाजरीच्या पिठाचे वडे (कोंडुळे)

साहित्य : बाजरी पीठ २०० ग्रॅम, गव्हाचे पीठ ५० ग्रॅम, हावरी २ टीस्पून, मीठ १ टीस्पून, मिरची-पूड १ टीस्पून, जिरे पूड अर्धा टीस्पून, हिंग, हळद, मोहनासाठी तेल १ भाजीचा चमचा, दही अर्धी वाटी व तळण्यासाठी तेल.

कृती : वरील सर्व पदार्थ व पाणी एकत्र करून, पिठाचा मळून घट्ट गोळा तयार करावा. या गोळ्यातून लहानलहान गोळे तयार करून, प्लॅस्टिक कागदावर पाण्याचा हात लावून गोल गोळे थापावे व ताव आलेल्या तेलात तळून घ्यावे.

६८. भाजणीच्या पिठाचे वडे (कोंडुळे)

साहित्य : हुरडा किंवा ज्वारी ३०० ग्रॅम, हरभरा डाळ १०० ग्रॅम, तांदूळ ५० ग्रॅम, गहू ५० ग्रॅम, मोहनासाठी तेल ७५ ग्रॅम, मीठ २० ग्रॅम, मिरची-पूड १ टीस्पून, थोडीशी हळद, हिंग, धनेपूड, जिरे, थोडीशी साखर किंवा गूळ, कोथिंबीर व तळण्यासाठी तेल.

कृती : वाळलेला हुरडा, डाळ, तांदूळ, गहू भाजून घ्यावे व एकत्र करून दळून आणावे. या पिठात पाणी व इतर सर्व पदार्थ एकत्र करून, चांगले मळून, पिठाचा घट्ट गोळा तयार करावा व लहानलहान गोळ्या करून, जाडसर चपातीसारख्या लाटून, चाकूने त्रिकोणी-चौकोनी किंवा वाटीने गोल आकाराचे तुकडे करावे व कढईतील ताव आलेल्या तेलात तळून घ्यावे.

६९. थालीपीठ

साहित्य : भाजणी वड्याचे साहित्य व आवडीनुसार कांदा व खोबऱ्याचा कीस.

कृती : खोबऱ्याचा कीस व कोथिंबीर सोडून, इतर सर्व साहित्य (आवडीनुसार कांदा) एकत्र करावे. पिठाचा मळून घट्ट गोळा करावा. या गोळ्यातून लहान गोळे तयार करावे. तव्यास तेल लावून, त्यावर लहान गोळा ठेवून, थापून थालीपीठ लावावे. थालीपीठाला बोटांनीच पाच छिद्रे पाडावीत. थालीपीठाच्या कडेतून, तसेच या छिद्रांतून थोडेसे तेल सोडावे व लगेच खोबऱ्याचा कीस व कोथिंबीर वरून पसरावी व झाकण ठेवून मंद आचेवर थालीपीठ तयार होऊ द्यावे.

७०. खारी पुरी

साहित्य : रवा १२५ ग्रॅम, मैदा १२५ ग्रॅम, मीठ १० ग्रॅम, जाडसर कुटलेली काळी मिरी १ टीस्पून, जिरे १ टीस्पून, मोहनासाठी तूप ४० ग्रॅम व तळण्यासाठी तूप.

कृती : मोहनासाठी घेतलेले तूप मैद्यास चोळून घ्यावे व मीठ, जिरे, मिरी व थोडे कोमट पाणी घालून पिठाचा घट्ट गोळा करून, कुटून मऊसूत करावा. हा गोळा दोन तास तसाच राहू द्यावा. या गोळ्यातून लहानलहान पुऱ्या लाटून, त्यावर चाकूने टोचे मारावे. म्हणजे पुऱ्या फुगणार नाहीत. पुऱ्या थोड्या वाळल्यानंतर ताव आलेल्या तुपात मंद आचेवर तळून घ्याव्यात.

७१. तिखट पुरी

साहित्य : मैदा २०० ग्रॅम, रवा ५० ग्रॅम, मीठ १० ग्रॅम, मिरची-पूड ५ ग्रॅम, ओवा-पूड ५ ग्रॅम, हळद, हिंग, मोहनासाठी तूप ४० ग्रॅम व तळण्यासाठी तूप.

कृती : खारी पुरी कृतीप्रमाणे.

७२. मेथी मुठिया

साहित्य : मैदा २०० ग्रॅम, बेसन १०० ग्रॅम, मेथी भाजी १ वाटी, मीठ, मिरची-पूड १ टीस्पून, थोडीशी हळद, चिमूटभर हिंग, जिरे-पूड अर्धा टीस्पून, धने अर्धा टीस्पून, साखर १ टीस्पून, चिमूटभर खाण्याचा सोडा, मोहनासाठी तेल १ भाजीचा चमचा व तळण्यासाठी तेल.

कृती : सर्व पदार्थ एकत्र करून, त्यात थोडे पाणी घालून मिश्रणाचा गोळा तयार करावा. लहानलहान गोळ्या तयार करून पाटावर हाताने जाडसर सुरळ्या कराव्यात. या सुरळीचे चाकूने दोन इंचांचे तुकडे करावे व तेलात मंद आचेवर तळून घ्यावेत.

७३. कडबोळी

साहित्य : बाजरी ४० ग्रॅम, हरभरा-डाळ ४० ग्रॅम, तांदूळ २५ ग्रॅम, गहू २० ग्रॅम, मीठ, मिरची-पूड अर्धा टीस्पून, काळा मसाला अर्धा टीस्पून, थोडीशी हळद, चिमूटभर हिंग, आख्खे धने १ टीस्पून, जिरे अर्धा टीस्पून, ओवा अर्धा टीस्पून, हावरी १ टीस्पून, बडीशेप १ टीस्पून, थोडासा खाण्याचा सोडा, साखर १ टीस्पून, मोहनासाठी तेल २५ ग्रॅम व तळण्यासाठी तेल.

कृती : बाजरी, गहू, हरभरा-डाळ, तांदूळ, धने, जिरे, थोडे भाजून त्याचे बारीक पीठ करावे. या पिठात राहिलेले सर्व पदार्थ व थोडेसे गरम पाणी घालून, पिठाचा मळून गोळा तयार करावा. नंतर सुरळ्या तयार करून, दोन दोन इंचांचे तुकडे करावे व ताव आलेल्या तेलात मंद आचेवर तळावे.

टीप : कोणतेही धान्य, हुरडा, कडधान्य, डाळी एकत्र करून वरील कृतीप्रमाणे कडबोळी तयार करता येतील.

७४. गोडी शेव

साहित्य : हिरा बेसन १०० ग्रॅम, मोहनासाठी तेल १५ ग्रॅम, गूळ ७० ग्रॅम, चिमूटभर लाल फूड-कलर व तळण्यासाठी तेल.

कृती : बेसन, मोहनाचे तेल व थोडेसे कोमट पाणी एकत्र करून पिठाचा मळून गोळा करावा. शेव सोऱ्यातील भावनगरीची जाळी लावून जाड शेव काढावी किंवा पाटावर हाताने जाडसर सुरळ्या करून तेलात तळून घ्याव्या. एक टीस्पून पाण्यात कलर व गूळ घालून पाक तयार करावा व तळून तुकडे केलेल्या शेवेवर हा पाक घालून पातेले हलवून घ्यावे.

७५. मेथी पोळी (पोतई)

साहित्य : गव्हाचे पीठ २५० ग्रॅम किंवा गव्हाचे पीठ २०० ग्रॅम व बेसन ५० ग्रॅम, मीठ १० ग्रॅम, चार-पाच हिरव्या मिरच्यांचे कूट, दही ५० ग्रॅम, थोडीशी हळद, जिरे-कूट १ टीस्पून, मोहनासाठी रिफाईंड तेल ४० ग्रॅम, थोडासा हिंग, साखर १० ग्रॅम, मेथीची भाजी १ जुडी व तळण्यासाठी तेल.

कृती : मेथीची भाजी बारीक चिरून घ्यावी. गव्हाच्या पिठास मोहन चोळून घ्यावे व सर्व पदार्थ व पाणी एकत्र करून मळून पिठाचा घट्ट गोळा करावा व पोळ्या लाटून तव्यावर तेलात तळून घ्याव्या.

७६. पालक पोळी

साहित्य : मेथीच्या भाजीऐवजी पालक भाजी व इतर सर्व साहित्य मेथी पोळीचे.

कृती : मेथीच्या पोळीच्या कृतीप्रमाणे.

७७. मठ डाळ पोळी (कोरमा पुडी)

साहित्य : मठाची डाळ किंवा चुरा १०० ग्रॅम, बेसन १०० ग्रॅम, ज्वारी पीठ १०० ग्रॅम, गहू पीठ ५० ग्रॅम, साखर १० ग्रॅम, मीठ २ टीस्पून, मिरची-पूड अर्धा टीस्पून, हळद, हिंग, जिरे, मोहनासाठी तेल ५० ग्रॅम व तळण्यासाठी तेल.

कृती : मठाची डाळ एक तास गार पाण्यात भिजवून मिक्सरमधून जाडसर बारीक करून घ्यावी. ही डाळ व इतर सर्व साहित्य एकत्र करून, मिश्रणाचा घट्ट गोळा मळून तयार करावा व मेथीच्या पोळीच्या कृतीप्रमाणे ही पोळी तळून घ्यावी.

टीप : मठ डाळ न घेता बाकी वरील साहित्य घेऊनही वरील कृतीप्रमाणेच कोरमा पुडी करता येते.

७८. ओवा पोळी

साहित्य : गव्हाचे पीठ २५० ग्रॅम, दही ५० ग्रॅम, ओवा १० ग्रॅम, मीठ १० ग्रॅम, मिरची-पूड १ टीस्पून, थोडीशी हळद, हिंग, साखर १० ग्रॅम, मोहनासाठी तूप ४० ग्रॅम व तळण्यासाठी तूप.

कृती : गव्हाच्या पिठास मोहनाचे तूप चोळून घ्यावे व थोडे पाणी व इतर सर्व पदार्थ एकत्र करून, मळून पिठाचा घट्ट गोळा तयार करावा व चांगला कुटून एक तास तसाच राहू द्यावा. नंतर पोळ्या लाटून तुपात तळून घ्याव्या. तळताना दोन्ही बाजूंना लाकडी ठशाने किंवा कापडाने थोडासा दाब देत जावे.

७९. खाकरा

साहित्य : गव्हाचे पीठ २५० ग्रॅम, मोहनासाठी तूप २५ ग्रॅम, मीठ ५ ग्रॅम व साखर १० ग्रॅम.

कृती : गव्हाच्या पिठास मोहनाचे तूप चोळून घ्यावे व मीठ, साखर व थोडे पाणी एकत्र करून, मळून व कुटून पिठाचा मऊसूत, घट्ट गोळा तयार करावा. पिठाच्या लहानलहान गोळ्या करून चपातीपेक्षाही एकदम पातळ चपात्या लाटाव्या व सर्व चपात्या तव्यावर भाजून घेऊन त्यांना एका बाजूने तूप लावून ठेवावे व परत एकेक चपाती तव्यावर घेऊन, दोन्ही बाजूंनी कापडाने दाबून कडक करून घ्यावी. डागू देऊ नये. हे खाकरे खाण्यास देताना त्यावर तूप लावावे व सोबत कोरडी चटणी द्यावी.

८०. मसाला खाकरे

साहित्य : गव्हाचे पीठ २५० ग्रॅम, मोहनासाठी तूप २५ ग्रॅम, मीठ १० ग्रॅम, साखर १० ग्रॅम, मिरची-पूड अर्धा टीस्पून, हळद अर्धा टीस्पून व वस्त्रगाळ केलेला ओवा १० ग्रॅम.

कृती : खाकरा कृतीप्रमाणे.

८१. व्हेजिटेबल स्नॅक्स : प्रकार १

साहित्य : टोस्टरमध्ये बसणाऱ्या साईजचे दोन ब्रेड, बटाटे २५० ग्रॅम, कांदे १५० ग्रॅम, हिरवा मटार २५० ग्रॅम, गवार किंवा श्रावण घेवडा शेंगा १५० ग्रॅम, चार-पाच हिरव्या मिरच्यांचे तुकडे, कढीपत्ता, आल्याचा तुकडा, काळा मसाला,मीठ, हळद, हिंग, मोहरी, जिरे, साखर, भाजीसाठी तेल व तूप.

कृती : बटाटे उकडून बारीक लगदा करावा. वाटाणे व शेंगा वाफवून घ्याव्या. कांदा बारीक चिरावा. हिंग, मोहरी, जिरे, कढीपत्ता घातलेल्या तेलाच्या

फोडणीत मिरचीचे तुकडे, आले-कूट, कांद्याचे तुकडे परतून घ्यावे व त्यात सर्व पदार्थ एकत्र करून भाजी तयार करावी. दोन ब्रेड स्लाईसमध्ये भाजी भरून, टोस्टर व पाव स्लाईसला तुपाचा हात फिरवून, स्नॅक टोस्टरमध्ये ठेवून, मंद आचेवर दोन्ही बाजूंनी भाजून घ्यावा. खाण्यास देताना सोबत टोमॅटो सॉस द्यावा.

८२. व्हेजिटेबल सँडविच

साहित्य : ब्रेड, लोणी, काकडी, टोमॅटो, बीट, गाजर, कोथिंबीर चटणी, कांदा-चटणी व टोमॅटो सॉस.

कृती : काकडी, टोमॅटो, बीट, गाजर, यांच्या पातळ, गोल स्लाईस करून घ्याव्यात. लोणी चमच्याने ब्रेड स्लाईसला लोणी, कोथिंबीर चटणी व कांदा चटणी लावून घ्यावी व दोन स्लाईसमध्ये काकडी, टोमॅटो, बीट, गाजर-काप ठेवावे व सँडविच त्रिकोणी कापून घ्यावे. डिशमध्ये सँडविचसोबत टोमॅटो सॉस द्यावा.

कांदा चटणी : कांदे, लाल मिरच्यांची पूड, मीठ, हिंग, जिरे.

कोथिंबीर चटणी : तीन-चार हिरव्या मिरच्या, खोबरे किंवा शेंगदाणे-कूट, हिंग, आले-तुकडा, लिंबू, मीठ, साखर.

या दोन्ही चटण्या मिक्सरमधून वेगवेगळ्या बारीक करून घ्याव्या. लोणी घरचे असल्यास त्यात थोडे मीठ व पिवळा फूड-कलर एकत्र करावा.

टीप : स्लाईस तळून त्यात सँडविचचे साहित्य ठेवावे किंवा टोस्टरला तुपाचा हात फिरवून सँडविच त्यात ठेवून मंद आचेवर दोन्ही बाजून भाजून घेतल्यास वेगळी चव चाखावयास मिळेल.

८३. कच्छी दाबेली

साहित्य : बटाटे पाव किलो, कांदे २ नग, लसूण तीन चार पाकळ्या, टोमॅटो २ नग, गवार किंवा हिरवे मटार-दाणे १ वाटी, आले लहान तुकडा, मीठ, मिरची-पूड अर्धा टीस्पून, हळद, हिंग, पावभाजी मसाला १ टीस्पून, साखर १ टीस्पून, शेंगदाणे -पाकळी, डाळिंब-दाणे, कोथिंबीर चटणी, टोमॅटो सॉस, लोणी किंवा अमूल बटर, तेल भाजीचा दीड चमचा व पावभाजी बन.

कृती : बटाटे उकडून बारीक लगदा करावा. गवार किंवा मटार वाफवून घ्यावे. शेंगदाणे-पाकळी थोड्याशा तेलात परतून, त्यात मीठ, मिरची एकत्र करावी. कांदा, टोमॅटो तुकडे, लसूण व आले मिक्सरमधून बारीक करून घ्यावे. तेलात बारीक केलेले पदार्थ परतून घ्यावे व या मिश्रणात राहिलेले सर्व पदार्थ (शेंगदाणे-पाकळी व डाळिंब-दाणे सोडून) एकत्र करून, भाजी तयार करावी. बन मधोमध कापून दोन भाग करावे. बनच्या एका भागाला कोथिंबीर चटणी व दुसऱ्या भागाला

टोमॅटो सॉस लावावा. या दोन भागांमध्ये भाजी भरून, भाजीवर थोडीशी शेंगदाणे-पाकळी व दहा-बारा डाळिंब-दाणे पसरावेत. बनपावच्या दोन्ही बाजूंना लोण्याचा हात फिरवून, नॉनस्टिक पॅनवर दोन्ही बाजू भाजून घ्याव्या. झाकण ठेवून भाजले असता दाबेली खुसखुशीत होते. ही दाबेली गरम असतानाच खाण्यास द्यावी.

८४. व्हेजिटेबल कटलेट

साहित्य : बटाटे २५० ग्रॅम, मटार-दाणे ५० ग्रॅम, श्रावण घेवडा किंवा गवार शेंगा ५० ग्रॅम, गाजराचा कीस ३० ग्रॅम, तीन चार हिरव्या मिरच्यांचा कूट, मीठ, साखर, काळा मसाला, आरारुट पावडर (कॉर्नफ्लोअर) १० ग्रॅम, पिठीकरता रवा किंवा तांदुळाचे पीठ व तळण्यासाठी तेल.

कृती : बटाटे उकडून मऊसूत लगदा करावा व त्यात आरारुट किंवा रवा एकत्र करावा. श्रावण घेवडा किंवा गवार शेंगा व मटार-दाणे वाफवून घ्यावे, त्यात मसाले घालून भाजी तयार करावी. बटाटे तुकड्यांत मीठ, कुटलेली हिरवी मिरची घालून लगद्याचे लहानलहान गोळे तयार करावे व त्यात तयार केलेली भाजी भरून, तोंड बंद करून, चपट्या किंवा बदामी आकाराच्या साच्यात कटलेटला आकार द्यावा. रवा अथवा तांदूळ-पिठी कटलेटच्या दोन्ही बाजूंना लावून तव्यावर मंद आचेवर दोन्ही बाजू तेल सोडून तळून घ्यावे.

८५. ब्रेड स्लाईस कटलेट

साहित्य : बटाटे २५० ग्रॅम, चार-पाच ब्रेड स्लाईस, आले-तुकडा, चार-पाच हिरव्या मिरच्या, चिरलेली कोथिंबीर १ वाटी, धने १ टीस्पून, जिरे पावडर अर्धा टीस्पून, मीठ १ टीस्पून, साखर १ टीस्पून, एका लिंबाचा रस व तळण्यासाठी तेल.

कृती : बटाटे उकडून मऊसूत लगदा करावा. मिरची, आले, कोथिंबीर मिक्सरमधून बारीक करावी. पावाचे स्लाईस पाण्यात भिजवून लगदा करावा व सर्व पदार्थ एकत्र करून मिश्रणात लिंबू पिळावे व मिश्रण एकजीव करून घ्यावे. बटाटे चिकट असल्यास थोडे कॉर्नफ्लोअर एकत्र करावे. गोल चपट्या गोळ्या तयार कराव्या किंवा साच्यात आकार द्यावा व दोन्ही बाजूंना रव्याची पिठी लावून तव्यावर दोन्ही बाजू तेल सोडून तळून घ्याव्या.

८६. पिझ्झा

साहित्य : बेकरीत मिळणारी तयार पिझ्झा रोटी, फरसबी १०० ग्रॅम, गवार शेंगा १०० ग्रॅम, वांगी १०० ग्रॅम, ढोबळी मिरची १०० ग्रॅम, एक कांदा, चीझ १०० ग्रॅम, काळा मसाला १ टीस्पून, मीठ, साखर १ टीस्पून, टोमॅटो सॉस, तूप दीड भाजीचा चमचा व चीझ.

कृती : फरसबी, गवार, शेंगा, वांगी धुऊन, तुकडे करून, वाफवून घ्यावी. तुपाच्या फोडणीत वाफवलेल्या भाज्या व कांदा-तुकडे परतून घ्यावे व त्यात काळा मसाला, मीठ, साखर एकत्र करावी. पिझ्झा रोटीला सॉस लावून त्यावर तयार केलेली भाजी पसरावी. नंतर त्यावर कच्च्या ढोबळी मिरचीचे तुकडे घालून नंतर वर किसलेले चीझ पसरून पिझ्झा ओव्हनमध्ये किंवा झाकण असलेल्या पॅनमध्ये बेक करून घ्यावा.

८७. फापडा भाजी

साहित्य : फापड्यासाठी मैदा १५० ग्रॅम, रवा १०० ग्रॅम, मोहनासाठी तूप ४० ग्रॅम, मीठ १० ग्रॅम, हावरी २ टीस्पून, जिरा अर्धा टीस्पून, ओवा अर्धा टीस्पून व तळण्यासाठी तेल.

भाजीसाठी साहित्य : पातळ बटाटा भाजीचे साहित्य, मटार दाणे अर्धी वाटी व एक लाल टोमॅटो व डिशमध्ये फापडा देताना वरून घालण्यासाठी चिंच-चटणी, कांद्याचे तुकडे व कोथिंबीर.

कृती : पांढरे खाजे कृतीप्रमाणे चपाती आकाराचे जाडसर फापडे बदामी रंगावर तळून घ्यावे. बटाट्याच्या पातळ भाजीच्या कृतीप्रमाणे थोडीशी घट्ट भाजी तयार करावी. फापड्यावर भाजी पसरावी व त्यावर चिंच-चटणी, कांद्याचे तुकडे, कोथिंबीर घालावी. सोबत वाफवून तेलाची फोडणी दिलेली व मीठ लावलेली आख्खी हिरवी मिरची द्यावी.

८८. चणाजोर

साहित्य : सुका हरभरा ५० ग्रॅम, मीठ, तेल १ टीस्पून, मिरची-पूड, जिरेपूड, लिंबू व चिमूटभर सोडा.

कृती : गार पाण्यात सोडा घालून हरभरा आठ तास भिजवावा. पाण्याबाहेर काढून वाफवावा. पोळी प्रेस मशिनच्या दोन्ही बाजूस तेलाचा हात फिरवावा. पोळी प्रेस मशीन उपलब्ध नसल्यास लाकडी पोळपाटाला व बत्त्याला तेलाचे बोट फिरवावे. हरभरे चपटे करून घ्यावेत व उन्हात वाळवावे. वाळवल्यानंतर कढईत

तेल घेऊन, भाजून घ्यावेत. गार झाल्यानंतर मीठ, मिरची पूड, जिरेपूड घालून, लिंबू पिळावे.

८९. दाणे चटपटी

साहित्य : शेंगदाणे-पाकळी, मीठ, मिरची-पूड, हळद, हिंग, जिरे-पूड व तेल.

कृती : थोड्याशा तेलात शेंगदाणे-पाकळी परतून घ्यावी व त्यात सर्व पदार्थ एकत्र करावे.

९०. खारे दाणे

साहित्य : शेंगदाणे व मीठ.

कृती : अर्धी वाटी पाण्यात थोडेसे मीठ एकत्र करावे. शेंगदाणे रेतीमध्ये खरपूस भाजून चाळणीत काढावे व लगेच गरम असतानाच त्यावर मिठाच्या पाण्याचा शिडकावा करावा व हलवून घ्यावे.

९१. हरभरा डाळ शेंगदाणे वडे

साहित्य : हरभरा डाळ २ वाट्या, शेंगदाणे १ वाटी, जिरे अर्धा टीस्पून, मीठ, चिमूटभर हिंग, तीनचार हिरव्या मिरच्या, आले तुकडा, अर्धा कांदा, आवडीनुसार लसूण दोन-तीन पाकळी, फोडणीसाठी तेल अर्धा भाजी चमचा व तळण्यासाठी तेल.

कृती : डाळ व शेंगदाणे गार पाण्यात तीन तास भिजवावे. हिरव्या मिरच्या, आले, लसूण बारीक करून घ्यावे. तेलाच्या फोडणीत हिंग, जिरे घालून त्यातच बारीक केलेले पदार्थ परतून घ्यावेत. नंतर सर्व पदार्थ एकत्र करून मिक्सरमधून रवाळ बारीक करावे. लगद्याचे लहानलहान गोळे करावेत. व कापडावर चपट्या आकाराचे वडे करावेत. गरम तेलात मंद आचेवर तळून घ्यावेत.

९२. गोल भजी : प्रकार २

साहित्य : हिरा बेसन २५० ग्रॅम, सहा-सात हिरव्या मिरच्यांचा कूट, चिमूटभर खाण्याचा सोडा, मीठ, मोहनासाठी १ भाजीचा चमचा तेल व तळणीसाठी तेल.

कृती : कांदा भजी (विभाग ४ कृ. ६२) कृतीप्रमाणे ही भजी तयार करावी.

१३. कोन चाट

साहित्य : आइस्क्रीमचे कोन ८ नग, बटाटे १०० ग्रॅम, पुदिना, गूळ व चिंच मिक्स चटणी, बारीक शेव, चिरलेला कांदा, कोथिंबीर, मीठ व थोडेसे तेल.

कृती : बटाटे वाफवून, साली काढून, कुस्करून घ्यावे. थोड्याशा तेलात परतून मीठ घालून हलवून घ्यावे. गार झालेल्या बटाट्यात शेव, कांदा, कोथिंबीर एकत्र करावे. हे मिश्रण कोनमध्ये भरून चटणी घालावी.

१४. व्हेजिटेबल स्नॅक व मसाला : प्रकार २

साहित्य : बटाटे ५०० ग्रॅम, सुका हरभरा १०० ग्रॅम, मटारदाणे १०० ग्रॅम, गवार किंवा श्रावणघेवडा ५० ग्रॅम, कांदे १०० ग्रॅम, चारपाच हिरव्या मिरच्यांचे तुकडे, कढीपत्ता, आल्याचा तुकडा, मीठ, साखर १ टीस्पून, ४००ग्रॅम वजनाचे तीन पाव, भाजीसाठी तेल १ भाजी चमचा, खाली लिहिलेला स्नॅक मसाला व तूप.

स्नॅक मसाला : शहाजिरा अर्धा टीस्पून, मसाला वेलदोडे तीन, तमालपत्र ४ लहान पाने, काळे मिरे १५-१६ दाणे, लवंगा १५, दालचिनीचे तीन लहान तुकडे, आख्खे धने ३ टीस्पून, हिंगाचा एक लहान खडा व तळण्यासाठी तेल.

कृती : तेलात सर्व पदार्थ तळून, मिक्सरमधून बारीक करून घ्यावेत.

स्नॅक कृती : व्हेजिटेबल स्नॅक्स कृतीप्रमाणेच (विभाग ४, कृ. ८१) तयार करावे.

टीप : सोबत टोमॅटो सॉस द्यावा. स्लाईसमध्ये स्नॅक साहित्य ठेवून स्नॅक तळल्यास किंवा स्लाईस तळून नंतर त्यात भाजी भरल्यास कुरकुरीत स्नॅक तयार करता येतील.

१५. सामोसे : प्रकार २

साहित्य : बटाटे २५० ग्रॅम, सुका हरभरा ५० ग्रॅम, मटारदाणे ५० ग्रॅम, मैदा २५० ग्रॅम, मोहनासाठी तूप ५० ग्रॅम, मीठ, तीनचार हिरव्या मिरच्यांचे कूट, खाली लिहिलेले मसाला साहित्य, तळण्यासाठी तूप व भाजीसाठी तेल १ भाजीचा चमचा

सामोसे मसाला साहित्य : शहाजिरा पाव टीस्पून, मसाला वेलदोडे २ नग, काळे मिरे पाच-सहा दाणे, चार-पाच लवंगा, दालचिनी दोन लहान तुकडे, तमालपत्र दोन लहान पाने, आख्खे धने १ टीस्पून, छोटासा हिंग खडा व तळण्यासाठी तेल.

मसाला कृती : सर्व पदार्थ तेलात तळून मिक्सरमधून बारीक करून घ्यावे.

कृती : सामोसे कृतीप्रमाणे भाजी करताना सुका हरभरा दहाबारा तास गार पाण्यात भिजवून नंतर शिजवून घ्यावा व सामोसे कृती (विभाग ४ कृ. ८) प्रमाणे हे सामोसे तयार करावे.

१६. पाव मिसळ

साहित्य : मोड फुटलेले मठ २ वाटी, मिरची पूड दीड टीस्पून, थोडीशी हळद, काळा मसाला अर्धा टीस्पून, लाल टोमॅटो दोन नग, थोडासा हिंग, धनेपूड १ टीस्पून, मध्यम आकाराचे कांदे दोन नग, आले लहान तुकडा, सुका खोबरा लहान तुकडा, शेंगदाणे कूट २ टीस्पून, साखर १ टीस्पून, मीठ, ओला पोहे चिवडा, शेव चिवडा, पाव भाजीचे बन १० नग, बारीक चिरलेला कांदा, कोथिंबीर, तेल २ भाजी चमचे व आवडीनुसार लसूण तीन चार पाकळी.

कृती : मोड फुटलेले मठ कुकरमध्ये वाफवून घ्यावे. टोमॅटो, दोन कांदे, आले, खोबरे, शेंगदाणे कूट, मिक्सरमधून बारीक करून घ्यावे व ही ग्रेव्ही तेलाच्या फोडणीत तेल सुटेपर्यंत परतून घ्यावी. नंतर मिरची, हळद, हिंग, धने, काळा मसाला, साखर घालून या मिश्रणातच वाफवलेली मटकी परतून घ्यावी. चारपाच वाट्या गरम पाणी ओतून उकळी घ्यावी. डिशमध्ये मिसळ घेऊन त्यावर ओला पोहे चिवडा, शेवचिवडा, कांदे, कोथिंबीर घालावे व सोबत बनपाव द्यावे.

टीप : पार्टी आयोजित केली असल्यास, पोहे चिवडा, फरसाण, कांदा, कोथिंबीर बाऊल्समध्ये ठेवावा, म्हणजे स्वत:च्या आवडीनुसार हे पदार्थ घेता येतील.

१७. बर्गर

साहित्य : बर्गरचे बन, पॅटीस (विभाग ४ कृ. ५८) चे सर्व साहित्य, टोमॅटो, काकडी, कांदे, लोणी व टोमॅटो सॉस.

कृती : पॅटीसचे सर्व साहित्य घेऊन, पॅटीस कृतीप्रमाणे बांगडी आकाराचे गोल, चपटे वडे करावेत. वड्याच्या दोन्ही बाजूंना थोडासा रवा किंवा तांदळाची पिठी लावून तव्यावर थोडे तेल घालून दोन्ही बाजू तळून घ्याव्या. बर्गर बन आडवा कापून लोणी लावून सपाट तव्यावर भाजून घ्यावा. टोमॅटो, काकडी, कांदा यांचे गोल पातळ स्लाईस करावेत. कापलेल्या बनमध्ये तळलेला वडा ठेवून त्यावर टोमॅटो, काकडी, कांदा स्लाईस ठेवावे. डिशमध्ये बर्गरसोबत टोमॅटो सॉस द्यावा.

९८. व्हेजिटेबल बर्गर

साहित्य : बर्गरचे बन, व्हेजिटेबल कटलेट (विभाग ४ कृ. ८४) चे सर्व साहित्य, लोणी, टोमॅटो केचप किंवा चिंच चटणी व चीझ.

कृती : बटाटे उकडून मऊसूत लगदा करावा. भाज्या बारीक चिरून वाफवून घ्याव्या. मिरचीकूट थोड्या तेलात परतून घ्यावा. व्हेजिटेबल कटलेटचे सर्व साहित्य एकत्र करून मिश्रणातून लहानलहान गोळे तयार करावे व बर्गर कृतीप्रमाणेच हे व्हेजिटेबल बर्गर तयार करावे. डिशमध्ये टोमॅटो केचप किंवा चिंच चटणीसोबत खाण्यास द्यावे.

टीप : उपलब्ध असल्यास चीझ किसाचा वापर करावा.

९९. हातपापडी

साहित्य : हिरा बेसन ५०० ग्रॅम, मोहनासाठी तेल १५० ग्रॅम, आजवान १० ग्रॅम, कपडे धुण्याचा सोडा १० ग्रॅम, मीठ २० ग्रॅम व तळण्यासाठी तेल.

कृती : मोहनासाठी घेतलेल्या तेलात ओबडधोबड कुटलेले आजवान, सोडा, मीठ व गार पाणी एकत्र करून नंतर बेसन एकत्र करावे. बेसनाचा घट्ट, मऊसूत गोळा तयार करावा. या गोळ्यातून लहानलहान गोळे तयार करावे. एकेक गोळा पाटावर घेऊन, हाताने दाब देऊन सरळ पट्टी तयार करावी व ताव असलेल्या तेलात तळून घ्यावी.

१००. स्वीट कॉर्न भेळ

साहित्य : स्वीट कॉर्न, बारीक शेव, कांदा तुकडे, टोमॅटो तुकडे, कोथिंबीर, लिंबू, मीठ, जिरे, चाट मसाला व थोडेसे तूप.

कृती : स्वीटकॉर्न दाणे वाफवून नंतर थोड्याशा तुपात परतून घ्यावे व सर्व पदार्थ एकत्र करावे व लिंबू पिळून खाण्यास द्यावे.

१०१. स्वीट कॉर्न कचोरी

साहित्य : स्वीट कॉर्न दाणे २०० ग्रॅम, जाडसर बेसन ५० ग्रॅम व मूग डाळ सोडून इतर साहित्य मूगडाळ कचोरीचे.

कृती : स्वीट कॉर्न दाणे वाफवून घ्यावे. गार झाल्यानंतर मिक्सरमधून बारीक करावेत. स्वीट कॉर्न व बेसन एकत्र करून तेलात भाजून घ्यावे. पुढील इतर कृती मूगडाळ कचोरीची.

१०२. स्वीट कॉर्न कटलेट

साहित्य : स्वीट कॉर्न १०० ग्रॅम, थोडेसे कॉर्नफ्लॉवर व ब्रेड स्लाईस सोडून इतर साहित्य ब्रेड स्लाईस कटलेटचे.

कृती : बटाटे उकडून मऊसूत लगदा करावा. स्वीट कॉर्न वाफवून मिक्सरमधून बारीक करावेत व थोड्याशा तेलात भाजून घ्यावे. पुढील इतर कृती ब्रेड स्लाईस कटलेटची.

१०३. ओला हुरडा कचोरी

साहित्य : ओला हुरडा २०० ग्रॅम व मूगडाळ सोडून इतर साहित्य मूगडाळ कचोरीचे.

कृती : स्वीट कॉर्न कचोरी कृती.

१०४. चणाजोर भेळ

साहित्य : चणाजोर, थोडेसे मुरमुरे, बारीक शेव, एका कांद्याचे बारीक तुकडे, एका टोमॅटोचे बारीक तुकडे, मीठ, मिरचीपूड व लिंबू.

कृती : सर्व पदार्थ एकत्र करावे व लिंबू पिळावे.

१०५. खाकरा चाट

साहित्य : खाकरे, मटारदाणे किंवा भिजविलेला सुका हरभरा, बारीक शेव, चिंच चटणी किंवा टोमॅटो सॉस, कांदा व टोमॅटोचे बारीक तुकडे, कोथिंबीर, मीठ, मिरचीपूड व जिरेपूड.

कृती : मटार दाणे किंवा भिजविलेला सुका हरभरा वाफवून घ्यावा. खाकऱ्याला चिंच चटणी लावून त्यावर राहिलेले सर्व पदार्थ पसरावेत.

१०६. कडधान्य वडे

साहित्य : मूग, काबुली चणे, हरभरा, चवळी, पांढरा वाटाणा, शेंगदाणे, प्रत्येकी २० ग्रॅम, बेसन २५ ग्रॅम, कोथिंबीर, २ कांदे, तीन चार हिरव्या मिरच्या, आले, धने, जिरे, बडीशेप, हिंग, मीठ व तळण्यासाठी तेल.

कृती : कडधान्ये भिजवून मोड आणावेत. बेसन सोडून भिजवलेले सर्व पदार्थ मिक्सरमधून बारीक करून एकत्र करावे. या पेस्टमध्ये बेसन घालून फेटून घ्यावे व कापडावर गोल वडे थापून ताव असलेल्या तेलात तळून घ्यावे.

१०७. हरभरा भेळ

साहित्य : वाटीभर हरभरा, मुरमुरे, शेव, कांदा, टोमॅटो, मीठ, मिरची पूड, कोथिंबीर, लिंबू व तेल १ टीस्पून.

कृती : हरभरा गार पाण्यात सात आठ तास भिजवावा. पाण्याबाहेर काढून वाफवावा. थोडावेळ वाळू द्यावा. मिरचीपूड घातलेल्या तेलाच्या फोडणीत परतून घ्यावा. सर्व पदार्थ एकत्र करावे व लिंबू पिळावे.

टीप : हरभरा ऐवजी आपल्या आवडीनुसार कोणतेही एक कडधान्य घेऊन सुद्धा ही भेळ करता येईल.

१०८. दहीवडे + खारीपुरी चाट

साहित्य : लहान आकाराचे दहीवडे, (विभाग ४ कृ.१) खारी पुरी (विभाग ४ कृ.७०) दही, मीठ, मिरचीपूड, जिरेपूड, काळा मसाला, साखर, मोहरी, कढीपत्ता व आवडीनुसार चिंच चटणी) तूप १ टीस्पून.

कृती : दही घुसळून मोहरी व कढीपत्ता घातलेली तुपाची फोडणी दह्यामध्ये घालावी व साखर एकत्र करावी. बाऊलमध्ये वडे व खारी पुरी घेऊन त्यावर राहिलेले पदार्थ घालून द्यावे. (आवडीनुसार चिंच चटणी व काळा मसाला घालावा.)

१०९. टोस्ट बन (बटर) वडे

साहित्य : बेकरीत मिळणारे गोल टोस्ट, दही, चिंच चटणी, बारीक शेव, मीठ, मिरचीपूड, जिरे पूड व आवडीनुसार काळा मसाला.

कृती : गरम पाण्यात टोस्ट बुडवून लगेच बाहेर काढावे. हाताने दाबून त्यातील पाणी काढून टाकावे. बाऊलमध्ये वडे देताना त्यावर राहिलेले सर्व पदार्थ घालून लगेच खाण्यास द्यावे.

११०. पापड उंडा वडी

साहित्य : पापड उंडे, सुके खोबरा कीस, हावरी, मिरची पूड, जिरेपूड, मीठ, कोथिंबीर, तळण्यासाठी तूप व आवडीनुसार सॉस.

कृती : तीन चार उंडे एकत्र करून भाकरीसारखा जाडसर पापड लाटावा. सॉस सोडून इतर साहित्य एकत्र करून लाटलेल्या पापडावर पसरावे व हळुवार हाताने लाटणे फिरवावे. घट्ट गुंडाळी करून गुंडाळीची तोंडे बंद करावी. ही गुंडाळी गरम तुपात तळून घ्यावी. चाकूने एकेक इंचाचे तुकडे करून खाण्यास देताना सोबत सॉस द्यावा.

१११. मटारदाणे करंजी

साहित्य : मैदा २५० ग्रॅम, मोहनासाठी तेल ५० ग्रॅम, मटारदाणे २०० ग्रॅम, बेसन ५० ग्रॅम, मीठ, तीन चार हिरव्या मिरच्यांचा कूट, आलेकूट, जिरेपूड, साखर १ टीस्पून व तळण्यासाठी तेल.

कृती : मैदा, मोहन व मीठ एकत्र करावे. थोडे कोमट पाणी घालून मळून मैद्याचा मऊसूत गोळा करावा. मटारदाणे वाफवून घ्यावे. गार झाल्यानंतर ठेचून घ्यावे, बाखर करण्यासाठी मिरचीकूट व जिरे घालून केलेल्या तेलाच्या फोडणीत ठेचलेले मटार व बेसन परतून घ्यावे. मीठ, साखर व आलेकूट एकत्र करावे. मैदा पिठाच्या लहानलहान गोळ्या करून लहान पुरी लाटावी. पुरीच्या अर्ध्या भागात बाखर भरून पुरी दुमडून, तोंड बंद करून किनारीला मुरड घालावी व ताव आलेल्या तेलात तळून घ्यावी.

टीप : आपल्या आवडीनुसार पुरीला सामोसे, कचोरी किंवा चौकोनी आकार देऊन त्यात बाखर भरावा.

११२. मलई सँडविच

साहित्य : दुधावरील घट्ट साय दीड वाटी, रवा अर्धी वाटी, किसलेला कोबी पाव वाटी, मटार दाणे १ वाटी, तीन लहान सिमला मिरच्या, चार हिरव्या मिरच्या, साखर १ टीस्पून, मीठ, बारीक शेव, तूप व ब्रेड

कृती : सिमला मिरची बारीक चिरून घ्यावी. कोबी किसून घ्यावा. मटार दाणे वाफवून घ्यावेत. वाफवलेले मटार, हिरव्या मिरच्या, आले, लसूण मिक्सरमधून बारीक करून घ्यावे. रवा थोडासा भाजून घ्यावा. साय व सर्व पदार्थ एकत्र करावे. मिश्रण एक तास झाकून ठेवावे. एका ब्रेड स्लाईसवर थोडे मिश्रण पसरावे. तवा मंद आचेवर गरम करावयास ठेवावा. तव्यावर थोडेसे तूप पसरावे व भाजी लावलेली बाजू तव्यावर ठेवून भाजावी. उलथणे घालून बाजू उलटी करावी व तव्यावर थोडेसे तूप सोडावे. तव्यावरून सँडविच खाली घेऊन त्यावर थोडी शेव पसरावी. गरम असतानाच सॉसबरोबर खाण्यास द्यावे.

११३. तांदूळ इडली : प्रकार ३

साहित्य : उकडे तांदूळ ४०० ग्रॅम, पोहे ५० ग्रॅम, उडीद डाळ १२५ ग्रॅम व मीठ.
कृती : तांदूळ इडली कृती

११४. थालीपीठ : प्रकार २

साहित्य : ज्वारी पीठ १ वाटी, बेसन १ वाटी, कणिक २ वाटी व इतर साहित्य थालीपीठ प्रकार १ चे

कृती : थालीपीठ कृतीप्रमाणे

टीप : ज्वारी पीठ, बेसन, कणिक भाजू नये.

११५. शेवभाजी + पाव

साहित्य : लहान कांदे ३ नग, टोमॅटो २ नग, स्वीट कॉर्न व आले-लसूण पेस्ट, लहान हिरवी मिरची १, मीठ, मिरची पूड १ टीस्पून, हळद अर्धा टीस्पून, धने पूड १ टीस्पून, थोडासा हिंग, पावभाजी मसाला १टीस्पून, थोडीशी कसुरी मेथी, जाड तिखट शेव २०० ग्रॅम, तेल दीड भाजीचा चमचा व पावभाजीचे बन १२ नग.

कृती : कांदे तुकडे करून, कांदे, आले लसूण पेस्ट व हिरवी मिरची मिक्सरमधून बारीक करून घ्यावे. नंतर टोमॅटो व स्वीट कॉर्न दाणे बारीक करावे. कढईत तेल घेऊन कांदा मिश्रण तेल सुटेपर्यंत परतून घ्यावे. नंतर याच मिश्रणात टोमॅटो स्वीट कॉर्न मिश्रण घालावे व तेल सुटेपर्यंत परतून या मिश्रणात सर्व मसाले एकत्र करून मिश्रणात गरम पाणी ओतून उकळी घ्यावी. उकळी आल्यानंतर थोडीशी शेव घालून मंद आचेवर शिजवावे. वाढताना भाजीवर थोडी थोडी शेव घालावी. सोबत बनपाव द्यावे.

११६. मेथी शंकरपाळे (तिखट)

साहित्य : मैदा २५० ग्रॅम, मोहनासाठी तूप ५० ग्रॅम, मीठ १० ग्रॅम, आजवान ५ ग्रॅम, हळद पाव टीस्पून, धने पावडर १ टीस्पून, मिरची पूड १ टीस्पून, साखर १ टीस्पून, थोडासा हिंग, चिमूटभर खाण्याचा सोडा, मेथी पाने अर्धी वाटी व तळण्यासाठी तूप.

कृती : सर्व पदार्थ एकत्र करून पाकातील शंकरपाळे कृतीप्रमाणे जाडसर चपात्या लाटून दोन दोन इंच लांबीचे चौकोनी तुकडे करून ताव आलेल्या तुपात मंद आचेवर तळून घ्यावे.

■

५

फुलके, पोळी व पुरी

१. फुलके

साहित्य : गव्हाचे पीठ २ वाटी, मीठ अर्धा टीस्पून व तूप.

कृती : गव्हाच्या पिठात मीठ व पाणी घालून, मळून, पिठाचा सैलसर गोळा तयार करावा. या पिठाचे लहानलहान गोळे करून, थोडी पिठी लावून चपाती लाटावी व तव्यावर दोन्ही बाजूंनी भाजावी. परत एका बाजूने गॅसवर भाजून चपाती फुगवावी किंवा ती बाजू तव्यावरच कापडाने दाबून फिरवीत जावी व फुगवावी. तव्यावरून खाली घेऊन तूप लावावे.

२. पोळी

साहित्य : गव्हाचे पीठ २ वाटी, मीठ अर्धा टीस्पून, मोहनासाठी तूप अर्धा भाजीचा चमचा, दूध १ कप व तळण्यासाठी तूप.

कृती : गव्हाच्या पिठाला मोहनाचे तूप चोळून मीठ, दूध व थोडेसे पाणी घालून फुलक्यांपेक्षा थोडा घट्ट गोळा करून घ्यावा. या गोळ्यातून लहानलहान गोळे करून घ्यावे. प्रथम लहान आकाराची पोळी लाटून, त्यावर तुपाचा हात फिरवावा व त्रिकोणी घडी करून परत मोठी गोल आकाराची पोळी लाटावी व तव्यावर दोन्ही बाजू भाजताना तूप सोडावे.

३. दुपडा

साहित्य : पोळी साहित्य.

कृती : पोळीच्या कृतीप्रमाणे पिठाचा मळून घट्ट गोळा करावा. या पिठाचे फुलके-गोळ्यापेक्षा लहान गोळे करावेत. एक दुपडा तयार करण्यासाठी तीन लहान गोळे (उंडे) लागतात. हे तीन गोळे पुरीच्या आकाराचे लाटून, तिन्ही पुऱ्यांवर तुपाचा पातळसर हात फिरवावा. या तीनही पुऱ्या एकावर एक ठेवून, पिठी लावून,

परत लाटून, त्यांना पोळीचा आकार द्यावा व पोळीप्रमाणेच हा दुपडा तव्यावर तूप घालून तळावा. दुपडा तव्यावरून खाली घेऊन पुडे खुले करावे व आतील पुडास तूप लावावे व घडी करून हा सबंध दुपडा ताटात ठेवावा. आमरसाच्या जेवणात हा दुपडा दिला जातो.

४. पुरी

साहित्य : गव्हाचे पीठ २ वाटी, मीठ अर्धा टीस्पून, मोहनासाठी तूप अर्धा भाजीचा चमचा व तळण्यासाठी तूप.

कृती : पोळीच्या कृतीप्रमाणेच पिठाचा, पोळीपेक्षा थोडा घट्ट गोळा मळून तयार करावा व वाटीच्या आकाराच्या लहानलहान पुऱ्या लाटून कढईतील ताव आलेल्या तुपात तळून घ्याव्यात.

५. मसाला पुरी

साहित्य : गव्हाचे पीठ २५० ग्रॅम, थोडीशी हळद, मिरची-पूड अर्धा टीस्पून, ओबडधोबड कुटलेले जिरे ५ ग्रॅम, चिमूटभर हिंग, ओबडधोबड कुटलेली काळी मिरी ५ ग्रॅम, मीठ अर्धा टीस्पून, मोहनसाठी तूप अर्धा भाजीचा चमचा व तळण्यासाठी तूप.

कृती : पुरीच्या कृतीप्रमाणेच.

टीप : बेसन १२५ ग्रॅम व शिजविलेली मठडाळ २० ग्रॅम एकत्र करूनही ही मसाला पुरी तयार करता येते.

६. कडक पोळी (गुळेदगुड्ड करडी पुडी)

साहित्य : गव्हाचे पीठ २ वाटी, मीठ अर्धा टीस्पून, मोहनासाठी तूप १ भाजीचा चमचा व पोळीवर घालण्यासाठी तूप.

कृती : वरील सर्व पदार्थ व थोडेसे पाणी एकत्र करून पिठाचा घट्ट गोळा तयार करावा व लहानलहान गोळे करून भाकरीसारखी जाडसर पोळी लाटावी व तव्यावर दोन्ही बाजू फडक्याने दाबून तांबूस रंगावर भाजावी. भाजताना एका बाजूवर चाकूने थोडे टोचे मारावेत.

टीप : ही पोळी गरम असतानाच वरणाबरोबर साजूक तूप घालून द्यावी. खाण्यास डाळबाटीसारखी लागेल.

७. दोठे

साहित्य : मैदा २५० ग्रॅम, मोहनासाठी तूप ४० ग्रॅम व तळण्यासाठी तूप.

कृती : मैदा, मोहन व कोमट पाणी एकत्र करून, मळून, पिठाचा घट्ट गोळा करावा

व बांगडीच्या आकाराच्या जाडसर पुऱ्या लाटून, चाकूने टोचे द्यावे व तुपात तळाव्यात.

टीप : हे दोठे रवा शिरा जेवणाबरोबर केले जातात.

८. चुरमा

साहित्य : गार झालेली कडक पोळी, पिठीसाखर, खडीसाखर, वेलदोडे-पूड, काजू-तुकडे व खिसमिस.

कृती : पोळीचे तुकडे करून, मिक्सरमधून बारीक करून, त्यात वरील सर्व पदार्थ एकत्र करावे व खाण्यास देताना या चुरम्यावर साजूक तूप घालून द्यावे.

९. अंगारबाटी (निखाऱ्यावरील जाडसर पोळी)

साहित्य : कडक पोळीचे

कृती : कडक पोळीच्या कृतीप्रमाणेच पिठाचा एकदम घट्ट गोळा करून, या गोळ्यातून लहानलहान गोळे करावे व जाडसर पुरी लाटून, निखाऱ्यावर दोन्ही बाजू तांबूस रंगावर भाजावी किंवा हीच पोळी तव्यावर कापडाने दोन्ही बाजू दाबून तांबूस रंगावर भाजून घ्यावी. भाजल्यानंतर बाटीवर साजूक तूप घालावे. अंगारबाटी फोडणीच्या घट्ट बेसनाबरोबर गरम असतानाच खाण्यास द्यावी. सोबत पिठीसाखर द्यावी.

१०. डाळबाटी

साहित्य : गव्हाचे जाडसर पीठ ३ वाटी, मीठ, मोहनासाठी तूप दीड भाजीचा चमचा, खाण्याचा सोडा, आवडीनुसार ओवा ५ ग्रॅम, हळद पाव टीस्पून व बाटीवर घालण्यासाठी साजूक तूप.

कृती १ : मोहनासाठी घेतलेले तूप पिठास चांगले चोळून घ्यावे. त्यात कोमट पाणी, मीठ, खाण्याचा सोडा, आवडीनुसार ओवा व हळद घालून पिठाचा घट्ट गोळा करावा. या गोळ्यातून लाडूच्या आकाराचे गोळे हलक्या हाताने दाबून तयार करावे. पाण्यास उकळी आणून उकळत्या पाण्यात हे गोळे उकडून घ्यावे. चाळणीवर काढून त्यातील पाणी काढून घ्यावे व गार झाल्यानंतर निर्लेप पॅन किंवा कढईमध्ये एक भाजीचा चमचा तुपात लालसर रंगावर भाजून घ्यावे. भाजताना भांड्यावर झाकण ठेवावे.

कृती २ : उकडल्यानंतर गार केलेल्या बाटीचे चाकूने दोन तुकडे करून, कढईतील ताव आलेल्या तुपात तांबूस रंगावर तळून घ्यावे.

कृती ३ : उकडल्यानंतर गार झालेली बाटी, गोवऱ्यांच्या राखेच्या निखाऱ्यांत हुरडा भाजतो, त्याप्रमाणे राखेत पुरून भाजून घ्यावी.

कृती ४ : बाटीचे तयार झालेले गोळे उकडून न घेता कढईत अगर पॅनमध्ये थोडे तूप घालून तांबूस रंगावर भाजून घेताना, खाली-वर करीत जावे व भाजताना भांड्यावर झाकण ठेवावे.

ही बाटी गरमच खाण्यास देताना वरून साजूक तूप घालून पातळ वरणाबरोबर खाण्यास द्यावी. सोबत पिठीसाखर द्यावी. ओव्हन अथवा तंदुरीमध्ये सुद्धा डाळबाटी तयार करता येते. वरील सर्व कृतींप्रमाणे तयार झालेल्या बाटीच्या चवीत थोडा-फार फरक पडतो. त्यामुळे आपल्या आवडीनुसार कृती निवडावी.

डाळबाटी (कृती ५)

साहित्य : गव्हाचे जाडसर पीठ ३ वाटी, मोहनासाठी तूप दीड भाजी चमचा, मीठ, थोडा खाण्याचा सोडा व दही २ टीस्पून.

कृती : डाळबाटी कृतीप्रमाणे पिठाचा घट्ट गोळा करावा. या गोळ्यातून लहान आकाराचे चपटे गोळे तयार करावेत. हे गोळे उकडून न घेता इडली साच्यांना तुपाचा हात फिरवून इडली पात्रात किंवा शिट्टी न लावता कुकरमध्ये स्टँड ठेवून वाफवून घ्यावे, किंवा मोदक पात्रात चाळणीवर पातळ मलमलच्या कापडावर ठेवून वाफवून घ्यावे व डाळबाटी (विभाग ५ कृती १०) मधील कृती क्र. दोन किंवा तीन प्रमाणे तयार करावे.

डाळबाटी (कृती ६)

साहित्य : गव्हाचे जाडसर पीठ ३ वाटी, मोहनासाठी तूप दीड भाजी चमचा, मीठ व बेकिंग पावडर अर्धा टीस्पून.

कृती : वरील प्रमाणे पिठाचे चपटे गोळे तयार करून ओव्हनमध्ये बेक करून घ्यावे. बेक झाल्यानंतर बाहेर काढून वरून तूप घालावे.

११. ज्वारी व बाजरीची भाकरी

साहित्य : ज्वारी अथवा बाजरीचे पीठ व ज्वारीच्या पिठाकरिता थोडे मीठ.

कृती : पिठाचा पाणी घालून मळून गोळा करावा. या गोळ्यातून लहानलहान गोळे करावे. परातीत थोडे कोरडे पीठ पसरून त्यावर पिठाचा गोळा ठेवावा. हाताला थोडेसे पीठ लावून थापावा व गोल आकार द्यावा. थापलेला वरचा भाग हातावर घेऊन खालचा भाग तव्यावर ठेवावा. वरील भागावर पाण्याचा हात फिरवावा व लगेच भाकरी उलथणे घालून उलटी करून, एक भाग तव्यावर भाजून, दुसरा भाग गॅसवर भाजावा, म्हणजे भाकरी फुगेल.

१२. बाजरीची गोड भाकरी

साहित्य : बाजरीचे पीठ २ वाटी, गव्हाचे पीठ अर्धी वाटी, गूळ १०० ग्रॅम, आवडीनुसार हावरी १० ग्रॅम व तळण्यासाठी तूप.

कृती : अर्धी वाटी पाण्यात गूळ विरघळवावा व गाळून उकळून घ्यावा. दोन्ही पिठे एकत्र करून, त्यात गुळाचे पाणी व हावरी घालून पिठाचा घट्ट गोळा करावा व लहानलहान गोळे करून लहान आकाराची भाकरी लाटावी. लाटलेली भाकरी तव्यावर पोळीसारखी तुपात तळून घ्यावी.

कृती २ : या पिठाच्या जाडसर पुऱ्या लाटाव्या किंवा मोठी पोळी लाटून, लहान त्रिकोणी तुकडे करून, कढईतील ताव आलेल्या तुपात तळून घ्यावे.

१३. साखरपोळी व कानोले

साहित्य : गव्हाचे पीठ, साखर, मीठ, गूळ व तूप.

कृती : पिठाचा मीठ व पाणी घालून गोळा करावा व चपाती लाटून त्यातील अर्ध्या भागात साखर व थोडे तूप पसरावे. चपाती दुमडून अर्धी करावी व चपातीचे तोंड बंद करावे व तव्यावर पोळीप्रमाणे तळून घ्यावे. आवडीनुसार खोबऱ्याचा कीस, वेलदोडा, खसखस घालावी.

वरील कृतीप्रमाणेच करंजीच्या आकाराच्या पुरीत गूळ भरून, कानोले तयार करतात. हे कानोले सटवाईच्या पूजेसाठी लागतात.

१४. गूळपोळी

साहित्य : गव्हाचे पीठ २०० ग्रॅम, बेसन २५ ग्रॅम, गूळ १२५ ग्रॅम, खोबऱ्याचा कीस १० ग्रॅम, हावरी १० ग्रॅम, खसखस १० ग्रॅम, मीठ, वेलदोडे-पूड व तूप.

कृती : थोड्याशा तुपात बेसन, खोबऱ्याचा कीस, हावरी, खसखस वेगवेगळे भाजून घ्यावे. त्यात बारीक केलेला गूळ, वेलदोडे-पूड एकत्र करून बाखर तयार करावा. पोळीच्या कृतीप्रमाणे मीठ, मोहन व पाणी घेऊन पीठ मळून गोळा करावा. पिठाच्या लहान गोळ्या करून त्यात बाखर भरावा. तोंड बंद करून, पिठी लावून हलक्या हाताने लाटाव्यात व तव्यावर तुपात तळाव्यात किंवा दोन चपात्या लाटून एका चपातीवर किनारीची थोडी थोडी बाजू सोडून राहिलेल्या भागावर बाखर पसरून, त्यावर दुसरी चपाती ठेवून, किनार दाबून घ्यावी व तव्यावर पोळीप्रमाणे तुपात तळावी.

१५. बेडमी (कृती १)

साहित्य : मूग डाळीचे कळण, गव्हाचे पीठ, मीठ व साजूक तूप.

कृती : गव्हाच्या पिठाची चपाती लाटून, चपातीच्या अर्ध्या भागात चमचाभर कळण पसरून, चपाती दुमडून अर्धी करावी व तव्यावर दोन्ही बाजूंनी भाजून घ्यावी. भाजताना बेडमीला दोन-तीन टोचे मारावे व तुपात पोळीप्रमाणे लाकडी ठशाने दाबून मंद आचेवर तळावी. वाढताना वरून तूप घालावे. सोबत पिठीसाखर द्यावी.

तव्यावर अर्धवट भाजलेली बेडमी शेगडीच्या निखाऱ्यावर भाजली, तरी चालेल. ही बेडमी खाण्यास रुचकर लागते.

टीप : मूग डाळ आठ ते दहा तास गार पाण्यात भिजवावी, पाण्याबाहेर काढून, मिक्सरमधून बारीक करून, त्यात आवडीनुसार मीठ, मिरची-पूड, हिंग एकत्र करून केलेल्या मिश्रणास कळण असे म्हणतात.

बेडमी (कृती २)

साहित्य : बेडमी साहित्य

कृती : चपाती लाटून चपातीच्या मध्य भागात कळण पसरावे. टोस्टरच्या आकारानुसार चारी बाजूने दुमडावी. टोस्टरच्या आतील भागास तुपाचा हात फिरवून, बेडमी टोस्टरमध्ये ठेवावी व मंद आचेवर दोन्ही बाजूने भाजून घ्यावी.

१६. डाळबाफ्या (चिकोऱ्या)

साहित्य : तूर डाळ अर्धी वाटी, गव्हाचे पीठ दोन वाट्या, मोहनासाठी तूप १ भाजीचा चमचा, मीठ, मिरची-पूड अर्धा टीस्पून, मोहरी अर्धा टीस्पून, ओवा अर्धा टीस्पून, हिंग, हळद, जिरे अर्धा टीस्पून व फोडणीसाठी तूप १ भाजीचा चमचा.

कृती : तूर डाळ धुऊन, हळद घालून शिजवून घ्यावी. मीठ, मिरची घालून घोटून घ्यावी. तुपाची मोहरी, जिरे, हिंग घालून फोडणी करावी. त्यात घोटलेले वरण व सव्वा लिटर पाणी घालून पातळसर वरण उकळण्यास ठेवावे. गव्हाच्या पिठात ओवा, मीठ, थोडी हळद व मोहनाचे तूप व पाणी घालून पिठाचा घट्ट गोळा करावा. या गोळ्यातून जाडसर चपात्या लाटून, चाकूने कापण्या करून उकळत्या वरणात घालाव्यात. पातेल्यावर झाकण ठेवून मंद आचेवर शिजू द्याव्यात. वाढताना वरून तूप घालावे. घट्टपणा पाहून कमी-जास्त प्रमाणात गरम पाणी घालावे.

१७. मेथी भाजी डाळबाफ्या (चिकोऱ्या)

साहित्य : निवडून चिरलेली मेथीची भाजी दोन वाट्या, मूग डाळ अर्धी वाटी, मीठ, मिरची-पूड अर्धा टीस्पून, हळद, जिरे अर्धा टीस्पून, मोहरी अर्धा टीस्पून,

गव्हाचे पीठ २ वाट्या, पिठात मोहनासाठी तूप १ भाजीचा चमचा, फोडणीसाठी तूप १ भाजीचा चमचा व चिमूटभर हिंग.

कृती : गव्हाचे पीठ, मीठ, हळद, मोहन तूप, थोडीशी मिरची-पूड, एक वाटी मेथीची भाजी व थोडे पाणी एकत्र करून पिठाचा घट्ट गोळा करावा. जाड चपात्या लाटून चाकूने लहानलहान कापण्या कराव्यात. दोन वाटी पाण्यात मूगडाळ शिजल्यानंतर मीठ, मिरची घालून घोटून घ्यावे, मोहरी, हिंग, जिरे, कढीपत्ता घालून, तुपाची फोडणी करून, त्यात सव्वा लिटर पाणी, मेथी भाजी, घोटलेले वरण घालून उकळण्यास ठेवावे. हे वरण नेहमीच्या वरणापेक्षा थोडे पातळ राहू द्यावे. उकळत्या वरणात कापण्या घालून पातेल्यावर झाकण ठेवून मंद आचेवर शिजू द्यावे. घट्ट वाटल्यास थोडे गरम पाणी घालावे. मुगाची डाळ न घेतासुद्धा वरील कृतीप्रमाणे मेथीबाफ्या करता येतील.

१८. कुलछे

साहित्य : मैदा २०० ग्रॅम, बेसन ५० ग्रॅम, मोहन ३५ ग्रॅम, दही ३० ग्रॅम, मीठ व तळण्यासाठी तूप.

कृती : भटोरे कृतीप्रमाणे पिठाचा गोळा करून लहान पुरी लाटून, कढईतील ताव आलेल्या तुपात तळून घ्यावे.

१९. पराठे

साहित्य : कणीक २ वाटी, दोन मोठे बटाटे, मोहनसाठी तूप अर्धा भाजीचा चमचा, मीठ अर्धा टीस्पून व तळण्यासाठी तूप.

कृती : बटाटे वाफवून साली काढून घ्याव्यात, बटाटे भाजीचे साहित्य घेऊन या किसाची भाजी तयार करावी, पोळी कृतीप्रमाणे एक पराठा तयार करण्यास दोन चपात्या लागतील. एका चपातीवर बटाट्याची भाजी पसरून, त्यावर दुसरी चपाती ठेवून दोन्ही चपातीच्या कडा दुमडून पुन्हा हलक्या हाताने त्यावर लाटणे फिरवावे व पोळी प्रमाणेच तव्यावर भाजताना तूप सोडावे किंवा एकच चपाती घेवून, चपातीच्या निम्याच भागावर बाखर पसरून चपाती दुमडावी. कडा दाबून घ्याव्या व हा पराठा तव्यावर तळून घ्यावा.

टीप : वरील कृतीप्रमाणेच सोलाणे, मकादाणे, ढोबळी मिरची, सोलाणे किंवा मटार मिक्सरमध्ये बारीक करून केलेली भाजी व मुळा, फ्लॉवर व कोबी किसाची भाजी करून आपल्या आवडीचे निरनिराळे पराठे तयार करता येतील. हे पराठे टोमॅटो सॉस, चिंच चटणी किंवा कोथिंबीर चटणी सोबत खाण्यास देता येतील.

■

६

भात, पुलाव व खिचडी

१. साधा भात

साहित्य : तांदूळ २ वाटी, मीठ अर्धा टीस्पून व तूप २ टीस्पून.

कृती : तांदूळ दोन-तीनदा पाण्याने स्वच्छ धुऊन घ्यावे. पातेल्यात चार वाटी पाणी घेऊन त्यात तांदूळ, मीठ, तूप घालून, मंद आचेवर, पातेल्यावर झाकण ठेवून शिजू द्यावे. तांदूळ कुकरमध्ये शिजवावयाचे असल्यास मंद आचेची जरुरी नसते. कुकरच्या दोन शिट्ट्या झाल्या म्हणजे गॅस बंद करून, पंधरा मिनिटांनी कुकरची शिट्टी व झाकण काढावे.

टीप : जुन्या तांदळापेक्षा नवीन तांदळास पाणी थोडे कमी लागते.

२. जिरेभात

साहित्य : बासमती तांदूळ २ वाटी, जिरे १ टीस्पून, तमालपत्र एक पान, चार-पाच काळी मिरी, मीठ १ टीस्पून, लवंगा चार-पाच, साखर १ टीस्पून व साजूक तूप अर्धा भाजीचा चमचा.

कृती : मागील कृतीप्रमाणे कुकरची एक शिट्टी देऊन भात तयार करून घ्यावा व पातेल्यात तुपाच्या फोडणीत जिरे, काळी मिरी, लवंग, तमालपत्र घालून, पातेले गॅसवरून खाली घेऊन, त्यात शिजलेला भात, मीठ, साखर एकत्र करावे व पातेल्यावर झाकण ठेवून मंद आचेवर भात दहा मिनिटे शिजू द्यावा.

३. मसालेभात

साहित्य : तांदूळ २ वाटी, मटार २५० ग्रॅम किंवा मॅफ्को वाटाणे १५० ग्रॅम, मीठ १ टीस्पून, मिरची-पूड अर्धा टीस्पून, चिमूटभर हिंग, थोडीशी हळद, काळा मसाला अर्धा टीस्पून, धनेपूड अर्धा टीस्पून, मोहरी अर्धा टीस्पून, जिरे अर्धा टीस्पून, कढीपत्ता, कोथिंबीर, ओल्या अगर सुक्या खोबऱ्याचा कीस, रिफाईंड तेल दीड भाजीचा

चमचा व आवडीनुसार काजू २० ग्रॅम व खिसमिस १० ग्रॅम.

कृती : तांदूळ तीन-चारदा पाण्याने धुऊन चाळणीत काढावे. तेलाच्या फोडणीत हिंग, हळद, जिरे, मोहरी घालावी. त्यातच कढीपत्ता, वाटाणे, तांदूळ परतून घ्यावे व त्यातच चार वाटी पाणी व राहिलेले सर्व पदार्थ घालून हलवून घ्यावे. पातेल्यावर झाकण ठेवून मंद आचेवर भात शिजू द्यावा. मध्यंतरी एक-दोन वेळा भात हलवून घ्यावा. वाढताना वरून खोबऱ्याचा कीस व कोथिंबीर घालावी.

हिरवे सोलाणे, वांगी, दोडके, तोंडले, कांदे, बटाटे व कडधान्यातील हिरवे वाटाणे यांपैकी कोणताही एक पदार्थ घेऊनही मसालेभात करता येईल.

४. पुलाव

साहित्य : बासमती तांदूळ २ वाटी, गाजराचे काप २० ग्रॅम, बटाट्याचे तुकडे २० ग्रॅम, मटार-दाणे ५० ग्रॅम किंवा मॅफ्को वाटाणे, लवंगा पाच-सहा, काळी मिरी पाच-सहा, तमालपत्र १ पान, बदाम-काप १० ग्रॅम, काजू-पाकळी २० ग्रॅम, खिसमिस २० ग्रॅम, जिरे ५ ग्रॅम, दालचिनी छोटासा तुकडा, साखर १० ग्रॅम, मीठ १० ग्रॅम, दोन-तीन हिरव्या मिरच्यांचे तुकडे, कढीपत्ता व साजूक तूप ५० ग्रॅम.

कृती : मागील कृतीप्रमाणे भात शिजवून घ्यावा. वाटाणे, गाजर, बटाटे वेगवेगळे वाफवून घ्यावे. तुपात बदाम, काजू, खिसमिस तळून घ्यावे. नंतर लवंग, मिरी, दालचिनी, तमालपत्र तळून राहिलेल्या तुपात कढीपत्ता, हिरवी मिरची, बटाटे, वाटाणे, गाजर परतून घ्यावे. पातेले गॅसवरून खाली घेऊन, त्यात सर्व पदार्थ एकत्र करावे. परत पातेल्यावर झाकण ठेवून मंद आचेवर पुलाव शिजून मोकळा होऊ द्यावा. आपल्या आवडीनुसार श्रावणघेवडा शेंगा, फ्लॉवर, कोबी व कांदा यांपैकी कोणत्याही पदार्थांचा वापर करून पुलाव करता येईल. तसेच, अननस, सफरचंद या फळांचा वापर करून फ्रूट पुलाव करता येईल.

५. मटार-पनीर पुलाव

साहित्य : बासमती तांदूळ २ वाटी, मटार २५० ग्रॅम, एक कांदा, दोन-तीन पाकळ्या लसूण, आले-तुकडा, एक लाल टोमॅटो, खोवलेल्या नारळाचा कीस, पनीर १०० ग्रॅम, मीठ, मिरची-पूड अर्धा टीस्पून, चिमूटभर हिंग, थोडीशी हळद, कच्चा मसाला अर्धा टीस्पून, धनेपूड अर्धा टीस्पून, मोहरी अर्धा टीस्पून, जिरे अर्धा टीस्पून, कढीपत्ता, कोथिंबीर व तूप ५० ग्रॅम.

कृती : टोमॅटो चिरून मिक्सरमधून बारीक करून घ्यावे. खोबऱ्याच्या किसावर गरम पाणी घालून गाळून घ्यावे. गाळलेले पाणी व टोमॅटो ज्यूस एकत्र करावे.

कांदा, लसूण, आले वाटून घ्यावे. तांदूळ स्वच्छ धुऊन त्यात वाटलेली पेस्ट एकत्र करावी. तुपाच्या फोडणीत हिंग, हळद, जिरे, मोहरी, कढीपत्ता घालून त्यातच वाटाणे, तांदूळ परतून घ्यावे व राहिलेले सर्व पदार्थ (पनीर, खोबऱ्याचा कीस, कोथिंबीर सोडून) एकत्र करून मंद आचेवर, पातेल्यावर झाकण ठेवून शिजू द्यावे. भात शिजल्यानंतर त्यात पनीर तुकडे एकत्र करावे व वाढताना वरून खोबऱ्याचा कीस व कोथिंबीर घालावी.

६. मूगडाळ खिचडी (मोकळी खिचडी)

साहित्य : मूग डाळ २ वाटी, तांदूळ १ वाटी, रिफाईंड तेल १ भाजीचा चमचा, मीठ १ टीस्पून, काळा मसाला अर्धा टीस्पून, थोडासा हिंग, हळद, मिरची-पूड अर्धा टीस्पून, धने पावडर अर्धा टीस्पून, मोहरी अर्धा टीस्पून व जिरे अर्धा टीस्पून.

कृती : डाळ व तांदूळ धुऊन त्यातील पाणी काढून घ्यावे. मोहरी, जिरे घालून तेलाची फोडणी करावी व त्यातच हळद, हिंग घालावा. या फोडणीतच अर्धा लिटर पाणी घालून, नंतर धनेपूड, मिरचीपूड, काळा मसाला, मीठ घालावे. पाण्याला उकळी येऊ द्यावी. त्यात तांदूळ व डाळ घालावी व पातेल्यावर झाकण ठेवून मंद आचेवर शिजू द्यावे. झाकणावरच एक वाटी पाणी राहू द्यावे. मध्यंतरी खिचडी हलविताना जरूर वाटल्यास झाकणावरील गरम पाणी घ्यावे.

या कृतीप्रमाणे फोलाच्या हिरव्या मुगाच्या डाळीची खिचडी करता येईल. या खिचडीसोबत दह्याची कढी किंवा आमसुलाची गोड कढी खाण्यास देता येईल.

टीप : गट्टा भाजीतील गट्टे तळून किंवा तसेच न तळता उकळत्या पाण्यात डाळ व तांदूळ घालताना या खिचडीत घालावे. म्हणजे गट्टा खिचडी होते.

७. तूर डाळ किंवा मूग डाळ खिचडी (घोटलेली)

साहित्य : तूर डाळ किंवा मूग डाळ २ वाट्या, तांदूळ १ वाटी, मीठ, हळद अर्धा टीस्पून व तूप.

कृती : तांदूळ व डाळ स्वच्छ धुऊन त्यातील पाणी काढून घ्यावे. तवलीत अर्धा लिटर पाणी घेऊन त्यात तांदूळ, डाळ, हळद, घालून तवली गॅसवर ठेवावी किंवा वरील पदार्थ पातेल्यात घेऊन कुकरमध्ये दोन-तीन शिट्ट्या देऊन शिजवावे. पंधरा मिनिटे, शिट्टी व झाकण काढू नये. नंतर बाहेर काढून त्यात मीठ घालून पळीने घोटावे. पाणी कमी वाटल्यास थोडे गरम पाणी घालून पाच मिनिटे मंद आचेवर शिजू द्यावे. वाढताना खिचडीवर तूप घालावे.

आख्ख्या हिरव्या मुगाची खिचडी वरील कृतीप्रमाणेच करता येईल.

८. बारीक गव्हाची खिचडी (थुली)

साहित्य : लापशीसाठी जोडगव्हाचा भरडा करताना गाळून राहिलेली बारीक कणी २०० ग्रॅम, मूग डाळ ५० ग्रॅम, मीठ पाव टीस्पून, तूप १ भाजीचा चमचा व साखर.

कृती : पातेल्यात अर्धा लिटर पाणी गरम करावयास ठेवावे. मूग डाळ धुऊन घ्यावी. गव्हाची कणी तवलीत तांबूस रंगावर थोड्या तुपात भाजून घ्यावी. गरम झालेले पाणी व मूग डाळ भाजलेल्या कणीमध्ये घालावी व तवलीवर झाकण ठेवून मंद आचेवर शिजू द्यावे. झाकणावर वाटीभर पाणी राहू द्यावे. हेच पाणी कणीमधील पाणी कमी वाटल्यास कणीत घालता येईल. शिजल्यानंतर मीठ घालून पळीने घोटून घ्यावे. वाढताना थुलीवर तूप व साखर घालावी.

९. ज्वारी घाट

साहित्य : ज्वारी २५० ग्रॅम, ताक अर्धा लिटर, मीठ व तूप.

कृती : ज्वारी दोन-तीन पाण्याने धुऊन, पाणी काढून तीन-चार तास कापडात बांधून ठेवावी व थोडीशी कुटून मिक्सरमधून तांदळाच्या बारीक कणीसारखी किंवा जाड रव्यासारखी करून घ्यावी. पाखडून फोल काढावे. चाळणीने चाळून जाड कणी राहू द्यावी. स्टीलच्या जाड पातेल्यात ताक घ्यावे. त्यात कणी व मीठ घालावे. गॅसवर ठेवून एकसारखे हलवावे व गाठ पडू न देता उकळी येईपर्यंत हलवावे. कणी थोडी जाडसर वाटल्यास त्यात थोडी चाळलेली बारीक कणी घालावी व मंद आचेवर पंधरा-वीस मिनिटे शिजू द्यावी. वाढताना वरून तूप घालावे. गार झालेली घाट गार दुधाबरोबर खाण्यास द्यावी. शितळा माता सप्तमीकरता हीच घाट चालते. ज्वारीच्या चाळून निघालेल्या बारीक पिठाची राब (ज्वारीची गार कढी) तयार करता येते.

१०. बाजरी खिचडी (खिच)

साहित्य : बाजरी २५० ग्रॅम, मीठ, थोडीशी काळी मिरी-कूट व खोबऱ्याचा कीस पाव वाटी.

कृती : बाजरीला पाण्याचा हात लावून, बाजरी खलबत्त्यात कुटून घ्यावी. पाखडून फोल काढून टाकावे व लगेच ही बाजरी व मीठ उकळत्या पाण्यात घालावे. गाठ पडू न देता एकसारखे हलवीत राहावे व मिरीकूट, भाजलेला खोबऱ्याचा कीस घालावा. पातेल्यावर झाकण ठेवून मंद आचेवर मऊसूत शिजू द्यावा. वाढताना वरून तूप घालावे. सोबत दह्याची कढी द्यावी.

११. सांजा

साहित्य : मैदा चाळणीने गाळलेले ज्वारी पीठ एक वाटी, मीठ अर्धा टीस्पून, फुलखार अर्धा टीस्पून, जिरे अर्धा टीस्पून व तूप.

कृती : जाड बुडाच्या स्टील पातेल्यात तीन वाटी पाण्यात मीठ, जिरे, फुलखार उकळून घ्यावे व उकळत्या पाण्यात ज्वारीचे पीठ घालून रवीने गाठ पडू न देता घुसळून घ्यावे व मंद आचेवर पाच मिनिटे शिजू द्यावे. वाढताना वरून तूप घालावे.

१२. खार ढोकळा

साहित्य : गव्हाचे पीठ अर्धा वाटी, ज्वारीचे पीठ २ वाटी, मीठ अर्धा टीस्पून, फुलखार किंवा पापडखार पाव टीस्पून, जिरे पाव टीस्पून व तूप.

कृती : वाटीभर पाण्यात, मीठ, फुलखार व जिरे घालून उकळी द्यावी. गहू व ज्वारीचे पीठ एकत्र करून त्यात हे उकळलेले पाणी घालून पिठाचा घट्ट गोळा तयार करावा व त्याच्या लहानलहान गोळ्या करून हातावर थापून, लहान पुरीचा आकार द्यावा. मध्यभागी छिद्र ठेवावे व मोदकपात्रात हे ढोकळे ठेवून वाफवून घ्यावे. हे ढोकळे पातळ वरणाबरोबर तूप घालून द्यावे.

१३. भुसा ढोकळा

साहित्य : गव्हाचे पीठ चाळल्यानंतर निघालेला किंवा शेवया करताना निघालेला गव्हाचा कोंडा (भुसा) २ वाटी, ज्वारीचे पीठ १ वाटी, गव्हाचे पीठ अर्धी वाटी, मठाची डाळ पाव वाटी, मीठ, मिरची-पूड अर्धा टीस्पून, हिंग, जिरे अर्धा टीस्पून, थोडासा खाण्याचा सोडा व रिफाईंड तेल १ भाजीचा चमचा.

कृती : ढोकळा तयार करण्याच्या अर्धा तास आधी मठ डाळ भिजवावी. नंतर सर्व पदार्थ एकत्र करून, पाणी घालून पिठाचा घट्ट गोळा तयार करावा व खार ढोकळा कृतीप्रमाणे ढोकळा तयार करावा.

१४. शेवया

साहित्य : शेवया (रवा व मैद्याच्या) २ वाटी व तूप २ टीस्पून.

कृती : पातेल्यामध्ये चार-पाच वाट्या पाणी उकळण्यासाठी ठेवून, उकळत्या पाण्यात शेवया घालाव्या. शिजल्यानंतर पातेल्यावर झाकण ठेवून, त्यातील सर्व पाणी काढून, त्यात तूप घालून, थोडा वेळ मऊ शिजू द्याव्या. साखर घालून या शेवया दुधासोबत किंवा आमरसासोबत खाण्यास द्याव्या.

१५. शहाजिरा भात

साहित्य : बासमती तांदूळ २५० ग्रॅम, शहाजिरा ५ ग्रॅम, लवंग १०-१२, मिरीदाणे १०-१२, जायपत्री २ ग्रॅम, तमालपत्र ४-५ पाने, साखर १ टीस्पून, मीठ व साजूक तूप अर्धा भाजी चमचा.

कृती : जिरेभात कृती (विभाग ६ कृती २)

१६. हिरवे मूग + बाजरी खिचडी

साहित्य : हिरवे मूग दीड वाटी, बाजरी अर्धी वाटी, तूप एक भाजीचा चमचा, मीठ व आवडीनुसार साखर.

कृती : तुपात मूग व बाजरी भाजून घ्यावी. कुकरमध्ये चार वाटी पाणी घेऊन कुकरच्या चार पाच शिट्या घेऊन शिजवावी. बाहेर काढून मीठ घालून घोटून घ्यावी. आवडीनुसार वरून साखर घ्यावी.

१७. व्हेज शेवया

साहित्य : शेवया ३ वाटी, पाणी ६ वाटी, बटाटा १ नग, टोमॅटो १ नग, गाजर १ नग, लहान सिमला मिरची १ नग, मटार दाणे १ वाटी, दोडके तुकडे अर्धी वाटी, दोन हिरव्या मिरच्या, आल्याचा लहान तुकडा, कढीपत्ता, लिंबू, मीठ, मिरचीपूड अर्धा टीस्पून, थोडीशी हळद, चिमूटभर हिंग व तेल दीड भाजीचा चमचा

कृती : सर्व भाज्या धुऊन बारीक तुकडे करावेत. हिरवी मिरची, आले, कढीपत्ता एकत्र करून बारीक करावे. कढईतील गरम तेलात सर्व भाज्या घालून तेल सुटेपर्यंत परतून घ्याव्या. नंतर त्यात सिमला मिरची पेस्ट व मीठ घालून हलवून घ्यावे. उकळत्या पाण्यात शेवया घालून शिजवून घ्याव्या. पातेल्यावर झाकण ठेवून पाणी काढून घ्यावे. या शिजवलेल्या शेवया, भाज्यांमध्ये घालून चांगले हलवून घ्यावे व मंद गॅसवर थोडा वेळ शिजवून पातेले खाली घ्यावे. सर्व्ह करताना आवडीनुसार लिंबू पिळावे.

टीप : आपल्या आवडीनुसार या व्हेज शेवयात अजिनोमोटो, चिली सॉस, सोया सॉस या पदार्थांचा वापर करावा.

■

७

भाजी

१. घट्ट वरण

साहित्य : तूर डाळ १ वाटी, मीठ अर्धा टीस्पून, थोडीशी हळद, जिरे अर्धा टीस्पून व चिमूटभर हिंग.

कृती : तूर डाळ दोनदा पाण्याने धुऊन घ्यावी, दोन-अडीच वाटी पाण्यात तूरडाळ, हळद घालून शिजवून घ्यावी. शिजल्यानंतर मीठ, जिरे, हिंग घालून घोटून घ्यावी. परत गॅसवर ठेवून शिजवून घ्यावी.

अर्धी कच्ची डाळ : हीच डाळ हळद घालून अर्धवट शिजवावी व न घोटता वाढताना तीवर मीठ, मिरची-पूड, जिरे, हिंग व तूप घालून देता येईल. गार पोळीबरोबर ही डाळ खाण्यास चांगली लागते.

२. डाळ फ्राय

साहित्य : तयार झालेले अर्धवट कच्चे वरण, कांदा, आल्याचा लहान तुकडा, कढीपत्ता, फोडणीसाठी तूप, मीठ, थोडी हळद, मिरची-पूड, जिरे, मोहरी व चिमूटभर हिंग.

कृती : मोहरी, जिरे, हिंग, कढीपत्ता घालून केलेल्या तुपाच्या फोडणीत बारीक चिरलेला कांदा परतून घ्यावा व त्यात अर्धवट कच्चे शिजलेले वरण घालावे व पाच मिनिटे शिजू द्यावे. आवडीनुसार लसूण परतून घालावा व वाढताना वरून कोथिंबीर घालावी.

३. पातळ वरण

साहित्य : तूर डाळ १ वाटी, मीठ, मिरची-पूड अर्धा टीस्पून, थोडीशी हळद, चिमूटभर हिंग, जिरे अर्धा टीस्पून, मोहरी अर्धा टीस्पून, मेथी अर्धा टीस्पून, कढीपत्ता, कोथिंबीर, दोन-तीन आख्ख्या लाल किंवा हिरव्या मिरच्या, चिंच दोन-

तीन बोटके किंवा कोकम, सुपारीएवढा गूळ व तूप अर्धा भाजीचा चमचा.

कृती : डाळ दोनदा पाण्याने धुऊन, दोन अडीच वाटी पाण्यात हळद घालून शिजवून घ्यावी व त्याच भांड्यात मीठ, मिरची-पूड घालून घोटून घ्यावी. मोहरी, जिरे, हिंग, मेथी, कढीपत्ता, मिरची-तुकडे घालून केलेल्या तुपाच्या फोडणीत घोटलेली डाळ घालावी व त्यात चिंच किंवा कोकम, गूळ घालावा व आपल्या आवडीनुसार पाणी कमी-जास्त घालून उकळी द्यावी. वरण वाढताना वरून चिरलेली कोथिंबीर घालावी.

आवडीनुसार चिंच गूळ घातला नाही, तरी चालेल. वरील कृतीप्रमाणेच मूग डाळ किंवा मठ डाळीचे पातळ वरण करता येईल.

४. मिक्स डाळ वरण

साहित्य : तूर डाळ अर्धी वाटी, मूग डाळ पाव वाटी, हरभरा डाळ पाव वाटी, मठ डाळ पाव वाटी व इतर साहित्य पातळ वरणाचे.

कृती : पातळ वरणाची कृती. हे वरण डाळबट्टीसाठी चालेल.

५. मिक्स डाळ फ्राय

साहित्य : उडीद डाळ पाव वाटी, हरभरा डाळ पाऊण वाटी, मीठ, मिरची-पूड १ टीस्पून, थोडीशी हळद, जिरे अर्धा टीस्पून, चिमूटभर हिंग, कढीपत्ता, आल्याचा लहान तुकडा, एक कांदा, एक टोमॅटो, तीन-चार पाकळ्या लसूण, कोथिंबीर, लिंबू व फोडणीसाठी तूप अर्धा भाजीचा चमचा.

कृती : डाळी दोनदा पाण्याने धुऊन, दोन अडीच वाटी पाण्यात हळद घालून शिजवून घ्याव्यात. कांदा व टोमॅटोचे बारीक तुकडे करावे. तुपाच्या फोडणीत जिरे, हिंग, कढीपत्ता घालून त्यातच आले, लसूण-कूट, टोमॅटो, कांद्याचे तुकडे परतून नंतर शिजलेली डाळ मीठ, मिरची घालून हलवून घ्यावी. वाढताना चिरलेली कोथिंबीर वरून घालावी. सोबत लिंबू द्यावे.

६. आमसुलाचे गोड वरण (कट, सार)

साहित्य : तूर डाळीचे घोटलेले वरण, शिजविलेल्या भातातील पाणी किंवा कुस्करलेला भात अर्धी वाटी, मीठ, थोडीशी मिरची-पूड, हळद, जिरे, मोहरी, हिंग, धने-पूड, काळा मसाला, सुकलेल्या खोबऱ्याचा कीस, गूळ, दोन-तीन आमसुले, कढीपत्ता व फोडणीसाठी तूप.

कृती : मोहरी, जिरे, हिंग, कढीपत्ता घालून केलेल्या तुपाच्या फोडणीत घोटलेले वरण व इतर सर्व साहित्य घालून, जरुरीप्रमाणे घट्ट-पातळपणा पाहून

पाणी घालावे व उकळी घेऊन भांडे गॅसवरून खाली घ्यावे.

७. सांबार : प्रकार १

साहित्य : तूर डाळ १ वाटी, सांबार मसाला १ टीस्पून, हळद, मीठ, मिरची-पूड अर्धा टीस्पून, चिमूटभर हिंग, मोहरी अर्धा टीस्पून, जिरे अर्धा टीस्पून, कांदा १ नग, बटाटा १ नग, कोथिंबीर, कढीपत्ता, लाल टोमॅटो २ नग, थोडासा गूळ व तोंडले, मटार, भोपळा यापैकी कोणताही एक पदार्थ.

सांबार मसाला साहित्य : हरभरा डाळ ५० ग्रॅम, उडीद-डाळ २५ ग्रॅम, मूग डाळ २५ ग्रॅम, आख्खे धने १० ग्रॅम, शहाजिरा ५ ग्रॅम, तमालपत्र ५ ग्रॅम, मेथी ५ ग्रॅम, जिरे ५ ग्रॅम, हिंग ५ ग्रॅम, लवंगा पाच-सहा, काळी मिरी सात-आठ, हळद पाव टीस्पून, मीठ ५ ग्रॅम, रिफाईंड तेल १ भाजीचा चमचा व लाल मिरची-पूड ५ ग्रॅम.

कृती : मीठ, मिरची, हळद सोडून इतर सर्व पदार्थ तेलात भाजून घ्यावेत. मिक्सरमधून बारीक करावेत व मीठ, मिरची, हळद एकत्र करावी. हा मसाला बरेच दिवस वापरता येईल.

सांबार कृती : तूर डाळ शिजवून रवीने घुसळून घ्यावी. मोहरी, जिरे, हिंग, कढीपत्ता, मिरची-पूड घालून केलेल्या तेलाच्या फोडणीत वाटाणे किंवा भोपळा तुकडे, किंवा तोंडली तुकडे, कांदा व बटाटे-तुकडे परतून घ्यावे. त्यातच घुसळलेली डाळ व इतर सर्व पदार्थ घालून उकळी द्यावी व पातेले गॅसवरून खाली घ्यावे.

टीप : हे सांबार पातळसर ठेवावे.

८. सांबार : प्रकार २

साहित्य : तूर डाळ १ वाटी, टोमॅटो १ नग, कांदे २ नग, आल्याचा लहान तुकडा, थोडीशी हळद, मीठ, मिरची-पूड अर्धा टीस्पून, चिमूटभर हिंग, मोहरी अर्धा टीस्पून, जिरे अर्धा टीस्पून, सांबारमसाला १ टीस्पून, थोडासा गूळ, कढीपत्ता, तोंडले किंवा भोपळ्याचे तुकडे पाव वाटी व तेल अर्धा भाजीचा चमचा.

कृती : डाळ धुऊन घ्यावी. डाळ, एका कांद्याचे लांबसर तुकडे, टोमॅटो तुकडे, हळद व दोन वाटी पाणी घालून शिजवून घ्यावे व रवीने घुसळून घ्यावे. सांबार कृती १ प्रमाणेच इतर साहित्य एकत्र करून हे सांबार तयार करावे.

टीप : हे सांबार पातळसर ठेवावे.

९. डाळ भोपळा

साहित्य : मूग डाळ अर्धी वाटी, भोपळा-तुकडे १ वाटी, मीठ, मिरची-पूड

अर्धा टीस्पून, थोडीशी हळद, मोहरी अर्धा टीस्पून, जिरे अर्धा टीस्पून, चिमूटभर हिंग, कढीपत्ता, कोथिंबीर, चिंच दोन बोटके, सुपारीएवढा गूळ, दोन-तीन आख्ख्या लाल मिरच्या, थोडासा खोबऱ्याचा कीस व तूप अर्धा भाजीचा चमचा.

कृती : पातळ वरणाच्या कृतीप्रमाणे वरण तयार करताना फोडणी केल्यानंतर भोपळा तुकडे परतून घ्यावे व पातळ वरणाच्या कृतीप्रमाणेच डाळ भोपळा भाजी तयार करावी.

१०. मेथीची डाळ भाजी

साहित्य : निवडून चिरलेली मेथी भाजी दीड वाटी, मूग डाळ अर्धी वाटी, दहा-बारा मुगवड्या (सांडगे), मीठ, मिरची-पूड अर्धा टीस्पून, थोडीशी हळद, जिरे अर्धा टीस्पून, मोहरी अर्धा टीस्पून, चिंच दोन बोटके, सुपारीएवढा गूळ, दोन-तीन आख्ख्या हिरव्या मिरच्या व तूप अर्धा भाजीचा चमचा.

कृती : डाळ भोपळ्याच्या कृतीप्रमाणे, डाळ भाजी करताना, मुगवड्या (सांडगे) जाडसर कुटून फोडणीच्या वेळी भाजीत एकत्र कराव्यात.

११. हिरव्या मुगाची डाळ (वरण)

साहित्य : हिरवे मूग १०० ग्रॅम, इतर साहित्य पातळ वरणाचे (तूर डाळ सोडून)

कृती : मूग तुपामध्ये तांबूस रंगावर भाजून घ्यावे. पुढील कृती पातळ वरणाची.

१२. कढी

साहित्य : दही २५० ग्रॅम, बेसन पाव वाटी, मीठ अर्धा टीस्पून, साखर १ टीस्पून, दोन-तीन लाल किंवा हिरव्या आख्ख्या मिरच्या, मोहरी अर्धा टीस्पून, जिरे अर्धा टीस्पून, मेथी पाव टीस्पून, चिमूटभर हिंग, कढीपत्ता, आल्याचा तुकडा व तूप अर्धा भाजीचा चमचा.

कृती : दही व बेसन एकत्र करून रवीने घुसळून घ्यावे. तुपाच्या मोहरी, जिरे, मेथी, कढीपत्ता, मिरच्या घातलेल्या फोडणीत दही-घोळ घालावा. नंतर राहिलेले पदार्थ घालून उकळी देताना सारखे हलवीत राहावे. घट्टपणा पाहून पाणी घालावे.

१३. गार कढी (राब)

साहित्य : दही २५० ग्रॅम, ज्वारीचे पीठ पाव वाटी, मीठ व जिरे अर्धा टीस्पून.

कृती : दही, ज्वारीचे पीठ व मीठ एकत्र करून रवीने घुसळून घ्यावे व हेच भांडे गॅसवर ठेवून उकळी येईपर्यंत सारखे हलवीत राहावे. घट्टपणा पाहून पाणी

कमी-जास्त ठेवावे. ही राब गार झाल्यानंतर जिरे हातावर चोळून त्यात घालावे. ही राब शितळा सप्तमीच्या वेळी केली जाते.

१४. आमसूल कढी

साहित्य : बेसन पाव वाटी, मीठ, थोडीशी मिरची-पूड, थोडीशी हळद, मोहरी अर्धा टीस्पून, जिरे अर्धा टीस्पून, चिमूटभर हिंग, काळा मसाला अर्धा टीस्पून, मोठ्या सुपारीएवढा गूळ, दोन आमसुले व फोडणीसाठी तूप अर्धा भाजीचा चमचा.

कृती : बेसन, मीठ, मिरची, हळद, काळा मसाला, गूळ, आमसूल एकत्र करून, त्यात पाणी घालून, पातळ घोळ करावा. मोहरी, जिरे, हिंग घालून केलेल्या तुपाच्या फोडणीत हा घोळ घालून उकळी द्यावी. गोड जास्त पाहिजे असल्यास आणखी थोडा गूळ घालावा.

१५. हरभरा डाळ तिखट कढी (हावेजी)

साहित्य : दही किंवा ताक दोन वाटी, बेसन पाव वाटी, हरभरा डाळ अर्धी वाटी, मीठ, मिरची-पूड अर्धा टीस्पून, थोडीशी हळद, मोहरी अर्धा टीस्पून, जिरे अर्धा टीस्पून, चिमूटभर हिंग, फोडणीसाठी अर्धा भाजीचा चमचा तूप व कढीपत्ता.

कृती : हरभरा डाळ शिजवून घ्यावी. मोहरी, जिरे, हिंग, कढीपत्ता घातलेल्या तुपाच्या फोडणीत हरभरा डाळ परतून घ्यावी. दही व बेसन एकत्र करून, रवीने घुसळून घ्यावे व फोडणीत घालावे व हलवून मीठ, मिरची, हळद घालावी. घट्टपणा पाहून पाणी घालावे व उकळी द्यावी.

१६. गट्टा भाजी

साहित्य : बेसन १ वाटी, मीठ, दही १ वाटी, मिरची-पूड अर्धा टीस्पून, थोडीशी हळद, मोहरी अर्धा टीस्पून, जिरे अर्धा टीस्पून, चिमूटभर हिंग, कढीपत्ता, चिमूटभर खाण्याचा सोडा, मोहनासाठी तेल अर्धा भाजीचा चमचा, फोडणीसाठी तेल अर्धा भाजीचा चमचा व तळण्यासाठी तेल.

कृती : बेसन, मीठ, मिरची, हळद, खाण्याचा सोडा, रिफाईंड तेल व पाणी एकत्र करून पिठाचा घट्ट गोळा करावा. या गोळ्यातून लहानलहान गोळे करावेत. एकेक गोळा पाटावर घेऊन हाताने जाड सुरळ्या कराव्या. सुरळ्या तेलात तळून घ्याव्या किंवा उकळत्या पाण्यात सोडून, शिजवून घ्याव्या व नंतर त्यांचे लहान अर्ध्या इंचाचे तुकडे करावे. मोहरी, जिरे, हिंग व कढीपत्ता घातलेल्या तेलाच्या फोडणीत गट्टे परतून घ्यावे व दही व एक टीस्पून बेसन एकत्र करून रवीने घुसळून

घ्यावे व फोडणीत घालावे. सारखे हलवीत राहून उकळी द्यावी.

डाळबाटीच्या जेवणात ही गट्टाभाजी देता येते.

१७. कोरडे व पातळ बेले

साहित्य : (दोन्ही भाज्यांचे) हरभरा डाळ बेसन एक वाटी, बाजरीचे पीठ १ टीस्पून, मीठ, मिरची-पूड १ टीस्पून, थोडीशी हळद, काळा मसाला अर्धा टीस्पून, धनेपूड अर्धा टीस्पून, मोहरी १ टीस्पून, जिरे अर्धा टीस्पून, चिमूटभर हिंग, साखर अर्धा टीस्पून, थोडासा सुक्या खोबऱ्याचा कीस, शेंगदाणे-कूट १ वाटी, कढीपत्ता, कोथिंबीर, फोडणी व मोहनासाठी तेल ३ भाजीचे चमचे व चिमूटभर खाण्याचा सोडा.

कृती : बेसन, मीठ, मिरची-पूड, थोडासा जिरेकूट, खाण्याचा सोडा, मोहनाचे तेल अर्धा भाजीचा चमचा व पाणी एकत्र करून पिठाचा घट्ट गोळा करून घ्यावा. या गोळ्यातून लहानलहान गोळे करून एकेक गोळा पाटावर घेऊन हाताने जाड दोरीसारख्या सुरळ्या कराव्यात. तीन-चार वाटी उकळत्या पाण्यात या सुरळ्या शिजवून घ्याव्या. चाळणीखाली पातेले ठेवून सुरळ्या चाळणीत काढून घ्याव्या. पातेल्यातील गरम पाणी तसेच राहू द्यावे. नंतर या सुरळ्यांचे अर्ध्या इंचाचे तुकडे करावेत. या तुकड्यांतील २/३ भाग तुकडे कोरड्या भाजीसाठी व १/३ भाग तुकडे पातळ भाजीसाठी ठेवावे. मोहरी, जिरे, हिंग, कढीपत्ता घातलेल्या तेलाच्या फोडणीत बाजरीचे पीठ घालून हलवून घ्यावे. त्यातच १/३ भाग बेला तुकडे व बाजूला ठेवलेले गरम पाणी घालावे. अर्धी वाटी शेंगदाणे-कूट, काळा मसाला, मीठ, मिरची, हळद, धनेपूड घालून, पातेल्यावर झाकण ठेवून शिजू द्यावे.

कोरडे बेले कृती : मोहरी, जिरे, हिंग, कढीपत्ता, हळद घालून केलेल्या तेलाच्या फोडणीत २/३ भाग बेले-तुकडे, शेंगदाणे-कूट अर्धी वाटी, साखर, खोबऱ्याचा कीस घालून हलवून घ्यावे. वाढताना बारीक चिरलेली कोथिंबीर वरून घालावी.

टीप : याच साहित्यातून वरील कृतीप्रमाणे बेसनाचा घट्ट गोळा तयार केल्यानंतर त्या पिठाच्या सुरळ्या न करता लाटून, कापण्या करून, या कापण्यांची कोरडी व पातळ भाजी तयार करता येते. तसेच याच साहित्यातून गोळ्यांची पातळ भाजी खाली दिलेल्या कृतीप्रमाणे करता येईल.

कृती : बेसन पिठाचा घट्ट गोळा तयार केल्यानंतर त्यातील १/३ भागाचा गोळा बाजूला काढून, त्याच्या लहान गोळ्या, हातावरच तयार करून, तेलात परतून, नंतर त्यांत गरम पाणी घालावे. पुढील कृती बेला पातळ भाजीची.

१८. हुलग्याची शेंगोळी

साहित्य : हुलग्याचे पीठ १ वाटी, मीठ, मिरची-पूड अर्धा टीस्पून, थोडीशी हळद, धनेपूड अर्धा टीस्पून, चिमूटभर हिंग व तेल १ भाजीचा चमचा.

कृती : पातळ बेला कृतीप्रमाणे.

१९. पिठाचे कोरडे व पातळ वांगे

साहित्य : हरभरा डाळ १ वाटी, गव्हाचे पीठ २ वाट्या, मोहनासाठी तेल १ भाजीचा चमचा, मीठ, मिरची-पूड १ टीस्पून, हळद १ टीस्पून, धनेपूड १ टीस्पून, काळा मसाला अर्धा टीस्पून, मोहरी १ टीस्पून, जिरे अर्धा टीस्पून, चिमूटभर हिंग, खोबऱ्याचा कीस अर्धी वाटी, शेंगदाणे कूट १ वाटी, बाजरीचे पीठ १ टीस्पून, चिमूटभर खाण्याचा सोडा, कढीपत्ता, कोथिंबीर व फोडणीसाठी तेल २ भाजीचे चमचे.

कृती : हरभरा डाळ गार पाण्यात तीन-चार तास भिजवावी. बारीक वाटून घट्ट गोळा करावा. या गोळ्यात मीठ, मिरची, हळद एकत्र करावी. गव्हाच्या पिठात थोडे मीठ, मिरची, खाण्याचा सोडा, हळद, मोहनाचे तेल व थोडेसे पाणी एकत्र करून पिठाचा घट्ट गोळा तयार करावा. गव्हाच्या पिठाच्या लहानलहान पुऱ्या लाटाव्यात. या पुऱ्यांमध्ये हरभरा डाळीच्या पिठाचा बाखर भरावा व मोदकाचा आकार देऊन या वांग्यांचे तोंड बंद करावे. हे वांगे अर्धा लिटर उकळत्या पाण्यात शिजवून घ्यावे. पातेल्यावर चाळण ठेवून हे वांगे काढून घ्यावे. प्रत्येक वांग्याचे चार तुकडे करावे. या वांग्यातील २/३ भाग कोरड्या वांग्यासाठी व १/३ भाग पातळ वांग्यासाठी ठेवून पातळ व कोरडे बेला कृतीप्रमाणे हे वांगे तयार करावे.

२०. (हावरी वांगे) पिठाचे वांगे : प्रकार २

साहित्य : पीठ वांगे साहित्यापैकी हरभरा डाळीऐवजी हावरी (तीळ) १ वाटी, व खोबऱ्याचा कीस अर्धी वाटीऐवजी १ वाटी व इतर साहित्य पीठ वांग्याचे.

कृती : हावरी, खोबऱ्याचा कीस, धने व जिरे थोडे थोडे भाजून, नंतर कुटून घ्यावे. त्यामध्ये मीठ, मिरची-पूड, हळद, साखर एकत्र करावी. गव्हाचे पीठ, सोडा, मीठ व मोहन एकत्र करून, पिठाचा घट्ट गोळा करून, त्यामध्ये बाखर भरावा व पीठ वांगे कृतीप्रमाणेच हे वांगे तयार करावे.

२१. हरभरा डाळ आमटी

साहित्य : हरभरा डाळ अर्धी वाटी, मीठ, दोन-तीन हिरव्या मिरच्या किंवा मिरची-पूड अर्धा टीस्पून, धनेपूड अर्धा टीस्पून, जिरे अर्धा टीस्पून, थोडीशी हळद, काळा मसाला अर्धा टीस्पून, मोहरी अर्धा टीस्पून, चिमूटभर हिंग, दोन-तीन आमसुले, सुपारीएवढा गूळ, सुक्या खोबऱ्याचा तुकडा किंवा खोबऱ्याचा कीस पाव वाटी, कढीपत्ता, कोथिंबीर व तेल १ भाजीचा चमचा.

कृती : डाळ मऊ शिजवून, चाळणीखाली पातेले ठेवून डाळ व पाणी वेगवेगळे करावे. पाणी तसेच राहू द्यावे. खोबऱ्याचा तुकडा अर्धवट जाळून घ्यावा किंवा खोबऱ्याचा कीस घेतला असल्यास तव्यावर तांबूस रंगावर भाजून घ्यावा. डाळ, खोबरे, हिरवी मिरची (घेतली असल्यास), कढीपत्ता बारीक वाटून, बाजूला काढलेल्या पाण्यात एकत्र करावा. मोहरी, जिरे, हिंग घालून तेलाची फोडणी करून, त्यात डाळीचे मिश्रण, मीठ, काळा मसाला, हळद, आमसूल, गूळ घालून उकळी द्यावी. घट्टपणा पाहून गरम पाणी घालून मंद आचेवर पाच मिनिटे शिजू द्यावे. वाढताना बारीक चिरलेली कोथिंबीर वरून घालावी. आवडीनुसार लिंबू पिळावे.

टीप : हरभरा डाळीऐवजी तूरडाळ घेऊनसुद्धा वरील आमटी तयार करता येईल.

२२. रस्सा आमटी

साहित्य : बाजरी २० ग्रॅम, हरभरा डाळ २० ग्रॅम, तांदूळ १० ग्रॅम, गहू १० ग्रॅम, आख्खे धने १ टीस्पून, मीठ, मिरची-पूड अर्धा टीस्पून, काळा मसाला अर्धा टीस्पून, थोडीशी हळद, चिमूटभर हिंग, खोबऱ्याचा कीस पाव वाटी व तेल १ भाजीचा चमचा.

कृती : थोडेसे तेल घालून, बाजरी, डाळ, गहू, तांदूळ, धने तांबूस रंगावर भाजून घ्यावे. मिक्सरमधून बारीक करून घ्यावे. पाण्यात हे पीठ, खोबऱ्याचा कीस, मीठ, मिरची, हळद, काळा मसाला एकत्र करावा. हिंग घालून केलेल्या तेलाच्या फोडणीत हा घोळ ओतावा. घट्ट-पातळपणा पाहून पाणी घालावे व उकळी द्यावी.

टीप : हे भाजलेले पीठ आठ-दहा दिवस राहू शकते. या आमटीबरोबर पाटवड्या करतात.

२३. पानछी

साहित्य : वाळलेली हरभरा पाने १ वाटी, दही १ वाटी, बारीक केलेल्या मूगवड्या थोड्याशा, बेसन पाववाटी, मठ डाळ २ टीस्पून, मीठ, मिरची-पूड अर्धा टीस्पून, धनेपूड अर्धा टीस्पून, थोडीशी हळद, जिरे व मोहरी अर्धा टीस्पून, चिमूटभर हिंग, दोन लाल मिरचीचे तुकडे, कढीपत्ता व तूप अर्धा भाजीचा चमचा.

कृती : मोहरी, जिरे, कढीपत्ता, हिंग, मिरची-तुकडे, हळद घालून तुपाची फोडणी करावी व त्यात दोन-तीन वाट्या पाणी घालून लगेच हरभरा भाजी, मीठ, मिरची-पूड, धनेपूड, मठडाळ, मूगवड्या व थोडीशी हळद घालून उकळी येऊ द्यावी. दही व बेसन एकत्र करून, रवीने घुसळून हे मिश्रण उकळत्या मिश्रणात घालावे व परत उकळी येईपर्यंत हलवावे.

टीप : दही न घालता तीन-चार आमसुले घालून हाटीव भाजीप्रमाणे हाटीव पानछी करता येईल.

२४. केर + सांगरी भाजी

साहित्य : केर (भाजी) २० ग्रॅम, सांगरी २० ग्रॅम, गुंदा १० ग्रॅम, आंबोळे दोन-तीन तुकडे किंवा चिंच दोन-तीन बोटके, दोन-तीन वाळलेल्या लाल मिरच्या, मिरची-पूड अर्धा टीस्पून, मीठ, थोडीशी हळद, धनेपूड अर्धा टीस्पून, मोहरीकूट २ टीस्पून, चिमूटभर हिंग, सुपारीएवढा गूळ किंवा साखर १ टीस्पून व तेल १ भाजीचा चमचा.

कृती : केर, सांगरी, गुंदा व आंबोळे गार पाण्यात तीन-चार तास भिजवावे. नंतर दोन-तीनदा पाण्याने धुऊन, वाफवून घ्याव्या. नंतर परत दोनदा पाण्याने धुऊन घ्याव्या. हिंग, मिरची-पूड, हळद, मिरची-कूट घालून तेलाची फोडणी करावी व त्यात सर्व पदार्थ व वाटीभर पाणी घालून शिजू द्यावे.

२५. खारीक + मनुका भाजी

साहित्य : खारीक ५० ग्रॅम, मनुका ५० ग्रॅम, आंबोळे २० ग्रॅम, तूप अर्धा

भाजीचा चमचा, मीठ, मिरची-पूड पाव टीस्पून, थोडीशी हळद, धनेपूड पाव टीस्पून, मोहरी पाव टीस्पून, जिरे पाव टीस्पून, मोहरी-कूट अर्धा टीस्पून, थोडीशी साखर, थोडासा गूळ, चिमूटभर हिंग व कढीपत्ता.

कृती : खारीक-तुकडे, मनुका व आंबोळे वाफवून घ्यावे. फोडणी पदार्थ व मसाले घालून केर-सांगरी भाजीच्या कृतीप्रमाणे ही भाजी तयार करावी.

टीप : फक्त आंबोळ्यांची भाजी सुद्धा वरील कृतीप्रमाणे करता येईल.

२६. हरभरा डाळ उसळ

साहित्य : हरभरा डाळ अर्धी वाटी, शेंगदाणे पाकळी थोडीशी, मीठ, मिरची-पूड अर्धा टीस्पून, थोडीशी हळद, धनेपूड अर्धा टीस्पून, चिमूटभर हिंग व तेल अर्धा भाजीचा चमचा.

कृती १ : हरभरा डाळ गार पाण्यात एक तास भिजवावी व फोडणीत परतून, दोन वाट्या पाणी व राहिलेले सर्व पदार्थ घालून, पातेल्यावर झाकण ठेवून, मंद आचेवर शिजू द्यावी.

कृती २ : हरभरा डाळ कुकरमध्ये थोडी शिजवून, नंतर फोडणीत परतून घ्यावी.

२७. मठ डाळ उसळ

साहित्य : मठ डाळ अर्धी वाटी व हरभरा डाळ सोडून इतर साहित्य हरभरा डाळ उसळीचे.

कृती : मठ डाळ अर्धा तास भिजवावी व हरभरा डाळ उसळ कृतीप्रमाणेच मठ डाळ उसळ तयार करावी.

२८. मूग डाळ उसळ

साहित्य : मूग डाळ अर्धी वाटी व हरभरा डाळ सोडून इतर साहित्य हरभरा डाळ उसळीचे.

कृती : मठ डाळ उसळीच्या कृतीप्रमाणे.

२९. मूग डाळ वडीभाजी (पाहुणी वड्या)

साहित्य : मूगवड्या अर्धी वाटी, मीठ, मिरची-पूड अर्धा टीस्पून, थोडीशी हळद, धनेपूड अर्धा टीस्पून, चिमूटभर हिंग व तेल अर्धा भाजीचा चमचा.

कृती : मूग वड्या खलबत्त्यात जाडसर कुटून घ्याव्या. हिंग, हळद, मिरची घालून केलेल्या तेलाच्या फोडणीत दोन वाट्या पाणी व धनेपूड, मीठ घालून उकळी द्यावी. नंतर वड्या घालून, मंद आचेवर, पातेल्यावर झाकण ठेवून शिजू द्यावे.

टीप : फोडणीच्या तेलात वड्या परतून घेतल्या, तरी चालेल.

३०. मसाला वडी

साहित्य : पाहुणी वडीचे सर्व साहित्य, शेंगदाणे-कूट पाव वाटी, काळा मसाला अर्धा टीस्पून व थोडासा खोबऱ्याचा कीस.

कृती : मूगवड्या परतून घ्याव्या व पाहुणी वडीच्या कृतीप्रमाणे आपल्या आवडीनुसार कोरडी किंवा पातळ भाजी तयार करावी.

३१. कोरडी मेथी

साहित्य : मेथी दाणे पाव वाटी, मीठ, मिरची-पूड पाव टीस्पून, चिमूटभर हिंग, जिरेपूड पाव टीस्पून व तूप अर्धा टीस्पून.

कृती : मेथी मऊसूत शिजवून पाणी काढून घ्यावे व दोन-तीनदा पाण्याने धुऊन घ्यावी. त्यात मीठ, मिरची-पूड, हिंग, जिरेपूड एकत्र करावी. या मिश्रणावर निखाऱ्याचा एक तुकडा ठेवून, निखाऱ्यावर तूप ओतून, झाकण ठेवून फुलगार द्यावी (धुरी द्यावी) व लगेच झाकण काढून निखारा बाहेर काढून घ्यावा.

३२. आमसूल मेथी

साहित्य : मेथीदाणे पाव वाटी, मीठ, मिरचीं-पूड पाव टीस्पून, जिरे अर्धा टीस्पून, मोहरी अर्धा टीस्पून, चिमूटभर हिंग, दोन आमसुले, मोठ्या सुपारीएवढा गूळ व तूप भाजीचा अर्धा चमचा.

कृती : मेथी मऊ शिजवून दोनदा पाण्याने धुऊन घ्यावी. पाणी काढून, मोहरी, जिरे, हिंग घालून तुपाची फोडणी करावी व त्यात राहिलेले सर्व पदार्थ व अर्धी वाटी पाणी ओतून उकळी द्यावी.

३३. पापड मेथी

साहित्य : मेथीदाणे पाव वाटी, दोन-तीन जुन्या मूगपापडाचे तुकडे, मीठ, मिरची-पूड पाव टीस्पून, चिमूटभर हिंग व तूप १ भाजीचा चमचा.

कृती : आमसूल मेथी कृतीप्रमाणे मेथी भाजी तयार करावी व उकळी आल्यानंतर पापडाचे तुकडे घालून, पातेल्यावर झाकण ठेवून, मंद आचेवर पाच मिनिटे शिजू द्यावी.

३४. दाणे मेथी

साहित्य : मेथी अर्धी वाटी, हरभरा डाळ अर्धी वाटी, मीठ, मिरची-पूड पाव टीस्पून, थोडीशी हळद, चिमूटभर हिंग व तेल किंवा तूप अर्धा भाजीचा चमचा.

कृती : मेथी व हरभरा डाळ चार-पाच तास भिजवावी व मागील कृतीप्रमाणे फोडणी करून, त्यात सर्व पदार्थ व दीड वाटी पाणी ओतून उकळी द्यावी व मंद आचेवर शिजू द्यावे.

३५. पापड भाजी

साहित्य : दोन-तीन जुन्या मूगपापडाचे तुकडे, मीठ, मिरचीपूड पाव टीस्पून, जिरे पाव टीस्पून, चिमूटभर हिंग व तूप अर्धा भाजीचा चमचा.

कृती : जिरे, हिंग घालून केलेल्या तुपाच्या फोडणीत वाटीभर पाणी ओतून मीठ, मिरची घालावी व पाण्याला उकळी आल्यानंतर त्यात पापडाचे तुकडे घालावे व मंद आचेवर पाच मिनिटे शिजू द्यावे.

३६. पिठले (बेसन)

साहित्य : बेसन १ वाटी, मीठ, मिरचीपूड अर्धा टीस्पून, थोडीशी हळद, मोहरी अर्धा टीस्पून, जाडसर कुटलेले जिरे १ टीस्पून, सुक्या खोबऱ्याचा कीस पाव वाटी व तेल १ भाजीचा चमचा.

कृती : मोहरी, हिंग, थोडीशी मिरची, हळद घालून केलेल्या तेलाच्या फोडणीत दोन, अडीच वाट्या पाणी घालून मीठ, मिरची, हळद, जिरे व खोबऱ्याचा कीस घालावा. उकळी आल्यानंतर बेसन घालून रवीने घोटून घ्यावे व पातेल्यावर झाकण ठेवून, मंद आचेवर शिजू द्यावे.

३७. पाटवड्या

साहित्य : पिठल्याचे सर्व साहित्य व कोथिंबीर.

कृती : खोबऱ्याचा कीस व कोथिंबीर न घालता पिठले तयार करावे. परातीत तेलाचा हात फिरवून त्यात पिठले काढून घ्यावे. हाताला तेल लावून किंवा प्लॅस्टिक पिशवीत हात ठेवून पिठले थापून सपाट करावे व वरून खोबऱ्याचा कीस व कोथिंबीर पसरून थोडेसे थापावे व गार झाल्यानंतर वड्या कापाव्यात.

टीप : परातीतील पिठले थोडे सपाट करून, त्यावर हावरीची सुकी चटणी, खोबऱ्याचा कीस, कोथिंबीर पसरावी व हे पिठले कोमट गरम असतानाच त्याची गुंडाळी करून, या गुंडाळीला हाताने दाबून त्रिकोणी आकार द्यावा व ही त्रिकोणी गुंडाळी गार झाल्यानंतर तुकडे करावे. या वडीला त्रिकोणी वडी असे म्हणतात.

३८. तव्यावरील पिठले

साहित्य : पिठले साहित्य.

कृती : मंद आचेवर, तव्यावर मोहरी-जिरे-हिंगाची तेलाची फोडणी करावी. एक वाटी पाण्यात बेसन, मीठ, मिरची, हळद, जिरेकूट, खोबऱ्याचा कीस घालून, भजे-घोळासारखा घोळ तयार करून, तव्यावरील फोडणीत घालावा व हळूहळू हलवून तव्यावर परतावा. तव्यावर झाकण ठेवून शिजू द्यावा.

३९. शेंगदाणे पिठले

साहित्य : बेसन अर्धा भाजीचा चमचा, शेंगदाणे-कूट पाव वाटी, मीठ, मिरची-पूड अर्धा टीस्पून, थोडीशी हळद, मोहरी अर्धा टीस्पून, जिरे अर्धा टीस्पून, चिमूटभर हिंग व तेल अर्धा भाजीचा चमचा.

कृती : पातेल्यात बेसन, शेंगदाणे-कूट, मीठ, मिरची, हळद व पाणी एकत्र करून कढीसारखा घोळ तयार करावा. मोहरी, जिरे, मिरची, हळद घालून तेलाची फोडणी करावी. या फोडणीत बेसन-घोळ घालून उकळी येईपर्यंत सारखे हलवीत राहावे व पातेल्यावर झाकण ठेवून मंद आचेवर शिजू द्यावे.

४०. कांदा पिठले

साहित्य : बेसन पाव वाटी, चिरलेला कांदा १ वाटी, मीठ, मिरची-पूड अर्धा टीस्पून, थोडीशी हळद, मोहरी अर्धा टीस्पून, जिरे अर्धा टीस्पून, चिमूटभर हिंग व तेल अर्धा भाजीचा चमचा.

कृती : मोहरी, जिरे, हिंग घालून तेलाची फोडणी करून, त्यात कांद्याचे तुकडे परतून घ्यावे. एक वाटी पाण्यात बेसन, मीठ, मिरची, हळद घालून भजे-घोळापेक्षा थोडा पातळ घोळ करावा व परतलेल्या कांद्यात हा घोळ घालावा. हलवून घ्यावा व पातेल्यावर झाकण ठेवून मंद आचेवर शिजू द्यावा. घट्ट-पातळ पाहून पाणी घालावे.

४१. कांदा-पात पिठले

साहित्य : कांदापात एक वाटी व कांदा पिठले साहित्यातील कांद्याचे तुकडे सोडून इतर सर्व साहित्य.

कृती : कांदापात धुऊन, कोरडी करून चिरून घ्यावी व कांदा पिठले कृतीप्रमाणेच हे पिठले तयार करावे.

४२. शेवग्याच्या शेंगांचे पिठले

साहित्य : शेवग्याच्या शेंगांचे दोन-तीन इंची पाच-सहा तुकडे व साध्या पिठल्याचे सर्व साहित्य.

कृती : शेवग्याच्या शेंगांच्या साली काढून तुकडे करावे व साधे पिठले तयार करून, झाकण ठेवण्याच्या आधी हे शेंगांचे-तुकडे त्यात घालावे. हलवून घ्यावे व झाकण ठेवून मंद आचेवर शिजू द्यावे.

४३. दही पिठले

साहित्य : बेसन १ वाटी, ताक ३ वाटी, मीठ, मिरची-पूड अर्धा टीस्पून व थोडीशी हळद.

कृती : जाड बुडाच्या स्टील पातेल्यात बेसन, मीठ, मिरची, हळद व ताक एकत्र करून रवीने घुसळून घ्यावे व पातेले गॅसवर ठेवून एकसारखे हलवावे. गाठी पडू देऊ नयेत. घट्ट झाल्यावर पातेल्यावर झाकण ठेवून मंद आचेवर शिजू द्यावे.

टीप : वाळलेली हिरवी मिरची-पूड घालून रंग चांगला येतो.

४४. पटेंद्री (दही वडी)

साहित्य : दही-पिठल्याचे सर्व साहित्य व मोहरी १ टीस्पून, चिमूटभर हिंग, कढीपत्ता, कोथिंबीर, खोवलेल्या खोबऱ्याचा कीस पाव वाटी व तेल अर्धा भाजीचा चमचा.

कृती : दही पिठले कृतीप्रमाणे पिठले तयार करून घ्यावे व कोरड्या ताटात एक चमचा पिठले घेऊन हाताने पातळसर पसरावे व लगेच ताट उलटे करून (ताटाच्या दोन्ही बाजूने लावणे. सुरळीच्या वड्याप्रमाणे) त्यावर सुद्धा पिठले पसरावे. गार झाल्यानंतर गुंडाळी करून दोन-दोन इंचांचे तुकडे करावे. हे तुकडे पसरट भांड्यात काढून दुसऱ्या भांड्यात मोहरी, हिंग, कढीपत्ता घालून तेलाची फोडणी करावी व ही गरम फोडणी पटेंद्री तुकड्यांवर घालावी. भांडे हलवून घ्यावे. खोबरे व चिरलेली कोथिंबीर वरून घालावी.

४५. कोरडे पिठले

साहित्य : हरभरा डाळ १ वाटी, मीठ, मिरचीपूड अर्धा टीस्पून, हळद, चिमूटभर हिंग, मोहरी अर्धा टीस्पून, जिरेपूड अर्धा टीस्पून, कढीपत्ता, कोथिंबीर, खोबऱ्याचा कीस पाव वाटी व तेल दीड भाजीचा चमचा.

कृती : हरभरा डाळ गार पाण्यात दोन अडीच तास भिजवावी. पाणी काढून डाळ बारीक करून घ्यावी. त्यात मीठ, मिरची, हळद, जिरेपूड एकत्र करावी. मोहरी,

कढीपत्ता घालून, तेलाची फोडणी करून, त्यात बारीक केलेल्या डाळीचे मिश्रण व खोबऱ्याचा कीस घालावा. हे पिठले कोरडे होईपर्यंत हलवावे. नंतर झाकण ठेवून मंद आचेवर शिजू द्यावे. वाढताना चिरलेली कोथिंबीर वरून घालावी.

४६. मका-दाणे पिठले (कोरडे)

साहित्य : मका-दाणे १ वाटी, बेसन पाव वाटी, शेंगदाणे-कूट अर्धी वाटी, दोन-तीन हिरव्या मिरच्यांचा कूट किंवा मिरची पूड अर्धा टीस्पून, मीठ, धनेपूड अर्धा टीस्पून, मोहरी अर्धा टीस्पून, हळद, जिरे अर्धा टीस्पून, चिमूटभर हिंग, साखर १ टीस्पून, सुक्या खोबऱ्याचा कीस पाव वाटी, कढीपत्ता, कोथिंबीर,लिंबू व तेल १ भाजीचा चमचा.

कृती : मोहरी, जिरे, हिंग, हळद, कढीपत्ता घालून तेलाच्या केलेल्या फोडणीत किसलेले मका-दाणे व हिरवी मिरचीकूट परतून घ्यावे. त्यात बेसन व शेंगदाणे-कूट एकत्र करावे. नंतर थोडेसे पाणी, मीठ, साखर, धनेपूड, खोबऱ्याचा कीस घालून हलवून घ्यावे व झाकण ठेवून मंद आचेवर शिजू द्यावे. बेसन कोरडे झाल्यानंतर वरून खोबऱ्याचा कीस, कोथिंबीर घालावी. लिंबू पिळावे.

४७. ढोबळी मिरची पिठले

साहित्य : ढोबळी मिरचीचे तुकडे १ वाटी, बेसन अर्धी वाटी ते एक वाटी व इतर साहित्य मका-दाणे कोरड्या पिठल्याचे. (मकादाणे सोडून)

कृती : मका-दाणे पिठले कृती.

४८. भोंगी मिरची पिठले

साहित्य : सहा-सात बुटक्या भोंगी मिरच्या, बेसन पाव वाटी व मका-दाणे सोडून इतर सर्व साहित्य मका-दाणे पिठल्याचे.

कृती : बेसन, शेंगदाणे-कूट, खोबऱ्याचा कीस, मीठ, मिरची, हळद, धनेपूड व थोडेसे पाणी एकत्र करावे. मिरचीच्या पोटाला चिरा देऊन हा मसाला त्यात भरावा. मोहरी, जिरे, हिंग, हळद, कढीपत्ता घालून तेलाची फोडणी करावी व त्यात भरलेल्या मिरच्या परतून घ्याव्या. पातेल्यावर झाकण ठेवून मंद आचेवर पाच-दहा मिनिटे शिजू द्यावे.

४९. सोलाणे बेसन (पिठले)

साहित्य : हिरवे सोलाणे १ वाटी व मका-दाणे सोडून इतर सर्व साहित्य मका-दाणे पिठल्याचे.

कृती : मकादाणे पिठले कृती.

५०. मटार-दाणे पिठले

साहित्य : मटार-दाणे १ वाटी व मका-दाणे सोडून इतर सर्व साहित्य मका-दाणे पिठल्याचे.

कृती : मका-दाणे पिठले कृती.

५१. ओला हुरडा पिठले

साहित्य : ओला भाजलेला हुरडा १ वाटी व मका-दाणे सोडून इतर सर्व साहित्य मका-दाणे पिठल्याचे.

कृती : मका-दाणे पिठले कृती.

टीप : या पिठल्यात बेसन घातले नाही, म्हणजे हुरडा चिवडा तयार होईल.

५२. कुरडई भाजी

साहित्य : दोन-तीन कुरडया, मीठ, मिरची-पूड अर्धा टीस्पून अथवा हिरव्या मिरच्यांचा कूट, थोडीशी हळद, मोहरी अर्धा टीस्पून, जिरे अर्धा टीस्पून, मिरचीकूट, चिमूटभर हिंग, जाडसर कुटलेले शेंगदाणे पाव वाटी, साखर १ टीस्पून, कोथिंबीर, कढीपत्ता, लिंबू व तेल १ भाजीचा चमचा.

कृती : उकळत्या पाण्यात कुरडयांचे तुकडे घालून शिजवून घ्यावे. शिजल्यानंतर स्टीलच्या चाळणीत काढून त्यातील पाणी काढून घ्यावे. कुरडया मोकळ्या कराव्यात. मोहरी, जिरे, मिरची-कूट, हिंग, कढीपत्ता घालून केलेल्या तेलाच्या फोडणीत कुरडया परतून घ्याव्यात व मीठ, साखर, शेंगदाणे-कूट घालून, हलवून घ्याव्या व पाच मिनिटे पातेले गॅसवर ठेवून खाली घ्यावे. वाढताना बारीक चिरलेली कोथिंबीर वरून घालावी. सोबत लिंबू द्यावे. या भाजीत अर्धी वाटी कांदा तुकडे परतून घातले, तरी चालेल.

५३. सार

साहित्य : आमसुलाचे गोड वरण (विभाग ७, कृती ६) साहित्यातील तूर डाळीचे घोटलेले वरण सोडून इतर सर्व साहित्य.

कृती : आमसुलाचे गोड वरण कृती.

टीप : टायफॉईड वगैरे दुखण्यातून बरे झालेल्या अशक्त व्यक्तींना हे सार व भात देतात.

■

कडधान्य भाजी विभाग

५४. मठ भाजी : कोरडी

साहित्य : मठ २०० ग्रॅम, मीठ, मिरची-पूड अर्धा टीस्पून, थोडीशी हळद, धनेपूड अर्धा टीस्पून, एक चिमूटभर हिंग व तेल १ भाजीचा चमचा.

कृती : मठ गार पाण्यात सात-आठ तास भिजवावे. (थंडीच्या दिवसांत कोमट पाणी). मठ पाण्याबाहेर काढून त्यातील पाऊण भाग कोरड्या भाजीसाठी घ्यावे. हिंग, हळद, मिरची घालून तेलाच्या केलेल्या फोडणीत पाऊण भाग मठ, दीड वाटी पाणी, मिरची, हळद, धनेपूड घालून झाकणावर वाटीभर पाणी ठेवून शिजू द्यावे. मठ शिजत आल्यावर त्यात मीठ घालावे. जरुरीप्रमाणे झाकणावरील गरम पाणी घ्यावे.

५५. मठ भाजी : पातळ

साहित्य : भिजवून बाजूला काढलेले पाव भाग मठ, बेसन पाव वाटी, दोन-तीन आमसुले, तीन-चार लवंगा, काळा मसाला पाव टीस्पून, मिरची-पूड पाव टीस्पून, थोडीशी हळद, धनेपूड अर्धा टीस्पून, चिमूटभर हिंग, कढीपत्ता व तूप अर्धा भाजीचा चमचा.

कृती : हिंग घालून केलेल्या तुपाच्या फोडणीत मठ परतून घ्यावे. त्यात वाटी-दीड वाटी पाणी, हळद, धने-पूड, मिरची, काळा मसाला, आमसूल, लवंग-पूड घालून शिजू द्यावे. पाणी उकळताना त्यात लोखंडी पळी किंवा उलथणे थोडा वेळ राहू द्यावे म्हणजे भाजीला हिरवट रंग येईल. बेसनाचा घोळ करून शिजलेल्या मठात घालावा व गाठी पडू न देता हलवावे. ही भाजी कढीसारखी पातळ ठेवावी. पळी काढून भाजीत मीठ घालावे व थोडा वेळ शिजू द्यावे.

५६. मोडाची मठ भाजी

साहित्य : मठ १ वाटी, लहान बटाटा १ नग, मीठ, मिरची पूड अर्धा टीस्पून, धनेपूड अर्धा टीस्पून, थोडीशी हळद, चिमूटभर हिंग, कढीपत्ता, थोडीशी शेंगदाणे पाकळी, तेल १ भाजीचा चमचा व आवडीनुसार लसूण दोन पाकळ्या.

कृती : सात-आठ तास पाण्यात भिजवलेले मठ, त्यातील पाणी काढून

पातळ कापडात सात-आठ तास बांधून ठेवावे. मिरची, हिंग, हळद, कढीपत्ता, कुटलेली लसूण-पाकळी घातलेल्या तेलाच्या फोडणीत मठ परतून घ्यावे व त्यात वाटीभर पाणी, मिरची, हळद धनेपूड घालून पातेल्यावर झाकण ठेवून मंद आचेवर शिजू द्यावे. मठ शिजत आल्यावर भाजीत मीठ घालावे व उकडलेला बटाटा कुस्करून घालावा.

टीप : उन्हाळ्यात भिजलेल्या मठाला कापडात न बांधता भांड्यातही मोड फुटतात. मोडाच्या मठ भाजीच्या कृतीप्रमाणेच, मोडाची हिरव्या मुगाची भाजी करता येईल.

५७. हरभरा भाजी

साहित्य : सुका पिवळा किंवा हिरवा हरभरा व मठ सोडून इतर सर्व साहित्य मठ भाजीचे.

कृती : मठ भाजी कोरडी किंवा पातळ कृतीप्रमाणे.

टीप : भिजलेला हरभरा कुकरमध्ये वाफवून नंतर फोडणी दिली, तरी चालेल. आवडीनुसार शिजवून कुस्करलेला बटाटा व टोमॅटो या भाजीत घातला, तरी चालेल.

५८. सुकी चवळी भाजी

साहित्य : चवळी १०० ग्रॅम, बटाटा १ नग, टोमॅटो १ नग, मीठ, मिरची-पूड अर्धा टीस्पून, थोडीशी हळद,धनेपूड अर्धा टीस्पून, चिमूटभर हिंग, चिंच दोन बोटके, सुपारीएवढा गूळ, कढीपत्ता व तेल १ भाजीचा चमचा. .

कृती : चवळी गार पाण्यात आठ-दहा तास भिजवावी. बटाटा शिजवून त्याचा मऊसूत लगदा करावा. चवळी पाण्याबाहेर काढून हिंग, हळद, मिरची, कढीपत्ता घालून केलेल्या तेलाच्या फोडणीत परतून घ्यावी. त्यात थोडेसे पाणी, हळद, मिरची-पूड, धनेपूड, चिंच, गूळ, कुस्करलेला बटाटा, मिक्सरमधून बारीक केलेला टोमॅटो घालावा व पातेल्यावर झाकण ठेवून मंद आचेवर शिजू द्यावे. शिजत आल्यावर मीठ घालावे.

टीप : चवळी कुकरमध्ये वाफवून नंतर फोडणीत घातली, तरी चालेल.

५९. पांढरा, हिरवा वाटाणा भाजी

साहित्य : वाटाणे १०० ग्रॅम, चिमूटभर खाण्याचा सोडा, कोथिंबीर, कांदा व चवळी सोडून इतर सर्व साहित्य चवळी भाजीचे.

कृती : गार पाण्यात थोडासा सोडा घालून वाटाणे सात-आठ तास भिजवावे. पाण्याबाहेर काढून चवळी भाजी कृतीप्रमाणे भाजी तयार करावी. चिरलेला कांदा,

कोथिंबीर, टोमॅटोचे तुकडे वरून घालावे.

टीप : भिजलेले वाटाणे कुकरमध्ये वाफवून नंतर फोडणीत घातले, तरी चालेल.

६०. पांढरे वाल भाजी

साहित्य : पांढरे वाल १०० ग्रॅम, काकडीचे लांब तुकडे अर्धी वाटी, बटाटा १ नग, मीठ, मिरची-पूड अर्धा टीस्पून, थोडीशी हळद, धनेपूड अर्धा टीस्पून, चिमूटभर हिंग, चिंच दोन बोटके, सुपारीएवढा गूळ, कढीपत्ता व फोडणीसाठी तेल १ भाजीचा चमचा.

कृती : बटाटा शिजवून त्याचा मऊसूत लगदा करावा व चवळी भाजी कृतीप्रमाणे ही भाजी तयार करावी.

६१. राजमा भाजी

साहित्य : राजमा १०० ग्रॅम, बटाटा १ नग, टोमॅटो १ नग, कांदा १ नग, चिमूटभर खाण्याचा सोडा, मीठ, मिरची-पूड अर्धा टीस्पून, थोडीशी हळद, चिमूटभर हिंग, सुपारीएवढा गूळ, कढीपत्ता, लसूण तीन-चार पाकळ्या, आल्याचा लहान तुकडा व तेल १ भाजीचा चमचा.

कृती : गार पाण्यात सोडा घालून राजमा दहा-बारा तास भिजवावा व पाण्याबाहेर काढून कुकरमध्ये शिजवून घ्यावा. बटाटा शिजवून, कुस्करून घ्यावा. कांदा, टोमॅटो, लसूण, आले मिक्सरमधून बारीक करून घ्यावे. हिंग, हळद, मिरची-पूड, कढीपत्ता घालून केलेल्या तेलाच्या फोडणीत मिक्सरमधून बारीक केलेले पदार्थ परतून, नंतर राजमा व कुस्करलेला बटाटा परतून घ्यावे व गूळ, मीठ, थोडेसे पाणी घालून शिजू द्यावे. आवडीनुसार पाणी कमी-जास्त ठेवावे.

६२. हिरवे मूग भाजी

साहित्य : हिरवे मूग १०० ग्रॅम, मीठ, मिरची-पूड अर्धा टीस्पून, थोडीशी हळद, धनेपूड अर्धा टीस्पून, चिमूटभर हिंग, गूळ थोडासा, कढीपत्ता, चिंच दोन बोटके व तेल किंवा तूप अर्धा भाजीचा चमचा.

कृती : तेलात अगर तुपात मूग तांबूस रंगावर भाजून घ्यावे व दोन वाटी पाण्यात मंद आचेवर, पातेल्यावर झाकण ठेवून शिजू द्यावे. झाकणावर वाटीभर पाणी राहू द्यावे. शिजल्यानंतर सर्व पदार्थ एकत्र करावे व आपल्या आवडीनुसार घट्ट-पातळ ठेवावे.

टीप : मूग गार पाण्यात पाच-सहा तास भिजवून नंतर फोडणी दिली, तरी चालेल किंवा उकळत्या पाण्यात मूग घालून, शिजवून नंतर त्यातील पाणी काढून

घ्यावे. तुपाच्या जिरे घालून केलेल्या फोडणीत हे मूग परतून घ्यावे. त्यात दोन-तीन आमसुले व इतर साहित्य घालावे.

६३. पालक पनीर : प्रकार १

साहित्य : पालक भाजी जुडी १, पनीर ५० ग्रॅम, कांदा नग १, टोमॅटो १ नग, आल्याचा लहान तुकडा, लसूण दोन-तीन पाकळ्या, दोन-तीन हिरव्या मिरच्यांचा कूट, मीठ, जिरे अर्धा टीस्पून, धने-पूड अर्धा टीस्पून, चिमूटभर हिंग, कच्चा मसाला अर्धा टीस्पून, साखर १ टीस्पून, कढीपत्ता व फोडणीसाठी तूप १ भाजीचा चमचा.

कृती : भाजी धुऊन घ्यावी व चिरून, शिजवून घ्यावी. गार झाल्यानंतर मिक्सरमधून बारीक करावी. तुपाच्या फोडणीत हिंग, जिरे, कढीपत्ता घालून, त्यात मिरची-कूट, आले, कांद्याचे तुकडे, लसूण परतून, त्यात बारीक केलेली पालक भाजी, टोमॅटो तुकडे, दोन वाटी पाणी, मीठ, साखर, मसाला व पनीर तुकडे घालून उकळी द्यावी.

टीप : या भाजीत शिजविलेले अर्धी वाटी मटार-दाणे घातले, तरी चालेल.

६४. उंधियुं

साहित्य : पापडी किंवा श्रावणघेवडा १०० ग्रॅम, वांगी २ नग, बटाटे २ नग, मटार किंवा सोलाणे अर्धी वाटी, फ्लॉवर पाव वाटी, कोनफळ १०० ग्रॅम, केळी १ नग, मेथीची भाजी १ वाटी, कोथिंबीर पाव वाटी, खोवलेला नारळ पाव वाटी, चिंच २ बोटके, अर्धे लिंबू, बेसन अर्धी वाटी, गव्हाचे पीठ पाव वाटी, मीठ, मिरची-पूड १ टीस्पून, हळद-पूड अर्धा टीस्पून, थोडासा हिंग, धनेपूड १ टीस्पून, काळा मसाला अर्धा टीस्पून, साखर २ टीस्पून, चिमूटभर खाण्याचा सोडा, मुटक्यासाठी तेल २ टीस्पून (मोहन), मुटके तळण्यासाठी तेल व भाजीच्या फोडणीसाठी तेल दीड भाजीचा चमचा.

कृती : धुऊन घेतलेली मेथीची भाजी बारीक चिरावी. मेथी भाजी, बेसन, गव्हाचे पीठ, थोडीशी मिरची-पूड, मीठ, थोडीशी हळद, अर्धा टीस्पून धनेपूड, खाण्याचा सोडा, मोहनाचे तेल एकत्र करून लिंबू पिळावे व या मिश्रणाचे लहानलहान गोळे करून वाफवून घ्यावेत. गार झाल्यानंतर तळून घ्यावे. कोनफळ, बटाटे, वांगी यांचे तुकडे करावे. फ्लॉवर चिरावा, पापडी उभी चिरावी. या सर्व भाज्या व मटार किंवा सोलाणे वाफवून घ्यावे. हिंग, हळद घालून केलेल्या तेलाच्या फोडणीत वाफवलेल्या भाज्या घालून परतून घ्याव्यात. खोबऱ्याचा कीस, चिंच, मीठ, मिरची-पूड, काळा मसाला, धनेपूड घालून हलवून घ्यावे. वाटीभर

पाणी घालून मंद आचेवर शिजू द्यावे. भाजी शिजत आल्यावर त्यावर केळ्याचे तुकडे, कोथिंबीर व तळलेले मुटके घालावे. थोडा वेळ शिजू द्यावे. आवडीनुसार घट्ट-पातळ ठेवावे.

६५. हुलग्याची उसळ

साहित्य : हुलगा १०० ग्रॅम व मठ सोडून इतर सर्व साहित्य मठ भाजीचे.

कृती : कोरड्या मठ भाजीच्या कृतीप्रमाणे.

६६. सोलाण्याची आमटी

साहित्य : सोलाणे १०० ग्रॅम, दोन-तीन हिरव्या मिरच्या, मीठ, थोडीशी हळद, धनेपूड अर्धा टीस्पून किंवा धने तळून बारीक केलेली धनेपूड, मोहरी अर्धा टीस्पून, जिरे अर्धा टीस्पून, काळा मसाला अर्धा टीस्पून, चिमूटभर हिंग, बाजरी पीठ १ टीस्पून, शेंगदाणे-कूट पाव वाटी, दोन-तीन आमसुले, कढीपत्ता, सुपारीएवढा गूळ, कोथिंबीर, लिंबू व तेल १ भाजीचा चमचा.

कृती : सोलाणे भाजून घ्यावे. हिरवी मिरची व सोलाणे एकत्र करून बारीक करून घ्यावे. मोहरी, जिरे, हिंग, कढीपत्ता घालून तेलाची फोडणी करावी. फोडणीत बाजरीचे पीठ घालून तांबूस रंगावर भाजावे. सोलाण्यात पाणी घालून घोळ करावा व लगेच हा घोळ फोडणीत घालावा. नंतर राहिलेले पदार्थ घालून हलवून घ्यावे. उकळी द्यावी व घट्ट-पातळपणा पाहून पाणी वाढवावे. वाढताना कोथिंबीर वरून घालावी. सोबत लिंबू द्यावे.

६७. मका-दाण्याची आमटी

साहित्य : मकादाणे १ वाटी व सोलाणे सोडून इतर सर्व साहित्य सोलाण्याच्या आमटीप्रमाणे.

कृती : सोलाण्याच्या आमटीच्या कृतीप्रमाणे.

६८. भेंडी-दाणे आमटी

साहित्य : निबर भेंडीचे दाणे १ वाटी व सोलाणे सोडून इतर सर्व साहित्य सोलाण्याच्या आमटीचे.

कृती : भेंडी-दाणे मिक्सरमधून बारीक करून घ्यावे व सोलाण्याच्या आमटीच्या कृतीप्रमाणे ही आमटी तयार करावी.

टीप : सोलाणे भाजीकृतीप्रमाणे भेंडी-दाणे भाजी करता येईल.

६९. अळू भाजी

साहित्य : देठासहित अळू पाने चार-पाच नग, आंबट चुका पाने १ वाटी, अर्धा लहान मुळा, बेसन पाव वाटी, शेंगदाणे-पाकळी पाव वाटी, हरभरा डाळ पाव वाटी, खोबऱ्याचे काप पाव वाटी, काजू १० ग्रॅम, खिसमिस १० ग्रॅम, चिंच दोन बोटके, सुपारीएवढा गूळ, मीठ, मिरची-पूड अर्धा टीस्पून किंवा दोन-तीन हिरव्या मिरच्यांचा कूट, मोहरी अर्धा टीस्पून, जिरे अर्धा टीस्पून, थोडासा हिंग, कढीपत्ता, लिंबू व तेल १ भाजीचा चमचा.

कृती : हरभरा डाळ गार पाण्यात दोन-तीन तास भिजवावी. अळूची पाने धुऊन घ्यावी. पाने बारीक चिरावी. देठांची साले काढून बारीक तुकडे करावे. मुळ्याचे बारीक तुकडे करावे. अळूची पाने, देठ व आंबट चुका शिजवून बारीक कुस्करून घ्यावे. मोहरी, जिरे, हिंग, कढीपत्ता घालून तेलाची फोडणी करावी. फोडणीत भिजलेली हरभरा डाळ, मुळ्याचे तुकडे परतून घ्यावे व लगेच त्यात बेसन सोडून इतर सर्व साहित्य घालावे. बेसनात थोडे पाणी घालून घोळ करावा. हा घोळ भाजीत घालावा. हलवून घ्यावा व मंद आचेवर शिजू द्यावा. आमटीपेक्षा थोडा जास्त घट्टपणा राहू द्यावा.

७०. अंबाडीची हाटीव भाजी

साहित्य : एक जुडी अंबाडीच्या भाजीची पाने, बाजरी पाव वाटी, शेंगदाणे पाकळ्या पाव वाटी, शेंगदाणे-कूट पाव वाटी, तीन-चार लाल मिरच्या, थोडीशी हळद, धनेपूड अर्धा टीस्पून, जिरे अर्धा टीस्पून, चिमूटभर हिंग व तेल १ भाजीचा चमचा.

कृती : भाजी स्वच्छ धुऊन घ्यावी. भाजी पाने व बाजरी एकत्र शिजवून घ्यावी. शिजल्यानंतर भाजी व बाजरी परत एकदा पाण्याने धुऊन घ्यावी. भाजी कुस्करून घ्यावी. त्यात शेंगदाणे-पाकळी, शेंगदाणे-कूट, मीठ, मिरची-पूड, धनेपूड, थोडीशी हळद एकत्र करावी. मोहरी, जिरे, हिंग, आख्खी मिरची घालून तेलाच्या फोडणीत वरील मिश्रण घालावे व पाच-दहा मिनिटे मंद आचेवर शिजू द्यावे.

टीप : ही भाजी लोखंडी कढईत करू नये. तसेच, भाजी तयार करताना लोखंडी उलथण्याचा वापर करू नये. नाहीतर भाजी काळी होईल.

७१. आंबट चुक्याची हाटीव भाजी

साहित्य : एक जुडी आंबट चुका भाजीची पाने व अंबाड्याची भाजी सोडून इतर साहित्य अंबाड्याच्या भाजीचे. (या भाजीत बाजरी घेतली नाही, तरी चालेल.)

कृती : अंबाडीच्या भाजीच्या कृतीप्रमाणे.

७२. पालकाची हाटीव भाजी

साहित्य : एक जुडी पालक भाजीची पाने, दोन-तीन हिरव्या मिरच्या, मीठ, मोहरी अर्धा टीस्पून, धनेपूड अर्धा टीस्पून, थोडीशी हळद, जिरे, चिमूटभर हिंग, साखर अर्धा टीस्पून, शेंगदाणे-कूट पाव वाटी, थोडीशी शेंगदाणे-पाकळी, बाजरीचे पीठ १ टीस्पून किंवा बेसन १ टीस्पून, कढीपत्ता व तेल १ भाजीचा चमचा.

कृती : भाजी धुऊन, बारीक चिरून घ्यावी. नंतर कुस्करून त्यात मीठ, धनेपूड हळद व शेंगदाणे-कूट एकत्र करावे. मोहरी, जिरे, हिंग, कढीपत्ता घालून केलेल्या तेलाच्या फोडणीत हिरव्या मिरचीचे कूट व बाजरीचे पीठ किंवा बेसन परतून घ्यावे व त्यात कुस्करलेली भाजी घालून मंद आचेवर शिजू द्यावी.

७३. करडईची हाटीव भाजी

साहित्य : एक जुडी करडई भाजीची पाने व पालक भाजी सोडून इतर सर्व साहित्य पालक भाजीचे.

कृती : पालकाच्या भाजीच्या कृतीप्रमाणे.

७४. पालकाची कोरडी भाजी

साहित्य : एक जुडी पालक भाजीची पाने, दोन-तीन हिरव्या मिरच्यांचे कूट, मीठ, धनेपूड अर्धा टीस्पून, मोहरी अर्धा टीस्पून, चिमूटभर हिंग, शेंगदाणे-कूट पाव वाटी, कढीपत्ता व तेल १ भाजीचा चमचा.

कृती : भाजी धुऊन बारीक चिरून घ्यावी. कोरडी करून घ्यावी. मोहरी, जिरे, हिंग, कढीपत्ता, मिरची-कूट घालून तेलाची फोडणी करावी व त्यात राहिलेले सर्व पदार्थ एकत्र करून हलवून घ्यावे व दोन-तीन मिनिटे शिजवून, पातेले गॅसवरून खाली घ्यावे.

७५. तांदुळजा भाजी

साहित्य : एक जुडी तांदुळजा भाजीची पाने व पालक भाजी सोडून इतर सर्व साहित्य पालक भाजीचे.

कृती : पालकाच्या भाजीच्या कृतीप्रमाणे.

७६. करडई भाजी

साहित्य : एक जुडी करडई भाजीची पाने व पालक भाजी सोडून इतर सर्व साहित्य पालक भाजीचे.

कृती : पालकाच्या भाजीच्या कृतीप्रमाणे.

७७. मुळा भाजी

साहित्य : एक जुडी मुळा भाजीची पाने, शेंगदाणे-कूट पाव वाटी किंवा हावरी-कूट पाव वाटी व पालकाची भाजी सोडून इतर साहित्य पालकाच्या भाजीचे.

कृती : पालक भाजी कृतीप्रमाणे.

७८. मेथी भाजी

साहित्य : एक जुडी मेथीची भाजी व पालक भाजी सोडून इतर साहित्य पालक भाजीचे.

कृती : पालक भाजी कृती.

७९. शेपू भाजी

साहित्य : एक जुडी शेपू भाजीची पाने व पालक भाजी सोडून इतर साहित्य पालक भाजीचे.

कृती : पालक भाजी कृती.

८०. मूगवडी मेथी भाजी

साहित्य : एक जुडी मेथीच्या भाजीची पाने, बारीक कुटलेल्या मूगवड्या पाव वाटी, मीठ, मिरची-पूड अर्ध्या टीस्पून, थोडीशी हळद, धनेपूड अर्धा टीस्पून, चिमूटभर हिंग, कढीपत्ता व तेल १ भाजीचा चमचा.

कृती : मेथीची भाजी धुऊन, कोरडी करून व चिरून घ्यावी. हिंग, हळद, मिरची, कढीपत्ता व मूगवड्या घालून तेलाची फोडणी करावी व लगेच त्यात इतर सर्व साहित्य घालून हलवून घ्यावे व थोडा वेळ शिजवून, पातेले गॅसवरून खाली घ्यावे.

८१. कांदा-पात भाजी

साहित्य : बारीक चिरलेली कांदापात एक जुडी, मठ डाळ पाव वाटी किंवा शेंगदाणे-कूट पाव वाटी, मीठ, मिरची-पूड अर्धा टीस्पून, थोडीशी हळद, धनेपूड अर्धा टीस्पून, चिमूटभर हिंग व तेल १ भाजीचा चमचा.

कृती : मठ डाळ गार पाण्यात अर्धा तास भिजवावी. कांदापातीचे तुकडे धुऊन कोरडे करावेत. डाळीतील पाणी काढावे. मिरची, हळद, हिंग घालून तेलाची फोडणी करावी व त्यात राहिलेले सर्व पदार्थ घालून हलवून घ्यावे. दोन-तीन मिनिटे शिजवून, पातेले गॅसवरून खाली घ्यावे.

८२. बटाटा भाजी (कोरडी)

साहित्य : बटाटे २५० ग्रॅम, मीठ, दोन-तीन हिरव्या मिरच्यांचा कूट, थोडीशी हळद, मोहरी अर्धा टीस्पून, चिमूटभर हिंग, थोडासा आलेकूट, साखर अर्धा टीस्पून, कढीपत्ता, कोथिंबीर, खोबऱ्याचा कीस पाव वाटी किंवा खोवलेल्या नारळाचा कीस व तेल १ भाजीचा चमचा.

कृती : बटाटे स्वच्छ धुऊन पातेल्यात उकडून घ्यावे. साली काढून तुकडे करावे. मोहरी, हिंग, हळद, कढीपत्ता, मिरची-कूट घातलेल्या तेलाच्या फोडणीत बटाटे परतून घ्यावे. साखर, मीठ, आलेकूट घालून हलवून घ्यावे. पातेल्यावर झाकण ठेवून मंद आचेवर शिजू द्यावे. वाढताना कोथिंबीर व खोबऱ्याचा कीस वरून घालावा.

८३. बटाटा भाजी : प्रकार २

साहित्य : बटाटे २५० ग्रॅम, मीठ, मिरची-पूड अर्धा टीस्पून, थोडीशी हळद, धनेपूड अर्धा टीस्पून, मोहरी अर्धा टीस्पून, चिमूटभर हिंग, शेंगदाणे-कूट पाव वाटी, फोडणीसाठी तेल व तळण्यासाठी तेल.

कृती : बटाटे धुऊन, साली काढाव्यात. कोरडे करून तुकडे करावे व तेलात तळून घ्यावे. मिरची, हळद, मोहरी, हिंग घालून तेलाची फोडणी करावी व त्यात राहिलेले सर्व पदार्थ व बटाटे तुकडे हलवून घ्यावे. पाच मिनिटे शिजू द्यावे.

टीप : प्रवासात या भाजीचा उपयोग होतो.

८४. कांदे + बटाटे मिक्स भाजी

साहित्य : बटाटे २५० ग्रॅम, कांदे १५० ग्रॅम, उडीद-डाळ २ टीस्पून, चार-पाच हिरव्या मिरच्यांचा कूट, मीठ, थोडीशी हळद, मोहरी १ टीस्पून, साखर १ टीस्पून, थोडासा आलेकूट, कोथिंबीर, कढीपत्ता व तेल दीड भाजीचा चमचा.

कृती : बटाटे उकडून घ्यावे. त्यांच्या साली काढाव्या. कांदा व बटाट्याचे लांबसर तुकडे करावे. मोहरी, हिंग, हळद, मिरची-कूट, कढीपत्ता घालून केलेल्या तेलाच्या फोडणीत डाळ व कांदा परतून घ्यावे. बटाटे-तुकडे, मीठ, साखर, आलेकूट घालून हलवून घ्यावे व मंद आचेवर शिजू द्यावे. वरून कोथिंबीर घालावी. मसाला डोशासाठी हीच भाजी केली जाते.

८५. बटाटे पातळ भाजी

साहित्य : बटाटे २५० ग्रॅम, मीठ, मिरची-पूड अर्धा टीस्पून, थोडीशी हळद, धनेपूड अर्धा टीस्पून, चिमूटभर हिंग, कढीपत्ता, शेंगदाणे-कूट पाव वाटी व तेल १ भाजीचा चमचा.

कृती : बटाटे धुऊन त्यांच्या साली काढाव्यात. तुकडे करून परत धुऊन घ्यावे. मिरची, हिंग, हळद, कढीपत्ता घालून केलेल्या तेलाच्या फोडणीत तुकडे परतून घ्यावे व मीठ मिरची-पूड शेंगदाणे-कूट, धनेपूड घालून हलवून घ्यावे व पातेल्यावर झाकण ठेवून, पाच मिनिटे शिजल्यानंतर भाजीत दीड वाटी पाणी घालावे व परत पातेल्यावर झाकण ठेवून मंद आचेवर शिजू द्यावे. झाकणावर अर्धी वाटी पाणी राहू द्यावे व जरूर वाटल्यास हेच पाणी भाजीत घालावे.

८६. बटाटे मसाला पातळ भाजी

साहित्य : बटाटे १५० ग्रॅम, शेंगदाणे-कूट अर्धी वाटी, बाजरी-पीठ १ टीस्पून, मीठ, मिरची-पूड अर्धा टीस्पून, थोडीशी हळद, धनेपूड अर्धा टीस्पून, काळा मसाला अर्धा टीस्पून, चिमूटभर हिंग, थोडासा खोबऱ्याचा कीस, कढीपत्ता व तेल १ भाजीचा चमचा.

कृती : फोडणीत बाजरी-पीठ भाजून घ्यावे व बटाटा पातळ भाजी कृतीप्रमाणेच ही भाजी करावी.

८७. कांदे + बटाटा पातळ भाजी

साहित्य : बटाटा पातळ भाजीचे व एक कांदा.

कृती : फोडणीत कांद्याचे तुकडे परतून घ्यावे व बटाटा पातळ भाजी कृतीप्रमाणेच ही भाजी करावी.

८८. बटाटे मिक्स भाजी (कोरडी)

साहित्य : बटाटे २०० ग्रॅम, मटार-दाणे १०० ग्रॅम, गवार ५० ग्रॅम किंवा श्रावणघेवडा (फरसबी) ५० ग्रॅम, कांदा १ नग, मीठ, मिरची-पूड अर्धा टीस्पून किंवा तीन-चार हिरव्या मिरच्यांचा कूट, थोडीशी हळद, मोहरी १ टीस्पून, धनेपूड अर्धा टीस्पून, काळा मसाला अर्धा टीस्पून, साखर २ टीस्पून, कढीपत्ता, कोथिंबीर व तेल १ भाजीचा चमचा.

कृती : कांद्याचे तुकडे करावे, बटाटे धुऊन मऊ शिजवून घ्यावे. त्यांची साल काढावी, मटार-दाणे, गवार किंवा श्रावणघेवडा या भाज्या वेगवेगळ्या शिजवून घ्याव्या. मोहरी, हिंग, कढीपत्ता घातलेल्या तेलाच्या फोडणीत कांदा परतून घ्यावा व त्यात शिजविलेल्या भाज्या व राहिलेले सर्व पदार्थ घालून हलवून घ्यावे व पातेल्यावर झाकण ठेवून मंद आचेवर शिजू द्यावे.

हीच भाजी व्हेजिटेबल स्नॅकसाठी चालेल. कांदा, गवार, शेंगा किंवा श्रावणघेवडा व काळा मसाला न घालता बटाटे, मटार-दाणे यांची कोरडी किंवा पातळ भाजी करता येईल.

८९. कांदा मसाला पातळ भाजी

साहित्य : कांदा २५० ग्रॅम व बटाटे सोडून इतर सर्व साहित्य बटाटा मसाला पातळ भाजीचे.

कृती : कांद्याचे तुकडे फोडणीनंतर परतून घ्यावे व बटाटा मसाला पातळ भाजी कृतीप्रमाणेच ही भाजी तयार करावी.

९०. दही + बटाटे भाजी

साहित्य : बटाटे २५० ग्रॅम, दही १ वाटी, बेसन १ टीस्पून, मीठ, मिरची-पूड अर्धा टीस्पून, थोडीशी हळद, मोहरी अर्धा टीस्पून, जिरे अर्धा टीस्पून, चिमूटभर हिंग, कढीपत्ता, कोथिंबीर व तूप अर्धा भाजीचा चमचा.

कृती : बटाटे स्वच्छ धुऊन, साली काढून, तुकडे करावे. मोहरी, हिंग, जिरे, कढीपत्ता घालून केलेल्या तुपाच्या फोडणीत बटाटे परतून घ्यावे व थोडे पाणी घालून शिजू द्यावे. बेसन व दही एकत्र करून रवीने घुसळून घ्यावे. हे दही, मीठ, हळद, बटाटे भाजीत घालून उकळी येईपर्यंत सारखे हलवावे. वाढताना कोथिंबीर घालावी.

९१. मसाला कांदे (आख्खे) भाजी

साहित्य : चार-पाच लहान कांदे, शेंगदाणे-कूट अर्धी वाटी, थोडासा खोबऱ्याचा कीस, बेसन १ टीस्पून, मीठ, मिरची पूड अर्धा टीस्पून, थोडीशी हळद, धनेपूड अर्धा टीस्पून, काळा मसाला अर्धा टीस्पून, चिमूटभर हिंग, साखर १ टीस्पून, कढीपत्ता व तेल १ भाजीचा चमचा.

कृती : शेंगदाणे-कूट, बेसन, मीठ, मिरची-पूड, धनेपूड, साखर, काळा मसाला, खोबऱ्याचा कीस एकत्र करावा. कांद्यास दोन चिरे द्यावे व हे मिश्रण चिरा दिलेल्या कांद्यात भरावे. हिंग, हळद, मिरची, कढीपत्ता घालून केलेल्या तेलाच्या फोडणीत हे भरलेले कांदे परतून घ्यावे व अर्धी वाटी पाणी वाढवावे. पातेल्यावर झाकण ठेवून मंद आचेवर पाच मिनिटे शिजू द्यावे.

९२. कांद्याची कोरडी भाजी

साहित्य : पाच-सहा कांदे, शेंगदाणे-कूट अर्धी वाटी, मीठ, मिरची-पूड अर्धा टीस्पून, थोडीशी हळद, धनेपूड अर्धा टीस्पून, चिमूटभर हिंग व तेल १ भाजीचा चमचा.

कृती : कांद्याचे तुकडे करावे, हिंग, हळद, मिरची घालून केलेल्या तेलाच्या फोडणीत कांदा परतून घ्यावा. नंतर राहिलेले सर्व पदार्थ एकत्र करून हलवून घ्यावे व झाकण ठेवून मंद आचेवर पाच मिनिटे शिजू द्यावे.

९३. वांग्याचे भरीत

साहित्य : दोन मोठी वांगी, एक कांदा, शेंगदाणे-कूट पाव वाटी, मीठ, मिरची-पूड पाव टीस्पून, थोडीशी हळद, धनेपूड पाव टीस्पून, मोहरी अर्धा टीस्पून, काळा मसाला पाव टीस्पून, चिमूटभर हिंग, साखर अर्धा टीस्पून, कढीपत्ता व तेल अर्धा भाजीचा चमचा.

कृती : वांग्यांचे तुकडे करून धुऊन घ्यावे व मिठाच्या पाण्यात भिजवावयास ठेवावे. कांद्याचे तुकडे करावे व मोहरी, हिंग, मिरची-पूड, हळद, कढीपत्ता घातलेल्या तेलाच्या फोडणीत कांद्याचे तुकडे परतून घ्यावे. मिठाच्या पाण्यातून वांग्याचे तुकडे बाहेर काढून कांद्यावर घालावे व पातेल्यावर झाकण ठेवून मंद आचेवर शिजू द्यावे. शिजल्यानंतर पातेले खाली घेऊन, चमच्याने भाजी ठेचून घ्यावी. परत गॅसवर पातेले ठेवून राहिलेले सर्व पदार्थ घालून हलवावे व वाढताना बारीक चिरलेली कोथिंबीर वरून घालावी.

१४. भरले वांगे भाजी

साहित्य : चार-पाच लहान वांगी, शेंगदाणे-कूट अर्धी वाटी, हावरी कूट २ टीस्पून, खोबऱ्याचा कीस पाव वाटी, मीठ, मिरची-पूड अर्धा टीस्पून, थोडीशी हळद, धनेपूड अर्धा टीस्पून, काळा मसाला अर्धा टीस्पून, मोहरी अर्धा टीस्पून, चिमूटभर हिंग, कढीपत्ता, कोथिंबीर व तेल १ भाजीचा चमचा.

कृती : वांगी धुऊन त्यांना चिरा द्याव्या व मिठाच्या पाण्यात भिजावयास ठेवावे. तेल, मोहरी, हिंग, कढीपत्ता सोडून इतर सर्व पदार्थ एकत्र करावे. वांगी पाण्याबाहेर काढून त्यात हा मसाला भरावा. मोहरी, हिंग, कढीपत्ता घालून केलेल्या तेलाच्या फोडणीत ही भरली वांगी परतून घ्यावी व पातेल्यावर झाकण ठेवून मंद आचेवर शिजू द्यावी. वांग्याचे देठ काढून किंवा देठ न काढतासुद्धा ही भाजी केली, तरी चालेल. हीच भाजी शिजल्यानंतर त्यात थोडे पाणी घालून पातळ भाजी करता येईल. कोथिंबीर वरून घालावी.

१५. वांगे मसाला पातळ भाजी

साहित्य : तीन-चार वांगी व बटाटे सोडून इतर सर्व साहित्य बटाटा मसाला पातळ भाजीचे.

कृती : बटाटे मसाला पातळ भाजी कृती.

१६. वांगे कोरडी भाजी

साहित्य : वांग्याचे तुकडे १ वाटी, शेंगदाणे-कूट पाव वाटी किंवा हावरी कूट पाव वाटी, मीठ, मिरची-पूड अर्धा टीस्पून, थोडीशी हळद, धने-पूड अर्धा टीस्पून, कढीपत्ता, साखर अर्धा टीस्पून व तेल अर्धा भाजीचा चमचा.

कृती : वांग्याचे तुकडे मिठाच्या पाण्यात भिजवून बाहेर काढून, हिंग, हळद, मिरची-पूड, कढीपत्ता घातलेल्या तेलाच्या फोडणीत परतून घ्यावे व राहिलेले सर्व पदार्थ व थोडेसे पाणी घालून हलवून घ्यावे व मंद आचेवर शिजू द्यावे. याच भाजीत सोलाणे घालून सोलाणे + वांगी मिक्स भाजी करता येईल.

१७. दोडके कोरडी भाजी

साहित्य : दोडक्याचे तुकडे १ वाटी, मीठ, मिरची-पूड अर्धा टीस्पून, थोडीशी हळद, धनेपूड अर्धा टीस्पून, चिमूटभर हिंग, शेंगदाणे-कूट पाव वाटी, कढीपत्ता व तेल अर्धा भाजीचा चमचा.

कृती : दोडक्याचे तुकडे पाण्यात भिजवावे. पाण्याबाहेर काढून हिंग, हळद, मिरची-पूड, कढीपत्ता घातलेल्या तेलाच्या फोडणीत परतून घ्यावे व अर्धी वाटी

पाणी व इतर साहित्य घालून मंद आचेवर शिजू द्यावे.

याच भाजीत गवारीच्या शेंगा घालून दोडके + गवार मिक्स भाजी करता येईल.

९८. भरले दोडके भाजी

साहित्य : कोवळ्या दोडक्यांचे एकेक इंचाचे गोल काप १ वाटी व वांगे सोडून इतर सर्व साहित्य भरल्या वांग्याचे.

कृती : दोडक्याच्या तुकड्यांस एक चीर द्यावी व भरले वांगे कृतीप्रमाणे ही भरले दोडके भाजी तयार करावी.

९९. मसाला दोडके भाजी

साहित्य : दोडक्याचे लांबसर तुकडे १ वाटी व बटाटे सोडून इतर साहित्य बटाटे मसाला पातळ भाजीचे.

कृती : बटाटे मसाला पातळ भाजी कृतीप्रमाणे.

१००. दोडके शिरांची भाजी

साहित्य : निबर दोडक्याच्या शिरा एक वाटी, एका दोडक्याचा कीस, शेंगदाणे-कूट पाव वाटी, सुक्या खोबऱ्याचा कीस पाव वाटी, मीठ, दोन-तीन हिरव्या मिरच्यांचा कूट, थोडीशी हळद, धनेपूड अर्धा टीस्पून, मोहरी अर्धा टीस्पून, जिरे अर्धा टीस्पून, चिमूटभर हिंग, कढीपत्ता, कोथिंबीर, साखर १ टीस्पून व तेल अर्धा भाजीचा चमचा.

कृती : मोहरी, जिरे, हळद, हिंग, मिरची-कूट, कढीपत्ता घालून केलेल्या तेलाच्या फोडणीत दोडक्याच्या शिरा व कीस परतून घ्यावा व राहिलेले सर्व साहित्य घालून हलवून घ्यावे व झाकण ठेवून शिजू द्यावे. या भाजीत पाणी घालू नये.

१०१. कारले भाजी

साहित्य : कारल्याचे पातळसर गोल काप १ वाटी, शेंगदाणे-कूट पाव वाटी, मीठ, मिरची-पूड अर्धा टीस्पून, थोडीशी हळद, धनेपूड अर्धा टीस्पून, मोहरी अर्धा टीस्पून, चिमूटभर हिंग, साखर १ टीस्पून, कढीपत्ता, खोबऱ्याचा कीस पाव वाटी, कोथिंबीर व तेल १ भाजीचा चमचा.

कृती १ : कारल्याच्या तुकड्यांना मीठ लावून, गरम पाण्यात घालावे. बाहेर काढून मोहरी, हिंग, हळद, मिरची-पूड, कढीपत्ता घातलेल्या तेलाच्या फोडणीत परतून घ्यावे व राहिलेले साहित्य घालून, पातेल्यावर झाकण ठेवून, मंद आचेवर शिजू द्यावे. वाढताना खोबऱ्याचा कीस व कोथिंबीर वरून घालावी. या भाजीत दोन-

तीन बोटके चिंच व सुपारीएवढा गूळ व पाणी घालून कारल्याची थोडी पातळसर भाजी तयार करता येईल.

कृती २ : कारल्याचे दोन दोन इंचांचे तुकडे करून तुकड्यांना उभ्या चिरा द्याव्या. हे तुकडे मिठाच्या उकळत्या पाण्यात उकडून घ्यावे. पाण्याबाहेर काढून फोडणी साहित्य सोडून इतर साहित्य एकत्र करून चिरा दिलेल्या कारले तुकड्यांत हा मसाला भरावा व फोडणीत हे तुकडे परतून घ्यावे व झाकण ठेवून मंद आचेवर शिजू द्यावे.

१०२. मसाला कारले

साहित्य : कारले भाजीचे साहित्य, खोबऱ्याचा कीस अर्धी वाटी, हावरी कूट पाव वाटी, काळा मसाला अर्धा टीस्पून व तेल अर्धा भाजीचा चमचा.

कृती : खोबऱ्याचा कीस व हावरी तव्यावर भाजून घ्यावी व कुटून घ्यावी. फोडणी साहित्य सोडून इतर सर्व साहित्य एकत्र करावे व कारले भाजी कृती २ प्रमाणे मसाला कारले भाजी तयार करावी.

१०३. भेंडी भाजी

साहित्य : भेंडीचे काप १ वाटी, शेंगदाणे-कूट पाव वाटी, मीठ, मिरची-पूड अर्धा टीस्पून किंवा दोन हिरव्या मिरच्यांचा कूट,थोडीशी हळद, धनेपूड अर्धा टीस्पून, मोहरी अर्धा टीस्पून, चिमूटभर हिंग, कढीपत्ता, साखर अर्धा टीस्पून, कोथिंबीर व तेल अर्धा भाजीचा चमचा.

कृती : मोहरी, हिंग, हिरव्या मिरचीचे कूट, कढीपत्ता घालून केलेल्या तेलाच्या फोडणीत भेंडी परतून घ्यावी. कोथिंबीर सोडून राहिलेले पदार्थ घालून हलवून घ्यावे व वाढताना कोथिंबीर वरून घालावी. या भेंडीत दोन आमसुले घातली, तरी चालेल, भेंडी चिकट होऊ नये, म्हणून पातेल्यावर झाकण ठेवू नये.

१०४. मसाला भेंडी

साहित्य : भेंडी १२५ ग्रॅम, शेंगदाणे-कूट अर्धी वाटी, मीठ, मिरची-पूड अर्धा टीस्पून, थोडशी हळद, धनेपूड अर्धा टीस्पून, काळा मसाला अर्धा टीस्पून, मोहरी अर्धा टीस्पून, चिमूटभर हिंग, कढीपत्ता, साखर एक टीस्पून, थोडासा खोबऱ्याचा कीस, कोथिंबीर व तेल भाजीचा अर्धा चमचा.

कृती : भेंडी व फोडणीचे पदार्थ सोडून सर्व पदार्थ एकत्र करावे. भेंडीच्या पोटात चिरा देऊन एकत्र केलेला मसाला भेंडीत भरावा व फोडणीत भेंडी परतून घ्यावी व मंद आचेवर शिजू द्यावी. पातेल्यावर झाकण ठेवू नये. वाढताना कोथिंबीर वरून घालावी.

१०५. दही भेंडी

साहित्य : भेंडीचे गोल काप १ वाटी, बेसन १ टीस्पून, दही १ वाटी, मीठ, मिरची-पूड अर्धा टीस्पून, थोडीशी हळद, मोहरी अर्धा टीस्पून, जिरे अर्धा टीस्पून, चिमूटभर हिंग, कढीपत्ता व तूप भाजीचा अर्धा चमचा.

कृती : भेंडीचे तुकडे तळून घ्यावे व मोहरी, जिरे, हिंग, कढीपत्ता घालून केलेल्या तुपाच्या फोडणीत परतून घ्यावे व मीठ, मिरची, हळद, घालावी. दही व बेसन एकत्र करून रवीने घुसळून घ्यावे व हे दही भेंडीत घालून उकळी येईपर्यंत एकसारखे हलवावे.

१०६. शेवग्याच्या शेंगांची भाजी

साहित्य : दोन शेवग्याच्या शेंगा, शेंगदाणे-कूट अर्धी वाटी, मीठ, मिरची-पूड अर्धा टीस्पून, थोडीशी हळद, मोहरी अर्धा टीस्पून, धनेपूड अर्धा टीस्पून, चिमूटभर हिंग, काळा मसाला अर्धा टीस्पून, साखर १ टीस्पून, बाजरी-पीठ १ टीस्पून, थोडासा खोबऱ्याचा कीस व तेल भाजीचा १ चमचा.

कृती : शेंगा धुऊन, साली काढून त्यांचे सात-आठ तुकडे करावे व हे तुकडे पाण्यात थोडे शिजवून घ्यावे व त्यातील पाणी काढून घ्यावे. मोहरी, हिंग, हळद, मिरची, कढीपत्ता घालून केलेल्या तेलाच्या फोडणीत बाजरीचे पीठ भाजून घ्यावे व शेंगांचे तुकडे परतून घ्यावे. त्यांवर राहिलेले सर्व पदार्थ थोडे पाणी घालून हलवून घ्यावे व मंद आचेवर पाच मिनिटे शिजू द्यावे. भाजी पातळ करावयाची असल्यास थोडे पाणी वाढवावे. वाढताना कोथिंबीर घालावी.

१०७. गवार शेंगा

साहित्य : गवार शेंगेचे तुकडे १ वाटी, शेंगदाणे-कूट पाव वाटी, मीठ, मिरची-पूड अर्धा टीस्पून, थोडीशी हळद, धनेपूड अर्धा टीस्पून, मोहरी अर्धा टीस्पून, चिमूटभर हिंग, साखर १ टीस्पून, कढीपत्ता, आवडीनुसार काळा मसाला व तेल भाजीचा अर्धा चमचा.

कृती : मोहरी, हळद, हिंग, कढीपत्ता घालून केलेल्या तेलाच्या फोडणीत शेंगांचे तुकडे परतून घ्यावे व राहिलेले सर्व पदार्थ घालून हलवून मंद आचेवर पाच मिनिटे शिजू द्यावे.

टीप : शेंगा निबर असल्यास, फोडणीपूर्वी पाण्यात चिमूटभर खाण्याचा सोडा घालून या शेंगा उकडून घ्याव्यात व परत स्वच्छ पाण्याने धुऊन घ्याव्यात. आपल्या जरुरीनुसार पाणी वाढवून याच शेंगांची पातळ भाजी करता येईल.

१०८. ढोबळी मिरची भाजी

साहित्य : ढोबळी मिरचीचे तुकडे १ वाटी, शेंगदाणे-कूट पाव वाटी, मीठ, दोन हिरव्या मिरच्यांचा कूट, थोडीशी हळद, धनेपूड अर्धा टीस्पून, मोहरी अर्धा टीस्पून, चिमूटभर हिंग, कढीपत्ता, कोथिंबीर, थोडासा खोबऱ्याचा कीस, साखर १ टीस्पून व तेल अर्धा भाजीचा चमचा.

कृती : गवार शेंगा कृतीप्रमाणे.

टीप : या भाजीत पाव वाटी बेसन घेऊनसुद्धा वरील कृतीप्रमाणे भाजी करता येईल.

१०९. ढोबळी मिरची (गोड)

साहित्य : ढोबळी मिरचीचे साहित्य व चिंच दोन बोटके, सुपारीएवढा गूळ, थोडेसे खोबऱ्याचे काप, थोडी काजू-पाकळी व खिसमिस, शेंगदाणे-पाकळी व थोडासा काळा मसाला.

कृती : ढोबळी मिरची कृतीप्रमाणेच पण भाजी शिजविताना पाव वाटी पाणी घालावे.

११०. ढोबळी मिरची मिक्स भाजी

साहित्य : ढोबळी मिरचीचे तुकडे १ वाटी, मटार-दाणे १ वाटी, कच्च्या टोमॅटोचे तुकडे १ वाटी, शेंगदाणे-कूट अर्धी वाटी, हावरी पाव वाटी, मीठ, मिरची-पूड अर्धा टीस्पून, थोडीशी हळद, धनेपूड १ टीस्पून, मोहरी १ टीस्पून, थोडासा हिंग, साखर १ टीस्पून, कढीपत्ता व तेल सव्वा भाजीचा चमचा.

कृती : मटारदाणे वाफवून घ्यावे. मोहरी, हळद, हिंग, मिरची-पूड, कढीपत्ता घातलेल्या तेलाच्या फोडणीत मटारदाणे, मिरची, टोमॅटो परतून राहिलेले सर्व पदार्थ घालून हलवून परतून घ्यावे. पाच मिनिटे शिजू द्यावे. वाढताना कोथिंबीर वरून घालावी.

१११. कच्च्या टोमॅटोची भाजी

साहित्य : कच्च्या टोमॅटोचे तुकडे १ वाटी, शेंगदाणे-कूट पाव वाटी किंवा हावरी-कूट पाव वाटी, मीठ, मिरची-पूड अर्धा टीस्पून किंवा दोन-तीन हिरव्या मिरच्यांचा कूट, थोडीशी हळद, धनेपूड अर्धा टीस्पून, मोहरी अर्धा टीस्पून, चिमूटभर हिंग, साखर १ टीस्पून, कढीपत्ता व तेल अर्धा भाजीचा चमचा.

कृती : टोमॅटोच्या तुकड्यांतील पाणी काढून घ्यावे व फोडणीचे पदार्थ घेऊन केलेल्या फोडणीत तुकडे परतून घ्यावे. नंतर सर्व पदार्थ घालून, हलवून, पाच मिनिटांनी पातेले गॅसवरून खाली घ्यावे. (आवडीनुसार या भाजीत गूळ घालून गोड भाजी करता येईल.)

११२. कोबी

साहित्य : चिरलेला कोबी २ वाटी, मीठ, दोन-तीन हिरव्या मिरच्यांचा कूट, थोडीशी हळद, मोहरी अर्धा टीस्पून, चिमूटभर हिंग, शेंगदाणे-कूट पाव वाटी, कढीपत्ता, कोथिंबीर व तेल भाजीचा अर्धा चमचा.

कृती १ : कच्च्या टोमॅटोच्या भाजीच्या कृतीप्रमाणे.

कृती २ : गरम पाण्यात चिरलेला कोबी घालून, पाण्याबाहेर काढून कोरडा करावी व कोबी भाजी कृती १ प्रमाणे भाजी तयार करावी.

कृती ३ : कोबी किसून घ्यावा. मोहरी, मिरची, हिंग, कढीपत्ता घातलेली थोड्या तेलाची फोडणी कोबीत घालावी व राहिलेले सर्व पदार्थ एकत्र करावेत व कोथिंबीर घालून लिंबू पिळावे.

टीप : शिजविलेली पाव वाटी हरभरा डाळ फोडणीनंतर कोबी भाजीत घालता येईल.

११३. फ्लॉवर

साहित्य : चिरलेला फ्लॉवर २ वाटी व कोबी भाजी सोडून इतर सर्व साहित्य कोबी भाजीचे.

कृती : कोबीच्या भाजीच्या कृतीप्रमाणे.

११४. मटार भाजी

साहित्य : मटारदाणे १ वाटी, मीठ, मिरची-पूड अर्धा टीस्पून, थोडीशी हळद, धनेपूड अर्धा टीस्पून, चिमूटभर हिंग, कढीपत्ता, कोथिंबीर व तेल भाजीचा १ चमचा.

कृती : हिंग, मिरची, हळद, कढीपत्ता घातलेल्या तेलाच्या फोडणीत मटार-दाणे परतून घ्यावे व त्यात वाटीभर पाणी व राहिलेले पदार्थ (मीठ सोडून) घालून, पातेल्यावर झाकण ठेवून, मंद आचेवर शिजू द्यावे. नंतर मीठ घालून हलवून घ्यावे व पातेले गॅसवरून खाली घ्यावे. याच भाजीत शिजविलेल्या बटाट्याचे तुकडे, टोमॅटो तुकडे, खसखस, हावरी-कूट, आले-कूट, मिक्सरमधून बारीक केलेला खोबऱ्याचा कीस, तळलेले पनीर-तुकडे यांपैकी कोणतेही पदार्थ आपल्या आवडीनुसार

घालून ही भाजी करता येईल. भाजी वाढताना कोथिंबीर वरून घालावी.

११५. सोलाणे भाजी

साहित्य : सोलाणे १ वाटी व मटार सोडून इतर सर्व साहित्य मटार भाजीचे.

कृती : मटार भाजी कृतीप्रमाणे.

११६. डिंगरी भाजी

साहित्य : डिंगरीचे तुकडे १ वाटी, बारीक केलेल्या मूगवड्या पाव वाटी किंवा शेंगदाणे-कूट पाव वाटी किंवा हावरी-कूट पाव वाटी व मटार-दाणे सोडून इतर सर्व साहित्य मटार भाजीचे.

कृती : मसाल्याचे पदार्थ घालून केलेल्या फोडणीत डिंगरी परतून, नंतर त्यात मूगवड्या किंवा शेंगदाणे-कूट किंवा हावरी-कूट घालावे व मटार भाजी कृतीप्रमाणे भाजी करावी.

टीप : डिंगरी निबर असल्यास शेंगदाणे-कूट, खोबऱ्याचा कीस, हिरव्या मिरचीचे कूट, कोथिंबीर, मीठ, साखर घालून तेल व फोडणीचे पदार्थ घालून ठेचा करता येईल.

११७. काकडी भाजी

साहित्य : काकडीचे तुकडे १ वाटी, शेंगदाणे-कूट पाव वाटी, मीठ, मिरची-पूड अर्धा टीस्पून, थोडीशी हळद, धनेपूड अर्धा टीस्पून, मोहरी अर्धा टीस्पून, चिमूटभर हिंग, साखर १ टीस्पून, कोथिंबीर, कढीपत्ता व तेल भाजीचा अर्धा चमचा.

कृती : मोहरी, हिंग, मिरची, कढीपत्ता, हळद घालून केलेल्या तेलाच्या फोडणीत काकडीचे तुकडे परतून घ्यावेत. नंतर राहिलेले साहित्य घालून मंद आचेवर शिजू द्यावे.

टीप : या भाजीत शिजविलेल्या बटाट्याचे तुकडे किंवा भिजवून शिजविलेली हरभरा डाळ किंवा मठडाळ किंवा थोडी चिंच व थोडासा गूळ घालता येईल.

११८. तोंडली

११९. पावटे शेंगा

१२०. श्रावण घेवडा

१२१. सुरण

१२२. पडवळ

१२३. वालाच्या शेंगा

११८ ते १२३ कृती : शेंगदाणे-कूट किंवा हावरी-कूट घालून भाजी करावी.

१२४. लाल भोपळा

कृती : पाणी न घालता भाजी करावी.

१२५. दुधी भोपळा

कृती : भिजवून शिजविलेली हरभरा डाळ किंवा शेंगदाणे-कूट घालून.

१२६. चवळी शेंगा

कृती : निबर असल्यास दाणे काढून.

या सर्व भाज्या (पाककृती क्र. ११८ ते १२६ पर्यंतच्या) काकडी भाजीचे साहित्य घेऊन व काकडी भाजी कृतीप्रमाणे आपल्या जरुरीनुसार पाणी कमी-जास्त घेऊन तयार करता येतील.

१२७. पेरू भाजी

साहित्य : पिकलेल्या पेरूचे तुकडे १ वाटी, गूळ किंवा साखर पाव वाटी, मीठ, थोडीशी मिरची-पूड, थोडीशी हळद, मोहरी अर्धा टीस्पून, चिमूटभर हिंग व तूप भाजीचा अर्धा चमचा.

कृती : अर्धी वाटी पाणी घेऊन काकडीच्या भाजीच्या कृतीप्रमाणेच ही भाजी तयार करावी.

१२८. केळी भाजी

साहित्य : पिकलेल्या दोन केळ्यांचे तुकडे, साखर किंवा गूळ पाव वाटी, मीठ, मिरची-पूड पाव टीस्पून, थोडीशी हळद, धनेपूड पाव टीस्पून, मोहरी अर्धा टीस्पून, काळा मसाला पाव टीस्पून, चिमूटभर हिंग व तूप अर्धा भाजीचा चमचा.

कृती : पाणी न घालता पेरूच्या भाजीच्या कृतीप्रमाणे ही भाजी करावी.

१२९. कैरीची गोड भाजी

साहित्य : साल काढलेल्या कैरीचे तुकडे १ वाटी, गूळ अर्धी वाटी, मीठ, थोडीशी मिरची-पूड, थोडीशी हळद, मोहरी अर्धा टीस्पून, जिरे अर्धा टीस्पून, मोहरी-कूट १ टीस्पून, चिमूट भर हिंग व तूप अर्धा भाजीचा चमचा.

कृती : पेरूच्या भाजीच्या कृतीप्रमाणे.

१३०. कैरीची तिखट भाजी

साहित्य : कैरीच्या फोडी १ वाटी, मीठ, मिरची-पूड अर्धा टीस्पून, थोडीशी हळद, धनेपूड अर्धा टीस्पून, मोहरी अर्धा टीस्पून, चिमूटभर हिंग, मोहरी-कूट १ टीस्पून, साखर १ टीस्पून व तेल अर्धा भाजीचा चमचा.

कृती : कैऱ्या धुऊन त्यांचे सालीसकट लांबसर जाड तुकडे करावेत व कैरीच्या गोड भाजीच्या कृतीप्रमाणेच ही भाजी तयार करावी.

१३१. टरबूज भाजी

साहित्य : टरबुजाचा मधला लाल गर काढल्यानंतर शिल्लक राहिलेला लालसर गर १ वाटी, गूळ पाव वाटी, चिंच दोन बोटके, मीठ, थोडीशी मिरची-पूड, थोडीशी हळद, चिमूटभर हिंग, मोहरी अर्धा टीस्पून व जिरे अर्धा टीस्पून.

कृती : टरबुजावरील हिरवी साल काढून राहिलेल्या गराचे तुकडे करावे व मोहरी, जिरे, हिंग घालून केलेल्या तुपाच्या फोडणीत हे तुकडे परतून घ्यावे. राहिलेले सर्व साहित्य व पाव वाटी पाणी घालून, पातेल्यावर झाकण ठेवून, पाच मिनिटे शिजू द्यावे.

१३२. भोपळ्याच्या किसाची भाजी

साहित्य : भोपळ्याचा कीस १ वाटी, खोबऱ्याचा कीस अर्धी वाटी, बेसन १ वाटी, मीठ, मिरची-पूड अर्धा टीस्पून, थोडीशी हळद, धनेपूड १ टीस्पून, मोहरी अर्धा टीस्पून, जिरे अर्धा टीस्पून, थोडासा हिंग, कच्चा मसाला अर्धा टीस्पून, थोडासा खाण्याचा सोडा, साखर १ टीस्पून, मोहनासाठी तेल अर्धा टीस्पून, लाल टोमॅटो १ नग, कांदा १ नग, बीटचे तुकडे २, लसूण ४ पाकळ्या व तळण्यासाठी तेल.

कृती : पाण्यात भोपळ्याचा कीस व थोडेसे मीठ घालून, कीस धुऊन, नंतर पिळून घ्यावा. भोपळ्याचा कीस, बेसन, खाण्याचा सोडा, मीठ, मिरची, साखर, मोहनाचे तेल, एकत्र करून मिश्रणाचा घट्ट गोळा करावा व या गोळ्यातून लहान लहान गोळे करून ताव आलेल्या तेलात तळून घ्यावे. टोमॅटो, कांदा, बीट,

लसूण, सुका किंवा खोवलेला खोबऱ्याचा कीस एकत्र करून मिक्सरमधून बारीक करावे व हे मिश्रण तेलात चांगले परतून कोरडे करावे. मोहरी, जिरे, हिंग, कढीपत्ता घालून भाजीचा १ चमचा तेलाची फोडणी करावी व नंतर त्यात दोन-अडीच वाट्या पाणी घालून या पाण्याला उकळी आल्यानंतर त्यात तळलेले वडे, कच्चा मसाला, मीठ घालून, हलवून घ्यावे व मंद आचेवर शिजू द्यावे.

१३३. पंचकूट भाजी (खेंगट)

साहित्य : वालाच्या शेंगांचे तुकडे अर्धी वाटी, सोलाणे अर्धी वाटी, थोडेसे वांग्यांचे तुकडे, गाजराचे तुकडे अर्धी वाटी, चार-पाच बोरांचा गर, भाजलेला हावरी-कूट अर्धी वाटी, मीठ, मिरची-पूड १ टीस्पून, थोडीशी हळद, चिमूटभर हिंग, चिंच दोन बोटके, सुपारीएवढा गूळ, कढीपत्ता, कोथिंबीर व तेल भाजीचा १ चमचा.

कृती : हिंग, मिरची, हळद, कढीपत्ता घातलेल्या तेलाच्या फोडणीत वरील सर्व भाज्या घालून परतून घ्याव्या व वाटीभर पाणी व इतर सर्व पदार्थ घालून हलवून घ्यावे. झाकणावर १ वाटी पाणी राहू द्यावे. जरूर वाटल्यास या पाण्याचा उपयोग करावा. वाढताना वरून कोथिंबीर घालावी.

१३४. मुळ्याच्या किसाची भाजी

साहित्य : मुळ्याचा कीस १ वाटी, मीठ, दोन-तीन हिरव्या मिरच्यांचा कूट किंवा मिरची-पूड, थोडीशी हळद, मोहरी अर्धा टीस्पून, चिमूटभर हिंग, शेंगदाणे-कूट किंवा हावरी-कूट पाव वाटी, साखर अर्धा टीस्पून, कढीपत्ता, कोथिंबीर व तेल भाजीचा अर्धा चमचा.

कृती : पंचकूट-भाजी कृतीप्रमाणे (पाणी घालू नये.)

टीप : फोडणीत मुळ्याचा कीस परतून न घेता फोडणीच मुळ्याच्या किसावर घातली, तरी चालेल. वाढताना कोथिंबीर वरून घालावी.

१३५. गाजराच्या किसाची भाजी

साहित्य : गाजराचा कीस १ वाटी व मुळ्याचा कीस सोडून इतर साहित्य मुळ्याच्या किसाच्या भाजीचे.

कृती : मुळ्याच्या किसाच्या भाजीच्या कृतीप्रमाणे. (फोडणीनंतर भाजी फार वेळ शिजवू नये) कोथिंबीर वरून घालावी.

१३६. अळूवडी

साहित्य : अळूची पाने ६ नग, बेसन १ वाटी, मीठ, मिरची पूड अर्धा टीस्पून किंवा दोन-तीन हिरव्या मिरच्यांचा कूट, थोडीशी हळद, धनेपूड अर्धा टीस्पून, मोहरी अर्धा टीस्पून, जिरेपूड अर्धा टीस्पून किंवा ओवा अर्धा टीस्पून, चिमूटभर हिंग, हावरी २ टीस्पून, साखर १ टीस्पून, चिमूटभर खाण्याचा सोडा, पाव लिंबू व तेल दीड भाजीचा चमचा.

कृती : अळूची पाने धुऊन कोरडी करावी, बेसनाचा भजेघोळापेक्षा थोडा घट्ट घोळ करावा व त्यात मीठ, मिरची-पूड, हळद, धनेपूड, साखर, हावरी, खाण्याचा सोडा व तेल अर्धा भाजीचा चमचा एकत्र करून लिंबू पिळावे. एका अळूपानाच्या मागील बाजूवर बेसनाचा घोळ पसरवून, त्यावर दुसरे पान तोंड फिरवून पण उलटी बाजू वर येईल, असे ठेवावे व त्यावर परत बेसन-घोळ पसरावा. या दोन पानांची चपटी सुरळी करावी. याच पद्धतीने राहिलेल्या पानांची सुरळी करावी. कढईमध्ये पाणी उकळण्यास ठेवून, त्यावर तेलाचा हात फिरवलेली चाळण ठेवावी. या चाळणीतच अळूपानाच्या सुरळ्या वाफवून घ्याव्यात. गार झाल्यानंतर एकेक इंचाचे तुकडे करावेत. मोहरी, हिंग, कढीपत्ता घालून केलेल्या तेलाच्या फोडणीत हे तुकडे परतून घ्यावे व कढईवर झाकण ठेवून, मंद आचेवर पाच मिनिटे शिजू द्यावे.

मोहरी फोडणीत न घालता बेसन-घोळात घातली व हावरी बेसन-घोळात न घालता फोडणीत घातले, तरी चालेल. तसेच वाफवून गार झालेल्या अळूवड्या परतून न घेता तळून घेतल्या, तरी चालेल.

आपल्या आवडीनुसार बेसन-घोळात चिंच, गूळ किंवा दही घातले, तरी चालेल. तसेच, ह्या आळूवड्या वाफवून न घेता जास्त तेलात फोडणीच्या वेळी परतून घेऊन, कढईवर झाकण ठेवून, मंद आचेवर शिजवून घेतल्या, तरी चालेल.

१३७. कोथिंबीर वडे

साहित्य : चिरलेली कोथिंबीर ३ वाटी, बेसन १ वाटी, तीन चार हिरव्या मिरच्यांचा कूट किंवा मिरची-पूड अर्धा टीस्पून, मीठ, थोडीशी हळद, थोडीशी धनेपूड, मोहरी अर्धा टीस्पून, चिमूटभर हिंग, आल्याचा लहान तुकडा, कढीपत्ता, साखर १ टीस्पून, चिमूटभर खाण्याचा सोडा, तेल भाजीचा दीड चमचा व लिंबू.

कृती : कोथिंबीर, बेसन, तेल अर्धा भाजीचा चमचा, खाण्याचा सोडा व राहिलेले पदार्थ एकत्र करून त्यात लिंबू पिळावे व मिश्रणाचा घट्ट गोळा करून

लहानलहान लांबसर सुरळ्या कराव्यात व अळूपान-वडी कृतीप्रमाणे हे कोथिंबीर वडे तयार करावे.

१३८. पालक वडे

साहित्य : पालक भाजी (चिरलेली) ३ वाटी व कोथिंबीर सोडून इतर साहित्य कोथिंबीर वड्यांचे.

कृती : कोथिंबीर-वड्यांच्या कृतीप्रमाणे.

१३९. मेथीभाजी वडे

साहित्य : चिरलेली मेथी भाजी ३ वाटी व कोथिंबीर सोडून इतर साहित्य कोथिंबीर-वड्याचे.

कृती : कोथिंबीर-वडे कृतीप्रमाणे.

१४०. तूरडाळ मुटके

साहित्य : तूर डाळ डोळ १ वाटी, मीठ, मिरची-पूड अर्धा टीस्पून, थोडीशी हळद, धने अर्धा टीस्पून, चिमूटभर हिंग, मोहरी १ टीस्पून, खोबऱ्याचा कीस पाव वाटी, खाण्याचा सोडा चिमूटभर व तेल १ भाजीचा चमचा.

कृती : डोळ गार पाण्यात पाच-सहा तास भिजवावे. नंतर मिक्सरमधून अथवा पाट्यावर वाटून बारीक करून घ्यावे. बारीक केलेले डोळ, खोबऱ्याचा कीस, मीठ, मिरची-पूड, धने, खाण्याचा सोडा व दोन टीस्पून तेल एकत्र करावे व या मिश्रणाचे हाताने मुटके तयार करावे व जास्त तेलाच्या फोडणीत हिंग, मोहरी घालून नंतर हे मुटके घालावे व मंद आचेवर ठेवून हलवून खाली-वर करीत जावे. मुटके तांबूस रंगावर झाले, की पातेले गॅसवरून खाली घ्यावे. (या मुटक्यांत पाणी घालू नये.)

१४१. भोपळा-वडे

साहित्य : किसलेला भोपळा १ वाटी, बेसन अर्धी वाटी, मीठ, दोन हिरव्या मिरच्यांचा कूट, थोडीशी हळद, मोहरी १ टीस्पून, चिमूटभर हिंग, चिमूटभर खाण्याचा सोडा, अर्धे लिंबू, कोथिंबीर, साखर १ टीस्पून व तेल भाजीचा १ चमचा.

कृती : भोपळ्याच्या किसात थोडे मीठ घालून, किसातील पाणी पिळून काढावे व त्यात बेसन, तेल २ टीस्पून, मीठ, मिरची-कूट, हळद, साखर, सोडा, कोथिंबीर घालून मुटके तयार करावे. मोहरी, जिरे, हिंग, कढीपत्ता घालून केलेल्या

तेलाच्या फोडणीत मुटके सोडावे व पाव वाटी पाणी घालून पातेल्यावर झाकण ठेवावे व मंद आच ठेवून मुटके तांबूस रंगावर झाल्यावर उलटे करून खालचा भाग तांबूस रंगावर होऊ द्यावा.

टीप : कोथिंबीर-वडे कृतीप्रमाणे हे मुटके वाफवून तयार केले, तरी चालतील.

१४२. टोमॅटो सार

साहित्य : लाल टोमॅटो २५० ग्रॅम, बीट २ तुकडे, मीठ, मिरची-पूड अर्धा टीस्पून, थोडीशी हळद, मोहरी अर्धा टीस्पून, धने अर्धा टीस्पून, जिरे अर्धा टीस्पून, चिमूटभर हिंग, चिंच दोन बोटके, सुपारीएवढा गूळ, काळा मसाला पाव टीस्पून, आमसुले २ नग व तूप २ टीस्पून.

कृती : टोमॅटो व बीटचे तुकडे करून शिजवून घ्यावे. गार झाल्यानंतर कुस्करून बारीक करावे किंवा मिक्सरमधून बारीक करून घ्यावे व त्यात मीठ, मिरची-पूड, हळद, धने, चिंच, गूळ, आमसुले घालावी. हिंग, मोहरी, जिरे, कढीपत्ता घालून केलेल्या तुपाच्या फोडणीत टोमॅटो-मिश्रण घालून उकळी द्यावी.

१४३. टोमॅटो सूप

साहित्य : लाल टोमॅटो २ नग, कांदा १ नग, मैदा १ टीस्पून, साखर २ टीस्पून, थोडीशी काळी मिरी, आल्याचा लहान तुकडा, मीठ व तूप २ टीस्पून, व ब्रेड.

कृती : टोमॅटो, कांदा, आले वाफवून घ्यावे. गार झाल्यानंतर मिक्सरमधून बारीक करून, गाळून घ्यावे. मैदा थोड्या तुपात भाजून घ्यावा व सर्व पदार्थ एकत्र करून उकळी द्यावी. सूप गरम असतानाच वाढताना त्यात तळलेले-ब्रेड तुकडे घालावेत.

१४४. मिक्स सूप

साहित्य : दोन टोमॅटो, एक लहान कांदा, एक गाजर, बीट तुकडा, मैदा अर्धा टीस्पून, मीठ, साखर २ टीस्पून, काळी मिरी पाव टीस्पून, आल्याचा लहान तुकडा व तूप २ टीस्पून.

कृती : टोमॅटो सूप कृतीप्रमाणे. पालक व मेथी भाजीचे सूप टोमॅटो सूपचे साहित्य घेऊन त्याच कृतीप्रमाणे करता येईल.

१४५. टोमॅटो सॉस

साहित्य : टोमॅटो २५० ग्रॅम, बीट १ तुकडा, साखर ७५ ग्रॅम, आल्याचा तुकडा, मीठ १० ग्रॅम, थोडीशी मिरची-पूड, थोडासा काळा मसाला किंवा दोन लवंगा, दोन काळी मिरी दाणे व सॉस जास्त दिवस टिकवायचा असल्यास सोडियम बेंझाईट १ ग्रॅम.

कृती : टोमॅटो, बीट, आले शिजवून घ्यावे. गार झाल्यानंतर मिक्सरमधून बारीक करून गाळून घ्यावे. काळी मिरी, लवंग कुटून बारीक करावी व जाड बुडाचे पातेले गॅसवर ठेवून त्यात सर्व पदार्थ घालावे. एकसारखे हलवून घट्ट करावे व गार झाल्यानंतर सोडियम बेंझाईट घालावे. या सॉसमध्ये एक लहान कांदा घातला, तरी चालेल किंवा बीट तुकडा घातला नाही, तरी चालेल.

१४६. चिंच सार

साहित्य : चिंच अर्धी वाटी, गूळ १ वाटी, हरभरा डाळ पाव वाटी, मीठ, मिरची-पूड पाव टीस्पून, मोहरी अर्धा टीस्पून, जिरेपूड पाव टीस्पून, जिरे पाव टीस्पून व तूप १ टीस्पून.

कृती : कोमट पाण्यात चिंच व गूळ दोन-तीन तास भिजवून, मिक्सरमधून बारीक करून घ्यावे व स्टील चाळणीने गाळून घ्यावे. हरभरा डाळ वाफवून घ्यावी. मोहरी, जिरे घातलेल्या तुपाच्या फोडणीत हरभरा डाळ परतून घ्यावी. ही फोडणी गार झाल्यानंतर त्यात थोडे पाणी व राहिलेले पदार्थ एकत्र करावेत. या सारमध्ये हरभरा डाळ घातली नाही, तरी चालेल.

हरभरा डाळीऐवजी बेसन डोसा (पुडला) तुकडे एकत्र करून सुद्धा हे सार तयार करता येईल.

१४७. सार

साहित्य : आमसुलाचे गोड वरण (विभाग ७, कृती ६) साहित्यातील तूर डाळीचे घोटलेले वरण सोडून इतर सर्व साहित्य.

कृती : आमसुलाचे गोड वरण कृती.

टीप : टायफॉईड वगैरे दुखण्यातून बरे झालेल्या अशक्त व्यक्तींना हे सार व भात देतात.

१४८. काळा मसाला (गोडा मसाला)

साहित्य : लाल मिरची २५० ग्रॅम, धने २५० ग्रॅम, खोबरे ४०० ग्रॅम, हळद १० ग्रॅम, खडा हिंग १० ग्रॅम, नाकेश्वर १० ग्रॅम, दालचिनी १० ग्रॅम, तमालपत्र १० ग्रॅम, दगडफूल १० ग्रॅम, लवंग १० ग्रॅम, शहाजिरे १० ग्रॅम, मसाला वेलदोडे १० ग्रॅम, बादलफूल १० ग्रॅम, काळे मिरे १० ग्रॅम व रिफाईंड तेल.

कृती : खोबऱ्याचा कीस करून तांबूस रंगावर भाजून घ्यावा व राहिलेले सर्व पदार्थ तेलात वेगवेगळे तळून घ्यावेत व गार झाल्यानंतर कुटून बारीक करावे किंवा मिक्सरमधून बारीक करून, चाळून, नंतर खोबरे बारीक करून, सर्व पदार्थ एकत्र करावेत.

टीप : सर्व मिश्रणात खोबरे कीस एकत्र न करता थोडा थोडा कीस भाजून, मिक्सरमधून बारीक करून थोड्या थोड्या मिश्रणात एकत्र करावा.

१४९. कच्चा मसाला (काळा मसाला)

साहित्य : खोबऱ्याचा कीस पाव वाटी, तीन-चार लाल मिरच्या, दोन-तीन लवंगा, दोन-तीन काळे मिरे, तमालपत्र १ पान, दालचिनी एक तुकडा, एक मसाला वेलदोडा, थोडासा खडा हिंग व तेल भाजीचा अर्धा चमचा.

कृती : गोडा मसाला कृती.

१५०. ताक मसाला

साहित्य : सुंठ पूड १ टीस्पून, काळे मिरेपूड अर्धा टीस्पून, धने पूड १ टीस्पून, जिरे पूड १ टीस्पून व काळे मीठ १ टीस्पून.

कृती : सर्व साहित्य एकत्र करून छिद्राचे बूच असलेल्या बाटलीत भरावे.

१५१. चाट मसाला

साहित्य : जिरे पूड ७ ग्रॅम, धने पूड १५ ग्रॅम, काळे मीठ १५ ग्रॅम, सुंठ पूड १५ ग्रॅम, काळे मिरे पूड ५ ग्रॅम, हिंग ३ ग्रॅम, सायट्रिक ॲसिड ५ ग्रॅम व लाल मिरची पूड २० ग्रॅम

कृती : सर्व पदार्थ एकत्र करून बाटलीत भरावे.

१५२. आलूदम

साहित्य : आवळ्याच्या आकाराचे लहान बटाटे २५० ग्रॅम, एक लाल टोमॅटो, दही १ वाटी, मीठ, दोन हिरव्या मिरच्या, मिरची-पूड अर्धा टीस्पून, एक लाल मिरची, थोडीशी हळद, जिरे पाव टीस्पून, आख्खे धने १ टीस्पून, चार-पाच काळे मिरे, एक मसाला वेलची, दोन लवंगा, एक दालचिनी-तुकडा, आले-तुकडा, कढीपत्ता, लसूण दोन पाकळ्या, तेल १ टीस्पून व तूप भाजीचा अर्धा चमचा.

कृती : बटाटे धुऊन त्यांच्या साली काढाव्या व टोचून हे बटाटे उकडून घ्यावे. टोमॅटोचे तुकडे करावे. धने, लवंग, काळे मिरे, वेलची, दालचिनी थोड्या तेलात तळून त्यातच लसूण, हिरवी मिरची, आले परतून घ्यावे व हे मिश्रण मिक्सरमधून बारीक करावे. तुपाच्या फोडणीत जिरे, हळद, कढीपत्ता, लाल मिरचीचे तुकडे, मिरची-पूड घालून बटाटे व टोमॅटो परतून घ्यावे व त्यात बारीक केलेली मसाला पेस्ट व थोडे पाणी घालून पंधरा मिनिटे शिजू द्यावे. दही रवीने घुसळावे. दही व मीठ भाजीत घालून हलवावे व पातेले गॅसवरून खाली घ्यावे.

१५३. पालक पनीर

साहित्य : पालक भाजी एक जुडी, आंबट चुका भाजी अर्धी जुडी, पनीर १०० ग्रॅम, कोथिंबीर पाच-सहा काड्या, दोन हिरव्या मिरच्या, बडीशेप अर्धा टीस्पून, आल्याचा लहानसा तुकडा, लसूण दोन पाकळ्या, दोन लवंगा, एक मसाला वेलची, एक दालचिनीचा तुकडा, दोन-तीन काळे-मिरे व तूप १ भाजीचा चमचा.

कृती : दोन्ही भाज्यांची पाने काढून धुऊन घ्यावी. उकळत्या पाण्यात दोन्ही भाज्या घालून दोन मिनिटे शिजू द्याव्यात. नंतर भाजीतील पाणी काढून, भाजी गार झाल्यानंतर मिक्सरमधून बारीक करून घ्यावी. कांद्याचे लांबसर तुकडे करावे. कोथिंबीर, बडीशेप, आले, हिरव्या मिरच्या, लसूण, लवंग, वेलची, काळी मिरी, दालचिनी हे पदार्थ एकत्र करून मिक्सरमधून बारीक करून घ्यावे. तुपाच्या फोडणीत बारीक केलेले हे मिश्रण घालून चांगला वास येईपर्यंत परतून घ्यावे व त्यातच कांदा तुकडे परतावे. नंतर त्यात पनीर-तुकडे, बारीक केलेली भाजी, मीठ घालावे व घट्टपणा पाहून थोडे पाणी घालून उकळी येऊ द्यावी.

१५४. मलई कोफ्ता : प्रकार १

साहित्य : बटाटे २ नग, कांदे २ नग, नारळाचे दोन-तीन लहान तुकडे, आल्याचा लहान तुकडा, लसूण चार-पाच पाकळ्या, कोथिंबीर पाच-सहा काड्या, टोमॅटो ३ नग, क्रीम किंवा दुधाची साय १०० ग्रॅम, मीठ, मिरची-पूड २ टीस्पून, धने २ टीस्पून, खसखस १ टीस्पून, काळा मसाला अर्धा टीस्पून, पनीर २०० ग्रॅम, चीझ १ क्यूब, बेकिंग पावडर अर्धा टीस्पून, मैदा अर्धा टीस्पून, फोडणीसाठी तूप १ भाजीचा चमचा व तळण्यासाठी तूप.

कृती : बटाटे उकडून घ्यावे. पनीर, चीझ, बटाटे, एक टीस्पून मिरची-पूड, बेकिंग पावडर, मैदा, मीठ, कोथिंबीर एकत्र करून, मळून, मऊसूत गोळा करावा. या गोळ्यातून लहानलहान गोळे करून, तुपात तळून घ्यावे. टोमॅटो वाटीभर पाण्यात शिजवून गाळून घ्यावे. खसखस भाजून घ्यावी. कांदे, नारळ-तुकडे, आले, लसूण, एक टीस्पून मिरची-पूड, धने, काळा मसाला एकत्र करून मिक्सरमधून बारीक करावा. तुपाच्या फोडणीत बारीक केलेला मसाला चांगला परतून घ्यावा व त्यात खसखस, क्रीम किंवा साय, टोमॅटोरस व मीठ घालून मिश्रण पंधरा मिनिटे शिजू द्यावे. नंतर ही उकळलेली मलई भाजी तळलेल्या मुटक्यावर (कोफ्ता) घालून वरून चिरलेली कोथिंबीर घालावी.

कोफ्ता : प्रकार २

साहित्य : मध्यम आकाराचे ५ बटाटे, खवा ५० ग्रॅम, पनीर ५० ग्रॅम, काजू-कूट २० ग्रॅम, मैदा १ टीस्पून, साखर २ टीस्पून, मीठ व तळण्यासाठी तूप.

कृती : बटाटे वाफेवर उकडून, त्यात मीठ व मैदा एकत्र करून मऊसूत गोळा करावा. खवा, साखर, पनीर, काजू एकत्र करून हे मिश्रण बटाट्यात भरून कोफ्ते तयार करावेत व तुपात तळून घ्यावेत.

कोफ्ता : प्रकार ३

साहित्य : बटाटे १५० ग्रॅम, पनीर १०० ग्रॅम, खवा ५० ग्रॅम, सात-आठ काजू, मीठ व तळण्यासाठी तूप.

कृती : बटाटे उकडून, मऊसूत लगदा करून, त्यात वरील साहित्य एकत्र करून, लहान कोफ्ते तयार करून तुपात तळावे.

१५५. बटर पनीर मसाला : प्रकार १

साहित्य : पनीर तुकडे ५० ग्रॅम, बटर (लोणी) ५० ग्रॅम, दोन बटाटे, एक कांदा, दोन टोमॅटो, एक बीट तुकडा, नारळाचे तीन-चार तुकडे (पाव नारळ), कोथिंबीर तीन-चार काड्या, मीठ, साखर १ टीस्पून, मिरची-पूड अर्धा टीस्पून, धने १ टीस्पून, तीन-चार काळे मिरे, तीन लवंगा, एक दालचिनीचा तुकडा, एक मसाला वेलची, लसूण तीन पाकळ्या व फोडणीसाठी तूप भाजीचा १ चमचा.

कृती : बटाटे उकडून त्यांचा मऊसूत लगदा करावा. बीट, टोमॅटो वाफवून गार झाल्यानंतर मिक्सरमधून बारीक करावे. मसाले थोड्या तुपात भाजून, मिक्सरमधून बारीक करावे. नारळ, कांदा, लसूण, आले मिक्सरमधून बारीक करावे व तुपाच्या फोडणीत परतून घ्यावे. याच फोडणीत बटाट्याचा लगदा परतून घ्यावा. नंतर टोमॅटो, बीट, मिश्रण, साखर, मीठ घालून पाच-दहा मिनिटे शिजू द्यावे व उकळी आल्यानंतर, पनीर तुकडे, बटर घालून व चिरलेली कोथिंबीर घालून पातेले गॅसवरून खाली घ्यावे.

१५६. बटर पनीर मसाला : प्रकार २

साहित्य : पनीर १०० ग्रॅम, खवा २५ ग्रॅम, अमूल लोणी ३० ग्रॅम, क्रीम २५ ग्रॅम, बटाटे २ नग, हावरी ३० ग्रॅम, मिरचीपूड १ टीस्पून, मगज बी १० ग्रॅम, धने १ टीस्पून, साखर १ टीस्पून व थोडासा टोमॅटो सॉस.

ग्रेव्हीसाठी साहित्य : कांदा १ नग, टोमॅटो २ नग, लसूण २-३ पाकळी, एक बीट तुकडा व आले तुकडा.

मसाला साहित्य : शहाजिरे पाव टीस्पून, मसाला वेलदोडे २ नग, तमालपत्र २ पाने, काळे मिरे दाणे ४-५, लवंगा ३, एक दालचिनी तुकडा, तूप अर्धा भाजी चमचा व तेल १ टीस्पून.

कृती : बटर पनीर मसाला कृतीप्रमाणे (विभाग ७, कृती १५५)

१५७. पंजाबी दम-आलू

साहित्य : बटाटे अर्धा किलो, श्रावणघेवडा ५० ग्रॅम, फ्लॉवर ५० ग्रॅम, गाजर ५० ग्रॅम, बीट १ तुकडा, मटारदाणे अर्धी वाटी, टोमॅटो १२५ ग्रॅम, कांदे १२५ ग्रॅम, आल्याचा तुकडा, लसूण पाच-सहा पाकळ्या, मीठ, मिरची-पूड १ टीस्पून, थोडीशी हळद, जिरेपूड अर्धा टीस्पून, धने १ टीस्पून, काळा मसाला १ टीस्पून, तमालपत्र दोन पाने, बडीशेप १ टीस्पून, दही १ वाटी, तेल भाजीचा अर्धा चमचा व तूप भाजीचा अर्धा चमचा.

कृती : बटाटे अर्धवट उकडून त्यांच्या साली काढाव्या व प्रत्येक बटाट्याचे दोन तुकडे करावे. बटाट्याचे तुकडे आतून कोरून पोकळ करून घ्यावे. श्रावण घेवडा गाजर, बीट, फ्लॉवर या भाज्यांचे बारीक तुकडे करावे. या भाज्या व मटारदाणे थोडा सोडा घालून मऊसूत उकडून घ्यावे. तेलाच्या फोडणीत हळद, मिरची-पूड १ टीस्पून, जिरेपूड, धने घालून त्यात उकडलेल्या भाज्या व कोरलेल्या बटाट्याचा लगदा परतून घ्यावा. ही भाजी गार झाल्यानंतर कोरलेल्या बटाट्यांत भरावी व तुकडे परत जोडून बटाट्याला दोरा गुंडाळावा. आले, लसूण, बडीशेप मिक्सरमधून बारीक करून घ्यावी. कांदा व टोमॅटोचे बारीक तुकडे करावे. तुपाच्या फोडणीत तमालपत्र तळल्यानंतर त्यातच कांदा परतावा व नंतर टोमॅटो तुकडे, बारीक केलेले आले, लसूण, हळद, मिरची-पूड घालावी व नंतर रवीने घुसळलेले दही व थोडे पाणी घालून दोरा बांधलेले बटाटे, काळा मसाला, मीठ घालावे व शिजू द्यावे. भाजी वाढताना बटाट्याचा दोरा काढून घ्यावा.

१५८. काश्मिरी दम-आलू

साहित्य : बटाटे अर्धा किलो, खवा ५० ग्रॅम, एक कांदा, दोन टोमॅटो, बीटचा १ तुकडा, नारळाचे तीन-चार तुकडे (१०० ग्रॅम) मीठ, साखर १ टीस्पून, मिरची-पूड अर्धा टीस्पून, धने १ टीस्पून, पाच काळे मिरे, चार लवंगा, एक दालचिनी तुकडा, एक मसाला वेलची, लसूण तीन पाकळ्या, आल्याचा लहान तुकडा व तूप भाजीचा दीड चमचा.

कृती : खवा थोडासा भाजून घ्यावा. बटाटे अर्धवट उकडून त्यांच्या साली काढाव्यात. अर्धवट उकडलेल्या बटाट्यांत, पंजाबी दम-आलू कृतीप्रमाणे खवा भरून बटाट्याला दोरा गुंडाळावा. बीट, टोमॅटो वाफवून गार झाल्यानंतर मिक्सरमधून बारीक करावे. मसाले थोड्या तुपात भाजून मिक्सरमधून बारीक करावे. नारळ, कांदा, लसूण, आले एकत्र करून मिक्सरमधून बारीक करावे. तुपाच्या फोडणीत बारीक केलेले मसाले, कोरून निघालेल्या बटाट्याचा लगदा परतून घ्यावा. नंतर नारळ, आले-कांदे-लसूण-पेस्ट परतून घ्यावी व टोमॅटो, बीट, मिश्रण, साखर, मीठ व उकडलेले बटाटे घालून शिजू द्यावे. घट्टपणा पाहून गरम पाणी वाढवावे. वाढताना बटाट्याचा दोरा काढून घ्यावा.

१५९. नवरतन कुरमा

साहित्य : बटाटे २५० ग्रॅम, तीन टोमॅटो, एक कांदा, फ्लॉवर फुले अर्धी वाटी, मटार किंवा सोलाणे अर्धी वाटी, फरसबी, किंवा गवार किंवा वाल शेंगा अर्धी वाटी, भोपळा तुकडे अर्धी वाटी, ढोबळी मिरची अर्धी वाटी, अर्धा बीट,

लसूण पाच पाकळ्या, अर्धा नारळ, क्रीम किंवा दुधावरील साय ५० ग्रॅम, खसखस १ टीस्पून, बडीशेप १ टीस्पून, दहा काळे मिरे, सहा लवंगा, दोन मसाला वेलची, दोन दालचिनी तुकडे, आख्खे धने २ टीस्पून, मीठ, मिरची-पूड १ टीस्पून, चिमूटभर हिंग, थोडीशी हळद, आल्याचा लहान तुकडा व तूप भाजीचा दीड चमचा.

कृती : सर्व भाज्या धुऊन, बारीक तुकडे करून, वाफवून घ्याव्यात. बटाट्याच्या साली काढून, शिजवून त्यांचा मऊसूत लगदा करावा. थोड्या तुपात धने, लवंगा, काळे मिरे, वेलची भाजून घेऊन, त्यात लसूण, कांदा परतून घ्यावा. हे मिश्रण व खोबरे, आले, बडीशेप, बीट, टोमॅटो एकत्र करून मिक्सरमधून बारीक करावे. तुपाच्या हिंग, मिरची-कूट टाकलेल्या फोडणीत पेस्ट परतून घेतल्यानंतर सर्व भाज्या परतून घ्याव्या व त्यातच भाजलेली खसखस, क्रीम किंवा साय, मीठ घालावे व थोडेसे पाणी घालून थोडा वेळ शिजू द्यावे.

टीप : उपलब्ध असतील, त्या तीन-चार भाज्या घेऊनसुद्धा वरील कृतीप्रमाणे नवरतन कुरमा भाजी करता येईल.

१६०. व्हेजिटेबल बटर पनीर

साहित्य : श्रावणघेवडा १०० ग्रॅम, गाजर १०० ग्रॅम, फ्लॉवर फुले १०० ग्रॅम, मटारदाणे ५० ग्रॅम, एक कांदा, दोन टोमॅटो, तीन-चार हिरव्या मिरच्या, चार-पाच पाकळ्या लसूण, आल्याचा लहान तुकडा, जिरे १ टीस्पून, मसाला वेलची दोन नग, थोडेसे शहाजिरे, पनीर १०० ग्रॅम, दही अर्धी वाटी, साखर २ टीस्पून, खवा ५० ग्रॅम, मीठ, अमूल बटर किंवा घरचे लोणी ५० ग्रॅम, काळा मसाला १ टीस्पून व तेल भाजीचा १ चमचा.

कृती : सर्व भाज्यांचे बारीक तुकडे करून, या भाज्या व मटारदाणे वाफवून घ्यावे. कांदा, टोमॅटो, आले, लसूण, मिरची एकत्र करून मिक्सरमधून बारीक करावे. थोड्याशा तेलात मसाले भाजून मिक्सरमधून बारीक करावे. तेलाच्या फोडणीत मसाले पेस्ट व भाज्या परतून त्यात काळा मसाला, मीठ, साखर, दही, खवा, थोडे पाणी, पनीर बारीक तुकडे करून किंवा किसून घालावे व थोडा वेळ शिजू द्यावे. वाढताना भाजीवर बटर घालावे.

१६१. आमरस कढी (फजिता)

साहित्य : आंब्याचा रस काढल्यानंतर शिल्लक असलेल्या कोयी व साली, १ वाटी आंब्याचा रस, मीठ, मिरचीपूड, जिरा, हिंग, मोहरी, हळद, गूळ, ताक १ वाटी किंवा दही अर्धी वाटी, बेसन १ टीस्पून, दोन चार पाने कढीपत्ता व तूप

१ टीस्पून

कृती : एक वाटी पाण्यात कोयी व साली धुवून घ्याव्यात. मोहरी, जिरे, हिंग व कढीपत्ता घातलेल्या तुपाच्या फोडणीत हे पाणी व इतर राहिलेले सर्व पदार्थ एकत्र करावे. सारखे हलवून एक दोन उकळ्या घ्याव्या. पातेले गॅसवरून खाली घ्यावे. ही आमरस कढी भातासोबत खाण्यास द्यावी.

१६२. मिक्स कढाई भाजी

साहित्य : बटाटा १ नग, कांदा १ नग, गाजर २ नग, सिमला मिरची १ नग, सोलाणे १ वाटी, कोबी १ वाटी, वालाच्या शेंगा १ वाटी, मीठ, मिरची पूड अर्धा टीस्पून, धने पावडर १ टीस्पून, जिरे अर्धा टीस्पून, काळा मसाला अर्धा टीस्पून, थोडासा हिंग, दोन तीन हिरव्या मिरच्या, आले लहान तुकडा व तेल दीड भाजीचा चमचा

कृती : सर्व भाज्या धुवून लांबसर तुकडे करावेत. हिरवी मिरची व आले बारीक करावे. कढईत तेल गरम करावयास ठेवून त्यात सर्व भाज्या घालून सारखे परतत राहावे. भाज्या कुरकुरीत कराव्या. भाज्यांना तेल सुटू द्यावे. नंतर मिरची पेस्ट, मसाले व मीठ एकत्र करून पाच मिनिटे शिजू द्यावे. या भाजीत पाणी घालू नये. आवडीनुसार लसूण व कढीपत्त्याचा वापर करावा.

१६३. तवा भाजी

साहित्य : कढाई भाजीचे.

कृती : कढाई भाजी कृतीप्रमाणे सर्व भाज्या वाफवून घ्याव्या. ही मिक्स भाजी लागेल तेवढी तव्यावर घेऊन तेल सुटेपर्यंत चांगली परतून नंतर मसाले, मिरची पेस्ट व मीठ एकत्र करावे. या भाजीत सुद्धा पाणी घालू नये.

१६४. घोसाळे भाजी

साहित्य व कृती : घोसाळे तुकडे १ वाटी व काकडी भाजीचे साहित्य घेऊन व काकडी भाजीच्या कृतीप्रमाणे आपल्या जरुरीप्रमाणे पाणी कमीजास्त घेऊन ही भाजी करता येईल.

१६५. ग्रीन पीज भाजी

साहित्य : मटार दाणे २०० ग्रॅम, कोथिंबीर ३ वाटी, हिरव्या मिरच्या ४, खोबरे कीस पाव वाटी, आले लहान तुकडा, मीठ, हिंग, चिमूटभर खाण्याचा सोडा, तेल अर्धा भाजीचा चमचा

कृती : उकळत्या पाण्यात सोडा घालून मटार दाणे शिजवून घ्यावे. पाणी एका भांड्यात काढून घ्यावे. कोथिंबीर, आले, हिरवी मिरची, खोबरे कीस व मीठ एकत्र करून, मिक्सरमधून बारीक करून घ्यावे. तेलाच्या फोडणीत हिंग घालून, मटार दाणे परतून घ्यावे व त्यातच बारीक केलेले मिश्रण व बाजूला काढलेले पाणी एकत्र करून पाच मिनिटे मंद आचेवर शिजू द्यावे.

१६६. गट्टा भाजी : प्रकार २

साहित्य : दही न घेता पाणी व गट्टा भाजीचे सर्व साहित्य घेऊन व तेलाच्या फोडणीत १ टीस्पून बेसन घालून गट्टा भाजी कृतीप्रमाणे ही भाजी करता येईल.

१६७. ग्रेव्ही

साहित्य : आपल्या रोजच्या भाजीच्या चवीपेक्षा वेगळी पण हॉटेलमधील भाजीसारखीच चव येण्यासाठी काही भाज्यांमध्ये ग्रेव्हीचा वापर केला जातो. निरनिराळ्या पदार्थांची ग्रेव्ही तयार करता येते. ही ग्रेव्ही व वेगवेगळे मसाले घेऊन बटर पनीर, मटार पनीर, आलूदम, नवरतन कुर्मा, पंजाबी दम आलू, छोले, मिसळ, पावभाजी, वगैरे लज्जतदार भाज्या बनवता येतील. आपल्या आवडीनुसार मसाले भाजीसाठी घ्यावेत. भाज्या शिजवून किंवा वाफवून नंतर ग्रेव्ही व मसाले घातले जातात. ग्रेव्हीचे मुख्यत्वे व्हाईट ग्रेव्ही, ब्राऊन ग्रेव्ही व रेड ग्रेव्ही हे तीन प्रकार आहेत.

१. व्हाईट ग्रेव्ही : साहित्य : काजू, मगजबी व रिफाईंड तेल

कृती : काजू व मगजबी पाण्यात पंधरा मिनिटे शिजू द्यावेत. पाणी काढून मिक्सरमधून बारीक करावे. पातेल्यात तेल घेऊन मंद आचेवर ठेवावे व तेल सुटेपर्यंत परतून घ्यावे. या ग्रेव्हीचा उपयोग ब्राऊन व रेड ग्रेव्हीमध्ये घट्टपणा येण्यासाठी करता येतो.

२. ब्राऊन ग्रेव्ही : साहित्य : कांदा तुकडे, हिरवी मिरची, आले तुकडा, तमालपत्र, रिफाईंड तेल व उपलब्ध असल्यास व्हाईट ग्रेव्ही.

कृती : व्हाईट ग्रेव्ही कृतीप्रमाणेच ही ग्रेव्ही तयार करावी. त्याच पातेल्यात धनेपूड, जिरेपूड, मिरची पूड, हळद, मीठ, साखर व व्हाईट ग्रेव्ही घालून थोडे हलवून पातेले गॅसवरून खाली घ्यावे व शिजवलेल्या भाजीत हे मिश्रण व कोमट पाणी ओतावे. मसाले न घालता तयार केलेली ग्रेव्ही फ्रीजमध्ये ठेवल्यास पाच सहा दिवस टिकते.

३. रेड ग्रेव्ही : साहित्य : टोमॅटो तुकडे, आवडीनुसार कांदा तुकडे, उपलब्ध असल्यास व्हाईट ग्रेव्ही व रिफाईंड तेल.

कृती : पाणी न घेता टोमॅटो शिजवून घ्यावेत. पातेल्यात तेल, टोमॅटो प्युरी व व्हाईट ग्रेव्ही घेऊन तेल सुटेपर्यंत परतून घ्यावे. त्याच पातेल्यात धनेपूड, जिरेपूड, मिरची पूड, तमालपत्र, मीठ, साखर घालावे व थोडे हलवून हे मिश्रण व कोमट पाणी शिजवलेल्या भाजीत घालून उकळी घ्यावी. आपल्या आवडीनुसार थोडी वेगळी चव येण्यासाठी लवंग, मिरी, दालचिनी, लोणी, दुधाची साय या पैकी काही उपलब्ध असणाऱ्या पदार्थांचा वापर करता येईल.

■

८

कोशिंबिरी व चटण्या

१. काकडी + टोमॅटो कोशिंबीर

साहित्य : काकडीचे तुकडे १ वाटी, टोमॅटोचे तुकडे १ वाटी, घट्ट दही २ वाट्या, दोन हिरव्या मिरच्यांचे तुकडे, थोडासा आले-कूट, शेंगदाणे-कूट अर्धी वाटी, मीठ, मोहरी अर्धा टीस्पून, साखर १ टीस्पून, तूप १ टीस्पून, कढीपत्ता व कोथिंबीर.

कृती : काकडी व टोमॅटो तुकड्यांतील पाणी कमी करावे. दही घुसळून त्यात मीठ, साखर, मिरची-तुकडे, आले-कूट, शेंगदाणे-कूट, कोथिंबीर एकत्र करावे. मोहरी, कढीपत्ता घालून केलेली तुपाची फोडणी, गार झाल्यानंतर मिश्रणात घालून हलवून घ्यावे.

टीप : फक्त काकडीचे तुकडे किंवा काकडीचा कीस किंवा फक्त टोमॅटो तुकडे घेऊन व इतर साहित्य वरीलप्रमाणे घेऊन फक्त काकडी कोशिंबीर किंवा फक्त टोमॅटो कोशिंबीर करता येईल. दही न घालता लिंबू पिळून व इतर साहित्य घेऊनसुद्धा कोशिंबीर करता येईल.

२. लाल टोमॅटो + कांदे कोशिंबीर

साहित्य : टोमॅटोचे तुकडे १ वाटी, कांद्याचे तुकडे अर्धी वाटी, मीठ, मिरची-पूड अर्धा टीस्पून, किंवा दोन हिरव्या मिरच्यांचे तुकडे, जिरेपूड अर्धा टीस्पून, साखर १ टीस्पून, कढीपत्ता, कोथिंबीर, मोहरी अर्धा टीस्पून व तेल १ टीस्पून.

कृती : टोमॅटोच्या तुकड्यांतील पाणी कमी करून सर्व पदार्थ एकत्र करावे व आवडीनुसार मोहरीची फोडणी मिश्रणात घातली, तरी चालेल.

३. मिक्स कोशिंबीर

साहित्य : बारीक चिरलेला कोबी १ वाटी, काकडीचे तुकडे १ वाटी, टोमॅटोचे तुकडे १ वाटी, गाजराचे बारीक तुकडे १ वाटी, कांद्याचे तुकडे १ वाटी, शेंगदाणे-कूट १ वाटी, बारीक चिरलेली कोथिंबीर १ वाटी, मीठ, तीन-चार हिरव्या मिरच्यांचे तुकडे, साखर २ टीस्पून, कढीपत्ता, लिंबू व तेल १ टीस्पून.

कृती : तेलाच्या फोडणीत मिरचीचे मोठे तुकडे घालावेत. सर्व पदार्थ एकत्र करून लिंबू पिळावे. गार झालेली फोडणी मिश्रणात घालून त्यातील हिरव्या मिरचीचे तुकडे काढून घ्यावे.

४. कोबी कोशिंबीर

साहित्य : बारीक किसलेला कोबी १ वाटी, शेंगदाणे-कूट पाव वाटी, दोन-तीन हिरव्या मिरच्यांचे कूट, मोहरी १ टीस्पून, मीठ, साखर १ टीस्पून, थोडासा हिंग, कढीपत्ता, कोथिंबीर, लिंबू व तेल १ टीस्पून.

कृती : सर्व पदार्थ एकत्र करून, मोहरी, हिंग, कढीपत्ता घातलेली तेलाची फोडणी गार झाल्यानंतर मिश्रणात घालावी व लिंबू पिळावे.

५. कच्ची पपई कोशिंबीर

साहित्य : अर्धवट कच्च्या पपईचा कीस १ वाटी, मीठ, दोन हिरव्या मिरच्यांचे तुकडे, मोहरी अर्धा टीस्पून, हिंग, साखर १ टीस्पून, कढीपत्ता, लिंबू व तूप १ टीस्पून.

कृती : पपईचा कीस, मीठ, मिरची, साखर एकत्र करून त्यावर मोहरी, हिंग, कढीपत्ता घातलेली तुपाची फोडणी घालावी. लिंबू पिळावे.

६. गाजर कोशिंबीर

साहित्य : गाजराचा कीस १ वाटी व पपईचा कीस सोडून इतर साहित्य कच्ची पपई कोशिंबिरीचे.

कृती : कच्ची पपई कोशिंबीर कृतीप्रमाणे.

७. मुळा कोशिंबीर

साहित्य : मुळ्याचा कीस १ वाटी व पपईचा कीस सोडून इतर साहित्य पपई कोशिंबिरीचे.

कृती : कच्ची पपई कोशिंबीर कृतीप्रमाणे.

८. डिंगरी + पेरू मिक्स कोशिंबीर

साहित्य : कोवळ्या डिंगरीचे तुकडे अर्धी वाटी, पेरूचे तुकडे अर्धी वाटी, काकडीचे तुकडे अर्धी वाटी, डाळिंबाचे दाणे अर्धी वाटी, बारीक चिरलेली कोथिंबीर, मीठ, मिरची-पूड, जिरेपूड, साखर २ टीस्पून व तूप पाव टीस्पून.

कृती : सर्व साहित्य एकत्र करून त्यावर निखारा ठेवावा व निखाऱ्यावर दोन थेंब तूप घालून पातेल्यावर झाकण ठेवावे व झाकण लगेच काढावे.

९. राबुडी रायता

साहित्य : दही २५० ग्रॅम, मीठ, मिरची-पूड अर्धा टीस्पून, मोहरी-कूट पाव टीस्पून, साखर १ टीस्पून, कढीपत्ता व राबुडीच्या तीन-चार पापड्यांचे तुकडे (ताकातील पापड्या).

कृती : राबुडीचे तुकडे पाण्यात शिजवून, लगेच पाण्याबाहेर काढून गार होऊ द्यावे. दही घुसळून मीठ, मिरची-कूट, मिरची-पूड, साखर, मोहरी-कूट एकत्र करावे. नंतर त्यात राबुडींचे तुकडे घालावे.

१०. पकोडे रायता

साहित्य : पकोडे साहित्य : बेसन, मीठ, मिरची-पूड, हळद, मोहनासाठी थोडेसे तेल व तळण्यासाठी तेल.

रायते साहित्य : दही, मीठ, आले-कूट, मोहरी अर्धा टीस्पून, जिरेकूट अर्धा टीस्पून, कोथिंबीर, कढीपत्ता व साखर १ टीस्पून.

कृती : बेसन, मीठ, मिरची-पूड, हळद, मोहन व थोडेसे पाणी एकत्र करून भजे-घोळ करावा व ताव आलेल्या तेलात लहान आकाराचे भजे (पकोडे) तळून घ्यावे. दही घुसळून, मीठ, मिरची-पूड, जिरेपूड, आलेकूट, साखर, बारीक चिरलेली कोथिंबीर एकत्र करावी. मोहरी, कढीपत्ता घातलेली तेलाची फोडणी दह्यात घालावी व खाण्यास देण्याच्या थोडा वेळ आधी पकोडे दह्यात एकत्र करावे.

टीप : पकोड्यांऐवजी बेसन डोसा तुकडे, पटेंद्री तुकडे (सुरळीच्या वड्या), खारी किंवा तिखट बुंदी या रायत्यात घातली, तरी चालेल. खाण्यास देताना या रायत्यावर आपल्या आवडीनुसार काळा मसाला घातला, तरी चालेल.

११. मटार रायता

साहित्य : मटारदाणे व पकोडे रायते (विभाग ८, कृती १०) साहित्यातील पकोडे साहित्य सोडून फक्त रायते साहित्य.

कृती : मटारदाणे वाफवून घ्यावेत. पकोडे रायते कृतीप्रमाणेच हे रायते तयार करावे.

१२. दही + शेंगदाणे-कूट चटणी

साहित्य : शेंगदाणे-कूट १ वाटी व काकडीचा कीस सोडून इतर सर्व साहित्य काकडी कोशिंबिरीचे.

कृती : काकडी कोशिंबीर कृतीप्रमाणे.

१३. दही + खोबरे चटणी

साहित्य : खोवलेल्या नारळाचा कीस १ वाटी व शेंगदाणे कूट सोडून इतर सर्व साहित्य शेंगदाणे + दही चटणीचे.

कृती : दही + शेंगदाणे-कूट चटणी कृतीप्रमाणे.

१४. उडीद डाळ चटणी

साहित्य : उडीद-डाळ पाव वाटी, दही १ वाटी, मीठ, दोन हिरव्या मिरच्यांचे तुकडे, मोहरी, हिंग, साखर १ टीस्पून, आले-तुकडा, कोथिंबीर, कढीपत्ता, खोवलेल्या खोबऱ्याचा कीस १ वाटी व तूप १ टीस्पून.

कृती : उडीद-डाळ तांबूस रंगावर भाजून मिक्सरमधून बारीक करून घ्यावी. मिरची, आले, कोथिंबीर बारीक करून घ्यावी. दह्यात बारीक केलेले पदार्थ, साखर, मीठ, खोबऱ्याचा कीस एकत्र करून मोहरी, हिंग, कढीपत्ता घालून केलेली तुपाची फोडणी मिश्रणात घालून हलवून घ्यावी.

टीप : दही न घेता लिंबू पिळून किंवा कैरीचा कीस घालूनसुद्धा ही चटणी करता येईल.

१५. हरभरा डाळ चटणी

साहित्य : हरभरा डाळ पाव वाटी व उडीद-डाळ सोडून इतर सर्व साहित्य उडीद-डाळ चटणीचे.

कृती : उडीद-डाळ चटणी कृतीप्रमाणे.

१६. हरभरा डाळ + कैरी चटणी

साहित्य : हरभरा डाळ १ वाटी, कैरीचा कीस अर्धी वाटी, मीठ, दोन-तीन हिरव्या मिरच्या, मोहरी अर्धा टीस्पून, साखर १ टीस्पून, जिरेपूड अर्धा टीस्पून, हिंगपूड, कढीपत्ता कोथिंबीर व तेल १ टीस्पून.

कृती : हरभरा डाळ दोन तास गार पाण्यात भिजवावी व मिक्सरमधून बारीक करून घ्यावी. नंतर कोथिंबीर, जिरे, मिरची बारीक करावी. कैरीच्या किसातील पाणी काढावे. हिंग, मोहरी घालून तेलाची फोडणी करून, सर्व पदार्थ एकत्र करावे.

१७. ओल्या खोबऱ्याची चटणी

साहित्य : ओल्या खोबऱ्याचे तुकडे १ वाटी, मीठ, मिरची-पूड १ टीस्पून, जिरेपूड अर्धा टीस्पून, चिमूटभर हिंग, साखर १ टीस्पून व लिंबू.

कृती : खोबरे बारीक करून, सर्व पदार्थ एकत्र करावे व लिंबू पिळावे.

१८. खोवलेल्या खोबऱ्याची चटणी

साहित्य : खोवलेल्या खोबऱ्याचा कीस १ वाटी, मीठ, दोन-तीन हिरव्या मिरच्या, मोहरी अर्धा टीस्पून, चिमूटभर हिंग, आले-तुकडा, कढीपत्ता, कोथिंबीर, लिंबू, साखर १ टीस्पून व तेल १ टीस्पून.

कृती : मिरची, आले, कोथिंबीर हे पदार्थ मिक्सरमधून बारीक करून घ्यावे. हिंग, कढीपत्ता घातलेल्या तेलाच्या फोडणीत सर्व पदार्थ एकत्र करून लिंबू पिळावे. या चटणीत आवडीनुसार शेंगदाणे-कूट घातले, तरी चालेल. लिंबाऐवजी दही वापरले, तरी चालेल.

१९. कोथिंबीर चटणी

साहित्य : कोथिंबीर २ वाटी, भाजलेले शेंगदाणे अर्धी वाटी किंवा सुक्या किंवा ओल्या खोबऱ्याचा कीस, दोन-तीन हिरव्या मिरच्या, मीठ, हिंग, साखर १ टीस्पून, आले-तुकडा व लिंबू.

कृती : वरील सर्व पदार्थ एकत्र करून बारीक करावे. लिंबू पिळावे.

२०. पुदिना चटणी

साहित्य : पुदिना २ वाटी व कोथिंबीर सोडून इतर साहित्य कोथिंबीर चटणीचे.

कृती : कोथिंबीर चटणी कृतीप्रमाणे. कोथिंबीर व पुदिना प्रत्येकी १ वाटी घेऊन मिक्स चटणी करता येईल.

२१. ओल्या शेंगदाण्याची चटणी

साहित्य : भाजलेले शेंगदाणे अर्धी वाटी, दोन-तीन ओल्या लाल मिरच्या, किंवा लालभडक मिरची-पूड अर्धा टीस्पून, मीठ, जिरे अर्धा टीस्पून, चिमूटभर हिंग व साखर १ टीस्पून.

कृती : सर्व पदार्थ एकत्र करून, त्यात थोडेसे पाणी घालून पाट्यावर वाटून किंवा मिक्सरमधून बारीक करून घ्यावे.

२२. लसूण चटणी

साहित्य : आठ-दहा लसूण पाकळ्या, ओल्या किंवा सुक्या खोबऱ्याचा कीस अर्धी वाटी, दोन ओल्या लाल मिरच्या, किंवा मिरची-पूड अर्धा टीस्पून, मीठ, जिरे अर्धा टीस्पून व चिमूटभर हिंग.

कृती : सर्व पदार्थ एकत्र करून मिक्सरमधून बारीक करावे.

२३. कांदा चटणी

साहित्य : कांद्याचे तुकडे १ वाटी, मिरची-पूड, जिरे, हिंग, मीठ व सुक्या खोबऱ्याचा कीस पाव वाटी.

कृती : कांदा किसून त्यातील पाणी काढावे व सर्व पदार्थ एकत्र करून मिक्सरमधून बारीक करावे.

२४. फुटाणे-डाळ्या चटणी

साहित्य : फुटाणे-डाळ्या १ वाटी, खोवलेल्या खोबऱ्याचा कीस १ वाटी, दोन-तीन हिरव्या मिरच्या, कोथिंबीर १ वाटी, आले-तुकडा, मीठ, साखर १ टीस्पून, मोहरी अर्धा टीस्पून, चिमूटभर हिंग, कढीपत्ता व तेल १ टीस्पून.

कृती : डाळ्या, खोबरे, मीठ, मिरची, आले, साखर, कोथिंबीर एकत्र करून बारीक करावे. मोहरी, हिंग, कढीपत्ता घातलेली तेलाची फोडणी मिश्रणात घालावी. जरुरीप्रमाणे पाणी कमी-जास्त घालावे. लिंबू पिळावे.

२५. कच्च्या टोमॅटोची चटणी

साहित्य : कच्च्या टोमॅटोचे तुकडे १ वाटी, शेंगदाणे-कूट पाव वाटी, हावरी १ टीस्पून, एक-दोन हिरव्या मिरच्यांचे तुकडे, मीठ, हिंग, जिरेपूड अर्धा टीस्पून, साखर १ टीस्पून, कोथिंबीर व तेल १ टीस्पून.

कृती : हावरी भाजून घ्यावी. टोमॅटोच्या तुकड्यांतील पाणी काढून घ्यावे. हिंग, जिरे घातलेल्या तेलाच्या फोडणीत टोमॅटोचे तुकडे परतून घ्यावे व फोडणी गार झाल्यानंतर हे तुकडे कोथिंबीर, हिरवी मिरची मिक्सरमधून बारीक करावे व सर्व पदार्थ एकत्र करावेत.

२६. चिंच + खजूर चटणी

साहित्य : चिंच अर्धी वाटी, खजूर अर्धी वाटी, गूळ पाऊण वाटी, साखर पाव वाटी, मीठ, मिरची-पूड व जिरेपूड.

कृती : चिंच, खजूर, गूळ कोमट पाण्यात दोन-तीन तास भिजवावे व मिक्सरमधून बारीक करून स्टील चाळणीने गाळून घ्यावे. त्यात साखर व चवीनुसार मीठ, मिरची-पूड, जिरेपूड एकत्र करावी. पाणी आपल्या जरुरीप्रमाणे कमी-जास्त ठेवावे. खजूर न घालतासुद्धा ही चटणी करता येईल.

२७. कवठाची चटणी

साहित्य : कवठाचा गर १ वाटी व गूळ पाऊण वाटी.

कृती : कवठाच्या गरातील काड्या व मोठ्या बिया काढून टाकाव्यात व गूळ एकत्र करावा. आवडीनुसार मीठ, मिरची-पूड, जिरेपूड घातली, तरी चालेल.

२८. हिरव्या मिरचीचा ठेचा

साहित्य : लांब हिरव्या मिरच्या ५० ग्रॅम, मीठ, थोडीशी हळद, चिमूटभर हिंग, मोहरी, शेंगदाणे-कूट पाव वाटी, साखर १ टीस्पून, अर्धे लिंबू व थोडेसे तेल.

कृती : दगडाच्या कुंडीत किंवा दगडाच्या पाट्यावर मीठ घालून मिरच्या जाडसर वाटून घ्याव्या. मोहरी, हळद, हिंग घालून केलेल्या तेलाच्या फोडणीत बारीक केलेली मिरची परतून, त्यात शेंगदाणे-कूट, साखर, मीठ घालावे व गार झाल्यानंतर लिंबू पिळावे.

या ठेच्याप्रमाणे जळगावकडील ओल्या लांब, लाल मिरच्यांचा ठेचा करता येईल. आवडीनुसार वाफवलेली मठ डाळ या मिरचीच्या ठेच्यात एकत्र करता येईल.

२९. मेतकूट

साहित्य : हरभरा डाळ १०० ग्रॅम, उडीद-डाळ ५० ग्रॅम, तांदूळ २० ग्रॅम, गहू १० ग्रॅम, मेथी १० ग्रॅम, जिरे १० ग्रॅम, खडा हिंग ५ ग्रॅम, मोहरी ५ ग्रॅम, आख्खे धने १० ग्रॅम, सुंठ-पूड ५ ग्रॅम, जायफळ-पूड ५ ग्रॅम, तळलेल्या तीन-चार मिरच्या, हळद-पूड अर्धा टीस्पून, मीठ व थोडेसे तेल.

कृती : सुंठ-पूड, जायफळ-पूड, हळद-पूड व मीठ सोडून इतर सर्व पदार्थ तेलात वेगवेगळे भाजून बारीक करावे व सर्व पदार्थ एकत्र करावे.

३०. चटणीपूड

साहित्य : हरभरा डाळ १०० ग्रॅम, उडीद-डाळ ५० ग्रॅम, तांदूळ २० ग्रॅम, सुक्या खोबऱ्याचा कीस अर्धी वाटी, धने २ टीस्पून, जिरे अर्धा टीस्पून, मीठ, तळलेल्या तीन-चार मिरच्या, कढीपत्ता व तेल.

कृती : हरभरा डाळ, उडीद-डाळ, तांदूळ वेगवेगळे भाजून घ्यावे. तेलामध्ये खोबरे, धने, जिरे, कढीपत्ता बदामी रंगावर भाजून घ्यावे. मिक्सरमधून बारीक करून त्यात मीठ घालावे व सर्व पदार्थ एकत्र करावेत. तांदूळ ढोकळ्याबरोबर ही चटणी देता येईल.

३१. खोबऱ्याची चटणी (सुकी)

साहित्य : खोबऱ्याचे तुकडे १ वाटी, लाल मिरची-पूड १ टीस्पून, मीठ १ टीस्पून, जिरेपूड अर्धा टीस्पून व थोडासा हिंग.

कृती : खलबत्त्यात सर्व पदार्थ एकत्र करून कुटून घ्यावे.

३२. शेंगदाण्याची चटणी (सुकी)

साहित्य : शेंगदाणे १ वाटी व खोबरे सोडून इतर साहित्य खोबरे चटणीचे.

कृती : शेंगदाणे रेतीमध्ये तांबूस रंगावर भाजून सोलून घ्यावे व सर्व साहित्य एकत्र करून खलबत्त्यात हळूहळू कुटून घ्यावे, म्हणजे चटणीला तेल सुटेल.

३३. हावरी चटणी (सुकी)

साहित्य : हावरी १ वाटी व खोबरे सोडून इतर साहित्य खोबरे चटणीचे.

कृती : हावरी तांबूस रंगावर खमंग भाजून, सर्व पदार्थ एकत्र करून, खलबत्त्यात कुटून घ्यावे.

३४. राजस्थानी काचऱ्या चटणी (सुकी)

साहित्य : काचऱ्या १ वाटी व खोबरे सोडून इतर सर्व साहित्य खोबरे चटणीचे.

कृती : सर्व पदार्थ एकत्र कुटून घ्यावे. ही चटणी आंबट असेल. ताटात खाण्यास घेताना एक चमचा पाणी एकत्र करून घ्यावे.

३५. कारळे चटणी (सुकी)

साहित्य : कारळे १ वाटी, सुक्या खोबऱ्याचा कीस पाव वाटी, धने २ टीस्पून, मीठ, मिरचीपूड, जिरे व हिंग.

कृती : कारळे, खोबरे व धने वेगवेगळे भाजून, नंतर सर्व पदार्थ खलबत्त्यात कुटून घ्यावे. (या चटणीत धने घातले नाहीत, तरी चालेल.)

३६. हुरडा चटणी (सुकी)

साहित्य : सुक्या खोबऱ्याचे तुकडे १ वाटी, मीठ, काळे-मिरे कूट, जिरेकूट व थोडासा हिंग.

कृती : सर्व पदार्थ एकत्र करून खलबत्त्यात कुटून घ्यावे.

३७. लसूण + खोबरे चटणी (सुकी)

साहित्य : खोबऱ्याचे तुकडे १ वाटी, दहा-बारा पाकळ्या लसूण व खोबरे सोडून इतर साहित्य खोबरे चटणीचे.

कृती : सर्व पदार्थ एकत्र करून खलबत्त्यात कुटून घ्यावे.

३८. फुटाणे-डाळ्या चटणी (सुकी)

साहित्य : फुटाणे-डाळ्या १ वाटी, साखर १ टीस्पून व खोबरे सोडून इतर साहित्य खोबरे चटणीचे.

कृती : सर्व पदार्थ एकत्र करून कुटून घ्यावे.

३९. कच्च्या टोमॅटोचे लोणचे

साहित्य : कच्च्या हिरव्या टोमॅटोचे तुकडे १ वाटी, मीठ १ टीस्पून, मिरची-पूड १ टीस्पून, हळद अर्धा टीस्पून, हिंग पाव टीस्पून, मोहरी-कूट २ टीस्पून व तेल भाजीचा १ चमचा.

कृती : टोमॅटो तुकड्यातील पाणी काढावे. तेल गरम करून थोडे कोमट करावे. मिरची, हळद, मोहरी एकत्र करून त्यावर हे तेल ओतावे व सर्व पदार्थ एकत्र करावे. हे लोणचे एक दोन-दिवसच टिकते.

या कृतीप्रमाणेच अर्धवट कच्च्या पेरूचे लोणचे करता येते.

४०. कैरी ठेचा व कीस (तिखट)

साहित्य : कोवळी कैरी, मीठ, मिरची-पूड व हिंग.

कृती : कैरीच्या साली काढून तुकडे किंवा कीस करावा. मीठ लावून त्यातील पाणी काढावे. कैरी-तुकडे व सर्व साहित्य एकत्र करून मिक्सरमधून किंवा दगडी कुंडीत बारीक करून घ्यावे व कीस केला असल्यास त्यात सर्व साहित्य एकत्र करावे. आवडीनुसार या ठेच्यावर किंवा किसावर एक निखारा ठेवून, त्यावर दोन थेंब तूप घालून पातेल्यावर झाकण ठेवून फुलगार द्यावा.

४१. गोड कैरी

साहित्य : कोवळी कैरी, गूळ, मीठ, मिरची-पूड व जिरे-पूड.

कृती : कैरीच्या साली काढून डाळिंबाच्या दाण्याच्या आकाराचे लहान तुकडे करावे. मीठ लावून त्यातील पाणी काढावे व नंतर सर्व पदार्थ एकत्र करावे.

४२. पंचामृत

साहित्य : सात-आठ हिरव्या मिरच्या, मीठ, हळद, हिंग, शेंगदाणे-कूट पाव वाटी, थोडीशी शेंगदाणे-पाकळी, थोडासा खोबरा कीस, सुपारीएवढा गूळ, चिंच दोन तुकडे व तेल.

कृती : मिरच्यांचे तुकडे वाफवून घ्यावे. पाव वाटी पाण्यात चिंच व गूळ एकत्र करावा. हिंग घालून केलेल्या तेलाच्या फोडणीत राहिलेले सर्व पदार्थ घालून उकळी आणावी व गॅसवरून पातेले खाली घ्यावे.

४३. जवस चटणी

साहित्य : जवस, मीठ, मिरची, हिंग, जिरे व आख्खे धने.

कृती : जवस, धने, जिरे एकत्र करून थोडे भाजून घ्यावे व मिक्सरमधून बारीक करून सर्व पदार्थ एकत्र करावे.

४४. स्वीट कॉर्न + डाळिंब रायता

साहित्य : वाफविलेले स्वीट कॉर्न दाणे १ वाटी, डाळिंब दाणे १ वाटी, दही अर्धा लिटर, साखर ५० ग्रॅम, थोडीशी काळी मिरी पूड व मीठ.

कृती : दही, साखर, मोहरी कूट, काळी मिरी पूड व मीठ एकत्र करून घुसळून घ्यावे व त्यात वाफविलेले स्वीट कॉर्न दाणे व डाळिंब दाणे घालून हलवून घ्यावे.

४५. कैरी + कांदा चटणी

साहित्य : एक मोठी कैरी, दोन कांदे, चवीनुसार गूळ, मीठ, मिरची पूड अर्धा टीस्पून, थोडीशी हळद, जिरे पावडर पाव टीस्पून, मोहरी पाव टीस्पून, थोडासा हिंग, कढीपत्ता व तेल १ टीस्पून.

कृती : कैरी व कांदे किसून घ्यावे किंवा मिक्सरमधून बारीक करावे. मोहरी, जिरे, कढीपत्ता घातलेल्या तेलाच्या फोडणीत सर्व पदार्थ एकत्र करून हलवून घ्यावे.

■

९

लोणची

१. मोहरी-डाळ कृती

गावरान लाल मोहरी निवडून, चाळून, पाखडून घ्यावी. तीन-चारदा पाण्याने स्वच्छ धुऊन घ्यावी व चाळणीत काढून कापडावर कडक उन्हात वाळत घालावी. वाळल्यानंतर लहान जात्यात किंवा मिक्सरमधून हळूहळू भरडून घ्यावी व पिठाच्या चाळणीने व नंतर मैदा चाळणीने चाळून घ्यावी व वेगवेगळी पाखडून घ्यावी. आख्खी मोहरी पुन्हा भरडून घ्यावी. एप्रिल-मेच्या कडक उन्हात ही डाळ करावी.

२. लोणचे : तयार मसाला

साहित्य : मोहरी डाळ १२५ ग्रॅम, आख्खी मोहरी ५ ग्रॅम, मेथी १० ग्रॅम, हळद ५ ग्रॅम, खडा हिंग १० ग्रॅम, लालभडक मिरची-पूड ४० ग्रॅम, मीठ १५ ग्रॅम व रिफाईंड तेल ७५ ग्रॅम.

कृती : मोहरी डाळ थोड्याशा तेलात परतून नंतर कुटून घ्यावी. आख्खी मोहरी तळून घ्यावी. मेथी व हिंग तळून बारीक करावे व सर्व पदार्थ एकत्र करावे.

३. लिंबू-मिरची

साहित्य : मोठी पिवळी लिंबे १० नग (१ किलो), लांब हिरवी मिरची २५० ग्रॅम, मोहरी डाळ १०० ग्रॅम, हळद-पूड अडीच ग्रॅम, हिंग पूड अडीच ग्रॅम, मीठ ४० ग्रॅम व मेथी अडीच ग्रॅम.

कृती : लिंबे व मिरची धुऊन कोरडी करून घ्यावी. स्टील चाकूने लिंबाचे आठ किंवा बारा तुकडे करावे. मिरची दगडी पाट्यावर किंवा दगडी कुंडीत जाडसर करून घ्यावी किंवा मिरच्यांच्या पोटात चिरा द्याव्या. मोहरी-डाळ बारीक करून घ्यावी. मेथी व हिंग वेगवेगळे कुटून घ्यावे. मोहरी-कुटात हळद, हिंग, मीठ, मेथी एकत्र करावी. मिरची जाडसर कुटलेली असल्यास लिंबू, मिरची व सर्व पदार्थ एकत्र

करावे किंवा मिरचीच्या पोटात चिरा दिलेला असल्यास त्यात मसाले भरावे व लिंबू, मिरची व शिल्लक मसाला एकत्र करावा. हिंगाची धुरी दिलेल्या बरणीत मिश्रण भरून वरून दोन लिंबांचा रस पिळावा व थोडेसे मीठ घालून बरणीला झाकण लावावे. आठ दिवस रोज बरणी हलवीत जावे.

४. गोड लिंबू

साहित्य : पिवळी मोठी लिंबे २५ नग, लाल मिरची-पूड ५० ग्रॅम, हळद-पूड १० ग्रॅम, मीठ १२५ ग्रॅम, खडा हिंग १० ग्रॅम, आख्खी मेथी २० ग्रॅम, साखर ८०० ग्रॅम व तेल ५० ग्रॅम.

कृती : लिंबे धुऊन कोरडी करावी. स्टील चाकूने प्रत्येक लिंबाचे आठ ते बारा तुकडे करावे. तुकडे करताना निघालेला लिंबूरस बाजूला काढून ठेवावा. तेलात हिंग, मेथी तळून घ्यावी व बारीक करून घ्यावी. कढई गॅसवरून खाली घेऊन हे गरम तेल कोमट होऊ द्यावे. नंतर हे तेल मिरची-पूड व थोड्याशा हळद-पुडीत घालावे. त्यातच बारीक केलेली मेथी, हिंग एकत्र करावे. लिंबाच्या फोडींना थोडेसे मीठ व शिल्लक राहिलेली हळद लावून ठेवावी. या फोडी वरील मिश्रणात एकत्र कराव्या. कोरड्या बरणीला हिंगाची धुरी देऊन या बरणीत खाली मीठ घालून, त्यावर लिंबू मिश्रण भरून वरील बाजूस थोडे मीठ घालावे व झाकण ठेवावे. आठ दिवस रोज बरणी हलवीत जावे व आठ-दहा दिवसांनंतर साखर एकत्र करावी.

टीप : लिंबाचा रस जास्त झाल्यास, साखर घातल्यानंतर लोणचे पातळ होते. म्हणून बाजूला काढलेला लिंबूरस लोणच्यात न घालता सरबतासाठी त्याचा उपयोग करून घ्यावा.

५. लिंबू मिरची (तेलाची)

साहित्य : लांब हिरवी मिरची १०० ग्रॅम, मोठी पिवळी लिंबे ५ नग, मोहरी-कूट ५० ग्रॅम, मेथी १ टीस्पून, खडा हिंग २ ग्रॅम, हळद अर्धा टीस्पून, आख्खी मोहरी पाव टीस्पून, लाल मिरची-पूड १ टीस्पून, मीठ ४० ग्रॅम व तेल भाजीचा १ चमचा.

कृती : लिंबे, मिरची धुऊन कोरडी करावी. चार लिंबांचे प्रत्येकी आठ ते बारा तुकडे करावेत. मिरचीचे अर्धा अर्धा इंचाचे तुकडे करावेत. लिंबू-तुकड्यांना थोडीशी हळद व मीठ लावावे. तेलामध्ये हिंग व मेथी तळून घ्यावी. ह्याच तेलात मोहरी फोडणी करून मोहरी-कूट परतून घ्यावे. तळलेला हिंग व मेथी कुटून घ्यावी. सर्व पदार्थ एकत्र करून बरणीत भरावे. बरणीत खाली व वर मिठाचा थर घालावा व एका लिंबाचा रस मिश्रणावर पिळून बरणीला झाकण लावावे. दिवसाआड

बरणी हलवीत जावे.

टीप : बाजारातील तयार मसाला वापरूनसुद्धा ही लिंबू-मिरची केली तरी चालेल.

६. घोळ्या लिंबू

साहित्य : मोठी पिवळी लिंबे १२ नग व मीठ २०० ग्रॅम.

कृती : लिंबे धुऊन कोरडी करावीत. प्रत्येक लिंबाला स्टील चाकूच्या टोकाने चार-पाच टोचे मारावे. बरणीत खाली थोडेसे मीठ घालून त्यावर लिंबे घालावी व परत लिंबांवर राहिलेले सर्व मीठ घालून बरणीला झाकण लावावे व दोन-चार दिवसांनी बरणी हलवीत जावे. तीन-चार महिन्यांत ही लिंबे चॉकलेटी (मरुन) रंगावर होतील. म्हणजे घोळ्या लिंबू तयार झाले, असे समजावे.

७. कैरी लोणचे (तिखट)

साहित्य : साली व साकासहित कैरी फोडी १ किलो, मोहरी-कूट १२० ग्रॅम, मीठ १५० ग्रॅम, लालभडक मिरची-पूड ५० ग्रॅम, मेथी २० ग्रॅम, हळद-पूड १० ग्रॅम, खडा हिंग १० ग्रॅम, सायट्रिक ॲसिड ५ ग्रॅम, पोटॅशियम मेटा बाय सल्फेट १ ग्रॅम, तेल ३५० ग्रॅम व ५० ग्रॅम. (वेगवेगळे)

कृती : कैऱ्या धुऊन कोरड्या कराव्यात. स्टील चाकूने साकासहित फोडी कराव्यात. या फोडींना हळद व थोडेसे मीठ लावावे. या फोडी कोरड्या बरणीत एक दिवस भरून ठेवाव्यात. दुसऱ्या दिवशी स्टील चाळणीवर काढून त्यातील पाणी काढून टाकावे व पातळ कापडाने फोडी झाकून ठेवाव्या व बरणी धुऊन कोरडी करावी व हिंगाची धुरी द्यावी. वरील तेलापैकी थोड्या तेलात खडा हिंग व मेथी तळून घ्यावी. नंतर कुटून घ्यावी. एका स्टील परातीत एका बाजूस मिरची-पूड व हळद एकत्र करावी व दुसऱ्या बाजूला मोहरी-कूट काढावा. एका भांड्यात तेल गरम करून हे तेल कोमट झाल्यानंतर थोडे तेल मिरची, हळद मिश्रणावर व थोडे तेल मोहरी-कुटावर घालावे व कुटलेली मेथी व हिंग या परातीत घेऊन, एकत्र करावी. गार झाल्यानंतर त्यात कैरीफोडी, थोडेसे मीठ, सायट्रिक ॲसिड, पोटॅशियम मेटा बाय सल्फेट एकत्र करून, बरणीत खाली थोडे मीठ घालून हे लोणचे मिश्रण भरावे. वरील बाजूस थोडे मीठ घालावे. राहिलेले तेल गरम करून गार झाल्यानंतर या बरणीत घालावे. तेल बरणीतील लोणच्यापेक्षा अर्धा इंच वर येईल, असे ठेवावे.

बरणीला झाकण लावून पातळ कापडाने बरणीचे तोंड बांधावे. स्टील चमच्याने किंवा स्टील उलथण्याने दिवसाआड लोणचे हलवीत जावे.

टीप : बाजारातील तयार लोणचे मसाला, मीठ व तेल घालूनसुद्धा हे लोणचे तयार करता येईल.

कच्च्या करवंदांना मीठ लावून, करवंदांचा चिकटपणा काढून, नंतर ठेचून, कैरी-करवंदे मिक्स लोणचे ताजे तात्पुरते खाण्यासाठी याच पद्धतीने करता येईल.

८. गुंदा मिक्स लोणचे

साहित्य : साली व साकासहित कैरी फोडी ५०० ग्रॅम, राजस्थानी कच्चे हिरवे गुंदे ५०० ग्रॅम व इतर साहित्य कैरी तिखट लोणच्याचे.

कृती : गुंदांना मध्ये चिरा द्याव्या व त्यातील बी काढून चिरांमध्ये मीठ भरून घ्यावे व गुंदे वाफवून घ्यावे. नंतर थोडा वेळ उन्हात वाळवून, त्यामध्ये मसाला भरून, तिखट लोणच्याच्या कृतीप्रमाणे लोणचे तयार करावे.

९. खारीक मनुका लोणचे

साहित्य : साल काढलेले साकासहित कैरीचे तुकडे (१ किलो), मोहरी-कूट १५० ग्रॅम, मेथी १० ग्रॅम, लवंग ५ ग्रॅम, काळे मिरे ५ ग्रॅम, मिरची-पूड २० ग्रॅम, आख्खी लाल मिरची १० ग्रॅम, मीठ ७५ ग्रॅम, हळद ५ ग्रॅम, खडा हिंग ५ ग्रॅम, आख्खी मोहरी अर्धा टीस्पून, खारीक लांब तुकडे १०० ग्रॅम, लाल मनुका १०० ग्रॅम, गूळ २५० ग्रॅम, साखर २० ग्रॅम, सायट्रिक ॲसिड अडीच ग्रॅम, पो. मेटा बाय सल्फेट १ ग्रॅम व रिफाईंड तेल ३५० ग्रॅम.

कृती : कैरी तुकड्यांना १ टीस्पून मीठ व अर्धा टीस्पून हळद लावून कोरड्या बरणीत एक दिवस भरून ठेवावे. बरणीला झाकण लावावे. दुसऱ्या दिवशी स्टील चाळणीवर कैरीचे तुकडे काढून त्यातील पाणी काढून घ्यावे. तुकडे पातळ कापडाने झाकून ठेवावे. तीच बरणी धुऊन कोरडी करावी व हिंगाची धुरी द्यावी. वरील रिफाईंड तेलापैकी थोड्या तेलात खारीक + मनुका तळून घ्याव्यात. नंतर मिरी, लवंग, आख्खी लाल मिरची, खडा हिंग, मेथी तळून घ्यावी. मेथी व हिंग बारीक कुटून घ्यावा. स्टील परातीत एका बाजूस मिरची-पूड, हळद-पूड एकत्र करावी. दुसऱ्या बाजूस मोहरी-कूट काढावा. गरम करून कोमटसर केलेले थोडेसे तेल, मिरची-पूड, हळद व मोहरी-कुटावर घालावे. एक टीस्पून तेलात आख्खी मोहरीची फोडणी घ्यावी. गूळ बारीक करून घ्यावा व तळलेले पदार्थ गार झाल्यानंतर, सर्व पदार्थ एकत्र करून बरणीत भरावे. बरणीत खाली वर मिठाचा थर द्यावा. बरणीला झाकण लावून, पातळ कापडाने बरणीचे तोंड बांधावे व दिवसाआड बरणी हलवावी. कोरड्या स्टील चमच्याने लोणचे खाली-वर करीत जावे.

टीप : वरील लोणच्यात धनेकुळी १० ग्रॅम (धने चाळून निघालेले फोल) घातली, तरी चालेल. तसेच खारीक-मनुकांचा वापर केला नाही, तरी चालेल.

१०. झणझणीत लोणचे (पिवळे)

साहित्य : साल व साकासहित कैरीच्या फोडी अर्धा किलो, मैदा चाळणीने चाळून घेतलेला मोहरी-कूट १०० ग्रॅम, मीठ ७५ ग्रॅम, हळद-पूड १ टीस्पून, हिंगपूड १ टीस्पून, आख्खी मेथी अर्धा टीस्पून, सायट्रिक ॲसिड १ ग्रॅम व पोटॅशियम मेटा बाय सल्फेट १ ग्रॅम.

कृती : स्टील परातीत मोहरी-कूट, हळद, हिंग, थोडे मीठ व मेथी एकत्र करून, त्यात थोडेसे पाणी घालून स्टील गडूच्या (तांब्या) बुडाने गोल गोल फिरवून चांगले फेटून घ्यावे (डोळ्यांतून पाणी निघेपर्यंत). पाणी एकदम घालू नये. हा घोळ भजे-घोळासारखा घट्ट असावा. परत या घोळात थोडे मीठ, सायट्रिक ॲसिड, पोटॅशियम मेटा बाय सल्फेट घालून फेटावे. नंतर त्यात कैरी-फोडी एकत्र करून, धुरी दिलेल्या बरणीत हे लोणचे भरावे व दिवसाआड बरणी हलवावी.

टीप : याच लोणच्यात गूळ व आणखी थोडी मिरची-पूड घालून या लोणच्याचेच गोड लोणचे करता येईल. गडूने फेटून घेण्याऐवजी कैरी तुकडे वगळून इतर साहित्य मिक्सरमधून फेटून घेतले तरी चालेल.

११. कैरी चुंदा (छुंदा)

साहित्य : साल काढलेल्या कैऱ्यांचा कीस १ किलो, साखर अडीच किलो, मीठ १ टीस्पून, लालभडक मिरची-पूड अर्धा टीस्पून व जिरेपूड अर्धा टीस्पून.

कृती : कैरीच्या किसात अर्धा टीस्पून मीठ घालून, हलक्या हाताने पाणी काढून घ्यावे. स्टीलच्या पातेल्यात कैरी व साखर एकत्र करून साखर विरघळेपर्यंत हलवून घ्यावे. या पातेल्यास पातळ कापड बांधून पातेले चार दिवस एप्रिल-मेच्या कडक उन्हात ठेवावे. नंतर पातेले खाली घेऊन बारा तास गार होण्यासाठी तसेच राहू द्यावे. नंतर मिरची-पूड, जिरेपूड, थोडेसे मीठ घालून, हलवून घ्यावे व कोरड्या बरणीत भरावे. हा चुंदा बारा महिने टिकतो.

१२. कैरी पाक

साहित्य : साल काढलेल्या कैऱ्यांचा जाडसर कीस किंवा लांबसर तुकडे २५० ग्रॅम, साखर ५०० ग्रॅम, पाच-सहा वेलदोडे पूड किंवा थोडेसे केशर व केशर घालावयाचे नसल्यास थोडासा पिवळा फूड कलर.

कृती : उकळत्या पाण्यावर, स्टील चाळणीत पातळ कापड ठेवून या कापडावर कैरीचा कीस किंवा तुकडे वाफवून घ्यावे. दुसऱ्या स्टील पातेल्यात साखरेचा तीन-तारी पाक करावा. लिंबाचे दोन-तीन थेंब पिळून पाकातील मळी

काढावी. वाफवलेली कैरी स्टील चमच्याने या पाकात घालावी व झाकण न ठेवता थोडा वेळ शिजू द्यावी. गार झाल्यानंतर वेलदोडे-पूड, कलर किंवा केशर खलून (बारीक करून) एकत्र करावे व कैरीपाक बरणीत भरावा.

आपल्या आवडीनुसार साखरेऐवजी गूळ घातल्यास गुळांबा तयार होईल.

१३. कैरी आंबोळे

साहित्य : कैऱ्या व मीठ.

कृती : कैरीच्या साली काढून लांबसर तुकडे करावे. या तुकड्यांना मीठ लावून, कडक उन्हात वाळवावे. हे आंबोळे साठवणीसाठी ठेवता येतील. या आंबोळ्यांची भाजी तयार करता येईल. तसेच वाळलेल्या आंबोळ्यांची पूड करून बरणीत भरून ठेवावी व आंबटपणाची जरूर असणाऱ्या पदार्थांत या आंबोळी-पुडीचा उपयोग करावा.

१४. आवळे पाक

साहित्य : आवळे-तुकडे ५०० ग्रॅम, साखर १ किलो, सात-आठ वेलदोड्यांची पूड व केशर अथवा पिवळा फूड कलर.

कृती : आवळे स्वच्छ धुऊन कोरडे करावे. स्टील चाकूने तुकडे करावे व कैरीपाक कृतीप्रमाणे वाफवून हा आवळे-पाक तयार करावा.

१५. सफरचंद पाक

साहित्य : सफरचंद ५०० ग्रॅम, साखर ५०० ग्रॅम, पिवळा फूड-कलर व वेलदोडे अथवा सफरचंद इसेन्स.

कृती : आवळे पाक कृतीप्रमाणे.

१६. अननस पाक

साहित्य : अननसाचे तुकडे ५०० ग्रॅम, साखर ५०० ग्रॅम, पिवळा फूड-कलर व पायनापल इसेन्स दोन-तीन थेंब.

कृती : आवळे-पाक कृतीप्रमाणे.

जॅम्स

जॅम्स तयार करण्यासाठी चांगला सुवास असणाऱ्या रंगदार फळांची निवड करावी. फळे पूर्ण पक्व झालेली नसल्यास त्यातील गोडी व सुवास वाढण्यासाठी ती पूर्ण परिपक्व होऊ द्यावी. फळे स्वच्छ धुऊन, फळांचे देठ, पाने, फळांचा खराब भाग स्टेनलेस स्टील चाकूने काढावा. फळांच्या साली काढून त्यांचे तुकडे करून घ्यावेत व फळ निबर असल्यास फळ वाफवून मऊ करावे. साखर, सायट्रिक ॲसिड व

फळांचे तुकडे एकत्र करून दोन तास तसेच राहू द्यावे. साखर विरघळल्यानंतर मंद आचेवर मिश्रण सारखे ढवळीत राहून एकजीव होईपर्यंत शिजू द्यावे. शिजल्यानंतर मिश्रणाची एकतारी धार न पडता मिश्रणाचा एकेक थेंब चमच्याला चिकटून खाली पडला पाहिजे. तयार जॅमचा थेंब पाण्यात घातला असता न विरघळता खाली जाईल. विरघळल्यास थोडेसे आणखी शिजू द्यावे. गार झाल्यानंतर सायट्रिक ॲसिड व सोडियम बेंझाईट एकत्र करून जॅम बरणीत भरावा.

१७. पायनापल जॅम

साहित्य : पायनापल तुकडे १ किलो, साखर १ किलो, सायट्रिक ॲसिड ३ ग्रॅम व सोडियम बेंझाईट पाऊण ग्रॅम.

कृती : वरील जॅम कृतीप्रमाणेच सफरचंद व आंबा या फळांचा जॅम तयार करता येईल.

जेली

जेली तयार करण्यासाठी पेरू, पपई, स्ट्रॉबेरी, खारकी बोरे, सफरचंद, कवठे यासारखी आंबटसर फळे लागतात. जेली पारदर्शक असते. आवडीनुसार हिरवा, पिवळा, लाल फूड-कलर घालून रंगीत जेली तयार करता येईल.

१८. पेरू जेली

साहित्य : पेरू, साखर व सायट्रिक ॲसिड

कृती : स्टेनलेस स्टील चाकूने दीड किलो पेरूचे तुकडे करून, पाण्यात भिजतील एवढे पाणी घेऊन त्यात २ ग्रॅम सायट्रिक ॲसिड घालून, मिश्रण उकळण्यास ठेवावे. मधून मधून तुकड्यांवर दाब देऊन त्याचा मऊसूत लगदा करावा. हे मिश्रण जाड कापडाने दोनदा गाळून घ्यावे व १ लिटर रसाला पाऊण किलो साखर एकत्र करून मिश्रण शिजविण्यास ठेवावे. जेली तयार होत आल्यावर पाण्यात थोडी जेली घालून पाहिली असता न विरघळता तशीच राहिली, म्हणजे जेली तयार झाली, असे समजावे.

१९. खजूर लोणचे

साहित्य : बिया काढलेले खजूर १०० ग्रॅम, लोणच्याचा तयार मसाला १० ग्रॅम, मोहरी डाळ ५ ग्रॅम, गूळ २५ ग्रॅम, साखर ५ ग्रॅम, मीठ अर्धा टीस्पून, चिमूटभर हिंग, दीड लिंबाचा रस व तेल ५० ग्रॅम

कृती : खजूर स्वच्छ करून त्याचे बारीक तुकडे करावेत. गूळ बारीक करून घ्यावा. तेल गरम करून कोमट झाल्यानंतर सर्व पदार्थ एकत्र करून बरणीत भरावेत. दोन-तीन दिवस स्टील चमच्याने हलवीत जावे.

२०. व्हेजिटेबल लोणचे

तोंडली, कच्चे बोर, सफरचंद, मुळा, गाजर, फ्लॉवर, ओला हिरवा हरभरा, आवळे इत्यादी पदार्थांचे एक दोन दिवस टिकणारे लोणचे, कच्च्या टोमॅटोचे लोणचे (विभाग ८ कृती ३९) साहित्य घेऊन या कृतीप्रमाणे करता येईल.

२१. मोरावळा

साहित्य : आवळे १०० ग्रॅम, साखर ७५ ग्रॅम व पाणी १०० मि.ली.

कृती : आवळे स्वच्छ धुवून टूथपिकने सगळीकडून छिद्रे पाडावी. पाक तयार करावा. उकळत्या पाकात आवळे टाकून, तीन-चार मिनिटे उकळावे. पाक व आवळे थंड झाल्यानंतर बरणीत भरावे. एक महिन्यानंतर खाण्यास घ्यावे.

२२. आवळा कँडी

साहित्य : आवळे १०० ग्रॅम, साखर १०० ग्रॅम व पाणी २०० मिली.

कृती : आवळे स्वच्छ धुवून घ्यावे. टूथपिकने सगळीकडून छिद्रे पाडावी. उकळत्या पाकात घालून तीन-चार मिनिटे उकळावे. आवळ्यावर पाकाचा थर येऊ द्यावा. दुसरे दिवशी पाकातून आवळे बाहेर काढावे. पाकात दोन टीस्पून साखर घालून पाक करावा. पाक थंड झाल्यावर त्यात आवळे टाकावे. तिसऱ्या दिवशी परत आवळे बाहेर काढून या पाकात दोन टीस्पून साखर घालावी. पाक करावा. हा पाक गार झाल्यानंतर त्यात आवळे चार-पाच दिवस राहू द्यावेत. नंतर हे आवळे पाकाबाहेर काढून सावलीत वाळवावेत. वाळल्यानंतर बरणीत भरावेत.

■

१०

वड्या, पापड व शेवया

१. मूग डाळ वड्या

साहित्य : मूग डाळ, लालभडक मिरची-पूड, हिंग-पूड व मीठ.

कृती : मूग डाळ आठ ते दहा तास गार पाण्यात भिजवावी. पाण्याबाहेर काढून मिक्सर अथवा ग्राईंडरमधून बारीक करून घ्यावी. आवडीनुसार मीठ, मिरची, हिंग त्यात एकत्र करावे. प्लॅस्टिक कागदावर हाताने किंवा चकली सोऱ्याने वड्या पाडाव्यात. चार-पाच दिवस उन्हात वाळल्यानंतर साठवणीसाठी डब्यात भरून ठेवाव्यात. थंडीच्या दिवसांत या वड्या करीत जाव्या.

पापड पिठासंबंधी थोडीशी माहिती

गिरणीत पापडाच्या डाळी दळावयास देताना, आपले दळण दळण्याआधी थोडी हरभरा डाळ किंवा थोडी उडीद, मूग मिक्स डाळ देत जावे. म्हणजे दळलेल्या पापड डाळीच्या पिठात इतर धान्य-पीठ मिसळले जाणार नाही. या हरभरा डाळ-पिठाचा सुद्धा उपयोग करता येईल व या उडीद मिक्स पिठात पापड मसाला व थोडीशी हावरी घालून जाड पापड लाटता येतील.

२. उडीद + मठ पापड

साहित्य : मठडाळ ६०० ग्रॅम, उडीद-डाळ ४०० ग्रॅम, मीठ ५० ग्रॅम, फुलखार ४० ग्रॅम, हिंग २० ग्रॅम, वाळलेली हिरवी मिरची-पूड १० ग्रॅम किंवा लाल मिरची-पूड २० ग्रॅम, जिरेपूड २० ग्रॅम व तूप ७० ग्रॅम.

कृती : दळून आणलेले पापडाचे पीठ, मैदा चाळणीने किंवा पातळ कापडाने चाळून घ्यावे. या पिठात वरील सर्व पदार्थ व पाणी एकत्र करून पिठाचा घट्ट गोळा करावा. दगडी पाट्यावर २ टीस्पून तूप घालून, त्यावर पिठाचा गोळा ठेवून, लोखंडी पहार किंवा लाकडी मोगरीने हा गोळा कुटून मऊसूत करावा व या

गोळ्याच्या जाड लांबटसर लाट्या कराव्यात. या लाट्याचे चाकूने अर्धा इंचाचे तुकडे (उंडे) करावेत. सर्व उंडे एकत्र करून त्यांना तूप लावावे. हे उंडे डब्यात भरून ठेवावे. एकेक उंडा प्रेस मशीनमध्ये दाबून मोठा करावा किंवा पाटावर लाटून पुरीएवढा मोठा करावा. नंतर परत पातळसर लाटून मोठा चपातीएवढा आकार द्यावा. लाटल्यानंतर कापडावर थोडा वेळ वाळू द्यावा व सर्व पापड तयार झाल्यानंतर उन्हात वाळवावेत.

टीप : पापड कुटावयाचे नसल्यास, पिठाचा गोळा प्लॅस्टिक पिशवीत चार पाच तास तसाच ठेवावा. नंतर हातानेच मळून मऊसूत करावा व लाट्या तयार कराव्यात.

३. उडीद + मूग पापड

साहित्य : मूग डाळ ६०० ग्रॅम, उडीद-डाळ ४०० ग्रॅम, मीठ ५० ग्रॅम, फुलखार ४० ग्रॅम, जाडसर कुटलेले काळे मिरे २० ग्रॅम, हिंग २० ग्रॅम व तूप ७० ग्रॅम.

कृती : उडीद + मठ डाळ पापड कृती.

४. पापड टिकडी

साहित्य : पापडाचे उंडे, मीठ, मिरची-पूड, जिरेपूड व तूप.

कृती : उंडा लाटून, लहान पुरीएवढा आकार द्यावा व त्यावर मीठ, मिरची-पूड, जिरे-पूड घालून उंड्याची त्रिकोणी घडी करावी. परत हलक्या हाताने लाटून, लहान पुरीचा आकार द्यावा व तव्यावर तुपात पोळीप्रमाणे तळून गरम असतानाच खाण्यास द्यावा किंवा उंड्यावर बोटांचे ठसे उमटवून हे उंडे निखाऱ्यांवर भाजून त्यावर मीठ, मिरची-पूड, जिरे-पूड व तूप घालून खाण्यास द्यावे.

टीप : कच्चे उंडे खाण्यास द्यावयाचे असल्यास, तीन-चार उंड्यांचा जाडसर पापड लाटून त्यावर तूप, मीठ, मिरची-पूड, जिरे-पूड, सुक्या खोबऱ्याचा कीस, कोथिंबीर पसरून पापडाची गुंडाळी करावी व चाकूने दोन-दोन इंचांचे तुकडे करून खाण्यास द्यावे.

५. पापड लिऱ्या

साहित्य : तयार झालेले, उडीद + मूग कच्चे पापड, मिरची-पूड, जिरे-पूड, मीठ व तळण्यासाठी तेल.

कृती : उडीद + मुगाचे पापड थोडे जाडसर लाटावे व थोडे ओलसर असतानाच त्याचे शंकरपाळ्याच्या आकाराचे किंवा लांबसर चौकोनी तुकडे कात्रीने

कापून तयार करावे व हे पापडाप्रमाणेच कडक उन्हात वाळवून साठवणीसाठी डब्यात भरावे व जरुरीनुसार तेलात तळावे. नंतर वरून मिरची-पूड, जिरे-पूड व थोडेसे मीठ घालावे.

६. डिस्को पापड

साहित्य : तयार झालेले पापडाचे उंडे, तळण्यासाठी तेल, मीठ, मिरची-पूड व जिरे-पूड.

कृती : उंड्याच्या बारीक बारीक गोळ्या तयार करून या गोळ्या पोळी प्रेसमध्ये दाबून त्यांना एक रुपयाच्या नाण्याएवढा आकार द्यावा व हे लहान पापड (डिस्को) उन्हात वाळवून साठवणीसाठी डब्यात भरावे व जरूर लागेल त्या वेळी तेलात तळावे. नंतर वरून मीठ, मिरची-पूड, जिरे-पूड घालावी.

७. तांदूळ पापड्या (खिचा)

साहित्य : तांदूळ १ किलो, साबुदाणा २० ग्रॅम, फुलखार ४० ग्रॅम, मीठ ५० ग्रॅम, जिरे १० ग्रॅम व तूप १०० ग्रॅम.

कृती : तांदूळ तीन-चार पाण्याने धुऊन, सावलीत कापडावर वाळू द्यावे. वाळल्यानंतर त्यात साबुदाणा एकत्र करून, बारीक दळून आणावे. मैदा चाळणीने चाळून घ्यावे. दोन वाट्या पाण्यात फुलखार, मीठ, जिरे उकळून घ्यावे व चाळलेल्या पिठात हे मिश्रण एकत्र करून पिठाचा घट्ट गोळा तयार करावा. मळताना गाठी पडू नयेत, म्हणून पोळीच्या लाकडी ठशाने दाब द्यावा व लहान लहान गोळे तयार करावेत.

उकळत्या पाण्याच्या पातेल्यावर चाळण ठेवावी. चाळणीवर पातळ कापड ठेवून त्यावर पिठाचा गोळा ठेवून हाताने जाड भाकरीसारखा थापावा व पातेल्यावर झाकण ठेवून चांगले शिजू द्यावे. शिजल्यानंतर गरम असतानाच लहान गोळे मळून तयार करावे व हे गोळे पोळपाटावर तूप लावून लाटावे किंवा प्रेस मशीनमध्ये दाबून घ्यावे. कडक उन्हात प्लॅस्टिक कागदावर वाळवावेत.

टीप : या तांदूळ-पिठात मीठ, फुलखार व जाडसर कुटलेले जिरे एकत्र करून डब्यात भरून ठेवावे व जरुरीप्रमाणे या मिश्रणात गरम पाणी घालून मागील कृतीप्रमाणे केव्हाही वाफवून पापड्या तयार कराव्या.

८. ज्वारी + तांदूळ मिक्स पापड्या (खिचा) : प्रकार २

साहित्य : ज्वारी १ किलो, तांदूळ अर्धा किलो, मीठ ७० ग्रॅम, फुलखार ५० ग्रॅम, जिरे १५ ग्रॅम व तूप १०० ग्रॅम.

कृती : ज्वारी धुऊन चाळणीत काढावी. कापडावर वाळत घालावी. ओलसर असेपर्यंतच उखळात कुटून घ्यावी व पाखडून फोले काढावी. हीच ज्वारी कापडात अर्धा तास बांधून ठेवावी. नंतर पुन्हा पाखडून फोले काढावी. तांदूळ स्वच्छ धुऊन सावलीत कापडावर वाळत घालावे. ज्वारी व तांदूळ वाळल्यानंतर गिरणीतून दळून आणावे व मैदा चाळणीने चाळून घ्यावे. स्टील पातेल्यात दोन वाटी पाण्यात मीठ, जिरे, फुलखार एकत्र करून उकळी द्यावी व हे पाणी पिठात घालून पोळीच्या लाकडी ठशाने दाब द्यावा, म्हणजे गाठी पडणार नाहीत व थोडे गार झाल्यानंतर मळून घट्ट गोळा करावा. पुढील कृती तांदूळ पापड्या कृतीप्रमाणे.

९. ज्वारी + तांदूळ मिक्स पापड्या : प्रकार ३

साहित्य : ज्वारी + तांदूळ मिक्स पापडी (प्रकार २ चे)

कृती : मैदा चाळणीने चाळलेल्या ज्वारी व तांदूळ पिठाचा भजे-घोळासारखा घोळ तयार करून, कल्हई असलेल्या जाड बुडाच्या पितळी चरवीत हा घोळ शिजवावा. शिजविताना गाठी पडू नयेत, म्हणून लाकडी चाटूने (मोठी पळी) सारखे घोटत राहावे. त्याच वेळी पाण्यात मीठ, जिरे, फुलखार एकत्र करून उकळी द्यावी व हे मिश्रण शिजत असलेल्या पिठात घालावे. चांगले शिजल्यानंतर पातळ असेपर्यंतच प्लॅस्टिक कागदावर चमच्याने पसरावे किंवा मिश्रण घट्ट असल्यास दाबयंत्रात दाबून घ्यावे व कडक उन्हात वाळत घालावे किंवा ताटावर दहीवडी (पटेंद्री) प्रमाणे पसरून उन्हात ताटे ठेवावी.

१०. ताकातील ज्वारी पापड्या (राबुडी)

साहित्य : ज्वारी अर्धा किलो, ताक दोन लिटर, मीठ, मिरची-पूड, जिरे व हिंग.

कृती : ज्वारी + तांदूळ मिक्स पापडी कृतीप्रमाणे ज्वारी पीठ तयार करावे व मैदा चाळणीने चाळून पुढील कृती ज्वारी + तांदूळ मिक्स पापडी कृती (शिजवून) प्रमाणे या पापड्या कराव्यात.

११. बाजरी पापडी (भातोडी)

साहित्य : बाजरी १ किलो, तांदूळ-कण्या अर्धा किलो, हावरी पाव वाटी, मीठ, मिरची, हळद व हिंग.

कृती : बाजरी धुऊन पाण्याबाहेर काढून कुटून घ्यावी व कापडावर अर्धा तास वाळत घालावी. नंतर पाखडून दोन चाळण्यांनी चाळून मोठी व बारीक बाजरी तीन दिवस वेगवेगळी भिजवावी. तिन्ही दिवस बाजरी हलवून घेऊन त्यातील पाणी बदलून

घ्यावे. तिसऱ्या दिवशी रात्री तांदूळ-कणी धुऊन भिजू घालावी. चौथ्या दिवशी सकाळीच तीन दिवस भिजलेली, मोठी बाजरी आधी पाण्याबाहेर काढावी व उकळत्या पाण्यात हावरी, मीठ, मिरची, हळद, हिंग व मोठी बाजरी एकत्र करून शिजू द्यावी. ही बाजरी शिजत आल्यानंतर बारीक बाजरी व तांदूळ-कणी पाण्याबाहेर काढून शिजत असलेल्या बाजरीत घालून सारखे हलवावे. गाठी पडू देऊ नयेत व पातेल्यावर झाकण ठेवून मंद आचेवर शिजू द्यावे. शिजल्यानंतर कडक उन्हात प्लॅस्टिक कागदावर लहानलहान पापड्या थापाव्यात.

१२. गव्हाची कुरडई : प्रकार १

साहित्य : गहू १ किलो, थोडेसे मीठ व जाडसर कुटलेले जिरे (आवडीनुसार).

कृती : गहू गार पाण्यात तीन दिवस भिजत घालावे. गव्हातील पाणी रोज बदलीत जावे, भिजत असलेले गहू उबदार जागेत ठेवावे. चौथ्या दिवशी गहू चिकट झाले का, ते पाहावे, नाहीतर आणखी एक दिवस भिजू द्यावे. हे भिजलेले गहू पाण्याबाहेर काढून, पाट्यावर वाटावे किंवा ग्राईंडरवर दळून आणावे व त्यात थोडे पाणी घालून चार तास तसेच राहू द्यावे. नंतर त्यातील पाणी काढून घ्यावे. एका स्टील डब्याला व चाळणीला तेलाचा हात फिरवून, डब्यावर चाळणी ठेवून, या चाळणीत पातळ कापड ठेवून, गव्हाचा चीक डब्यात चोळून चोळून पाडावा व गव्हाचा चोथा दोन-तीनदा पाण्यात भिजवून त्यातील सत्त्व काढून घ्यावे. शिल्लक राहिलेला गव्हाचा चोथा बाजूला काढावा. तेलाचा हात फिरविलेल्या पातेल्यात दीड लिटर पाणी घेऊन त्यात थोडीशी तुरटी व थोडेसे मीठ घालून पाण्याला उकळी द्यावी. त्यातील अर्धे पाणी बाजूला ठेवावे. डब्यातील गहू चिकावरील पाणी काढून गव्हाचे सत्त्व एका हाताने उकळत्या पाण्यात ओतीत जावे व दुसऱ्या हाताने गाठ पडू न देता घट्ट होईपर्यंत सारखे हलवीत राहावे. बाजूला ठेवलेल्या गरम पाण्याचा उपयोग जरूर पडल्यास करावा. चीक लगेच खाण्यासाठी द्यावयाचा असल्यास थोडा पातळ असला, तरी चालेल. पण कुरडईसाठी चिक घट्ट लागेल. कुरडई सोऱ्याने प्लॅस्टिक कागदावर कडक उन्हात कुरडई घालावी.

१३. तांदूळ कुरडई : प्रकार २

साहित्य : तांदूळ व मीठ.

कृती : तांदूळ गार पाण्यात तीन दिवस भिजू द्यावे. तांदळातील पाणी रोज बदलीत जावे. चौथ्या दिवशी तांदळातील पाणी काढून, कापडावर सावलीत वाळत घालावे. नंतर कुटून मैदा चाळणीत चाळून घ्यावे. थोड्या पाण्यात मीठ व तांदूळ-पीठ एकत्र करून पिठाचा घोळ करावा व उकळत्या पाण्यात हा घोळ ओतून,

मलाई बर्फी, खोबरे बर्फी

पिवळे कारले व
पुडाचे खाजे

(सुरळी वड्या) पटेंद्री व पाटवड्या

लोणची

व्हॅनिला आइस्क्रीम, पिस्ता आइस्क्रीम, आंबा आइस्क्रीम, चॉकलेट आइस्क्रीम, स्ट्रॉबेरी आइस्क्रीम, गुलाब, पायनापल मिल्क शेक्स, लस्सी, पिस्ता मस्तानी (पुणेरी), आंबा मस्तानी (पुणेरी).

साबुदाणा थालीपीठ, साबुदाणा वडा, साबुदाणा खिचडी व चटणी

खवा मोदक, तळलेले मोदक व सुकडी

बासुंदी

पाणीपुरी

भटोरे, कुलछे

चायनीज
व्हेजिटेबल राईस,
नूडल्स

गोड डोसा, बेसन डोसा, टोमॅटो आम्लेट, गोड भजी (गुलगुले), मूग डाळ भजी

बटाटेवडा, सामोसा व चिंच चटणी

व्हेजिटेबल स्नॅक्स, व्हेजिटेबल सॅण्डविच, चटणी व टोमॅटो सॉस

गुडदाणी

कचोरी, पॅटीस व रगडा

रसमलाई, मलाई सॅण्डविच

सारखे घोटत राहून, शिजू द्यावा. कडक उन्हात कुरडई सोऱ्याने प्लॅस्टिक कागदावर कुरडई घालावी.

१४. तांदूळ वड्या

साहित्य : तांदूळ-कणी २५० ग्रॅम, मीठ, मिरची-पूड, जिरे-पूड, हिंग व थोडासा खाण्याचा सोडा.

कृती : कणी स्वच्छ धुऊन गार पाण्यात एक दिवस भिजू द्यावी. दुसऱ्या दिवशी एका पातेल्यात दोन-तीन वाट्या पाणी घेऊन मीठ, मिरची, जिरे, हिंग, खाण्याचा सोडा घालून पाण्याला उकळी द्यावी व या पाण्यात कणी घालून शिजू द्यावी. शिजल्यानंतर गार होऊ द्यावी. नंतर कडक उन्हात प्लॅस्टिक कागदावर वड्या घालाव्या. वाळल्यानंतर डब्यात भराव्या व जरूर भासेल, त्या वेळी तेलात मंद आचेवर तळून घ्याव्या.

१५. शेवया

साहित्य : गहू १ किलो व थोडेसे मीठ.

कृती : गहू धुऊन कापडात एक तास बांधून ठेवावे. थोडा वेळ कापडावर सावलीत वाळू द्यावे व लगेच गिरणीतून जाडसर दळून आणावे. चाळून व पाखडून मैदा व रवा वेगवेगळा करावा. शेवया तयार करण्याच्या आधी दोन तास रवा व पाणी एकत्र करून, मळून रव्याचा गोळा तयार करावा व एक तास आधी मैदा, थोडेसे मीठ व पाणी एकत्र करून, मळून मैद्याचा गोळा करावा व शेवया तयार करताना दोन्ही गोळे एकत्र करावे. शेवया सोऱ्याला तुपाचा हात लावून शेवया पाडाव्या व कडक उन्हात वाळू द्याव्या. तसेच, लाकडी पाटावर शेवया हाताचा दाब देऊन व हात खाली-वर फिरवून शेवई तयार करता येईल.

टीप : याच कृतीप्रमाणे बाजारातील तयार रवा व मैदा एकत्र करूनसुद्धा शेवया तयार करता येतील.

■

११

बिस्किटे व केक

१. दूध मसाला

साहित्य : बदाम ५० ग्रॅम, पिस्ता ५० ग्रॅम, चारोळी १५० ग्रॅम, केशर अर्धा ग्रॅम, केशर न घातल्यास वेलदोडे-पूड १० ग्रॅम व पिवळा फूड-कलर अर्धा ग्रॅम.

कृती : ड्रायफ्रूट क्रशरने ड्रायफ्रूटस् बारीक करून घ्यावी. केशर कुटून अथवा खलून घ्यावे व सर्व पदार्थ एकत्र करावे. केशर न घेतल्यास वेलदोडे-पूड व पिवळा कलर एकत्र करावा.

२. चहा मसाला

साहित्य : सुंठ-पूड ५० ग्रॅम, वेलदोडे-पूड ५ ग्रॅम, काळे मिरेपूड अडीच ग्रॅम, दालचिनी-पूड अडीच ग्रॅम व लहान जायफळ १ नग.

कृती : वरील सर्व पदार्थ बारीक कुटून एकत्र करावे.

३. नानकटाई

साहित्य : मैदा १२५ ग्रॅम, पिठीसाखर ८० ग्रॅम, वनस्पती तूप ७५ ग्रॅम, बेकिंग पावडर ५ ग्रॅम व टुटीफ्रुटी १५-२० तुकडे.

कृती : तूप व साखर एकत्र करून फेटून लोण्यासारखे मऊसूत करावे. मैदा व बेकिंग पावडर एकत्र करून चाळणीने दोनदा चाळून घ्यावे. फेटलेले तूप व मैदा एकत्र करून पुन्हा फेटून घ्यावे व पिठाचा गोळा करावा. या मिश्रणातून सुपारीएवढ्या लहान लहान गोळ्या कराव्या. प्रत्येक गोळीवर टुटीफ्रुटीचे तुकडे बसवावे व ओव्हनमध्ये मोकळा ट्रे ठेवून ओव्हन चालू करावा. पाच मिनिटांनंतर ट्रे बाहेर काढून त्यात दोन-दोन इंच अंतरावर या गोळ्या ठेवून बेक करावे.

४. खारी नानकटाई

साहित्य : मैदा १२५ ग्रॅम, तूप ५० ग्रॅम, मीठ ५ ग्रॅम, पिठीसाखर १० ग्रॅम व बेकिंग पावडर ५ ग्रॅम.

कृती : नानकटाई कृतीप्रमाणे.

५. व्हॅनिला बिस्किट

साहित्य : मैदा १२५ ग्रॅम, पिठीसाखर ८० ग्रॅम, तूप ७५ ग्रॅम, बेकिंग पावडर ५ ग्रॅम, दूध २ टीस्पून, व्हॅनिला इसेन्स तीन-चार थेंब व थोडासा पिवळा फूड-कलर.

कृती : मैदा व बेकिंग पावडर एकत्र करून चाळणीने दोनदा चाळून घ्यावे व त्यात पिठीसाखर एकत्र करून नानकटाईच्या कृतीप्रमाणे मैद्याचा गोळा तयार करावा. या मिश्रणाचे तीन-चार लहान गोळे तयार करावे व लाकडी पाटावर हळुवार हाताने पोळीपेक्षा जाडसर लाटून घ्यावे व वाटीने गोल किंवा चाकूने चौकोनी तुकडे कापावे व ओव्हनमध्ये भाजून घ्यावे.

टीप : मैदा पिठाचा गोळा घट्ट वाटल्यास त्यात एक-दोन टीस्पून दूध घालावे.

६. विलायची बिस्किट

साहित्य : व्हॅनिला इसेन्सऐवजी विलायची इसेन्स तीन-चार थेंब, पंधरा वेलदोड्यांची पूड व इतर साहित्य व्हॅनिला बिस्किटाचे.

कृती : व्हॅनिला बिस्किट कृतीप्रमाणे.

७. खोबरे बिस्किट

साहित्य : मैदा १२५ ग्रॅम, पिठीसाखर ९० ग्रॅम, तूप ८० ग्रॅम, खोबरे-कूट ४० ग्रॅम व बेकिंग पावडर ५ ग्रॅम.

कृती : खोबऱ्याचा कीस मिक्सरमधून बारीक करून घ्यावा व व्हॅनिला बिस्किट कृतीप्रमाणेच बिस्किटे करावीत.

८. काजू बिस्किट

साहित्य : खोबऱ्याच्या किसाऐवजी काजू-कूट व इतर साहित्य खोबरे बिस्किटांचे.

कृती : खोबरे बिस्किट कृतीप्रमाणे.

९. चॉकलेट बिस्किट

साहित्य : मैदा १२५ ग्रॅम, पिठीसाखर ८० ग्रॅम, तूप ७५ ग्रॅम, बेकिंग पावडर ५ ग्रॅम, कोको पावडर अडीच ग्रॅम, ड्रिंकिंग चॉकलेट ५ ग्रॅम व चॉकलेट इसेन्स २ थेंब.

कृती : व्हॅनिला बिस्किट कृतीप्रमाणे.

१०. दालचिनी-विलायची बिस्किट

साहित्य : मैदा १२५ ग्रॅम, पिठीसाखर ७५ ग्रॅम, मार्गारिन ७५ ग्रॅम, सात-आठ वेलदोड्यांची पूड व एका दालचिनी तुकड्याची वस्त्रगाळ पूड.

कृती : व्हॅनिला बिस्किट कृतीप्रमाणे.

११. सुंठ बिस्किट

साहित्य : दालचिनी व वेलदोडे-पुडीऐवजी सुंठ-पूड १० ग्रॅम व इतर साहित्य दालचिनी विलायची बिस्किटांचे.

कृती : व्हॅनिला बिस्किट कृतीप्रमाणे.

१२. कणीक बिस्किट

साहित्य : गव्हाचे पीठ १२५ ग्रॅम, पिठीसाखर ७५ ग्रॅम, तूप ७५ ग्रॅम, दूध २ टीस्पून, सात-आठ वेलदोड्यांची पूड व बेकिंग पावडर ५ ग्रॅम.

कृती : व्हॅनिला बिस्किट कृतीप्रमाणे.

१३. केक : प्रकार १

साहित्य : मैदा १०० ग्रॅम, पिठीसाखर ७५ ग्रॅम, तूप ६५ ग्रॅम, मिल्क पावडर ५० ग्रॅम, बेकिंग पावडर अडीच ग्रॅम, खाण्याचा सोडा अडीच ग्रॅम, दूध अर्धी वाटी, बदाम, काजू, चारोळी वगैरे ड्रायफ्रूटस्, पिवळा फूड-कलर व व्हॅनिला इसेन्स दोन-तीन थेंब.

कृती : पिठीसाखर व तूप एकत्र करून खूप फेटून घ्यावे. नंतर त्यात मिल्क पावडर घालून फेटून घ्यावे. परत मैदा, कलर, इसेन्स व थोडे दूध घालून फेटावे. शेवटी बेकिंग पावडर, खाण्याचा सोडा व थोडे दूध घालून चांगले फेटून घ्यावे. भजे-घोळासारखा घोळ करावा व ड्रायफ्रूटस् एकत्र करून पाच मिनिटे आधी ओव्हन चालवून गरम झालेल्या ओव्हनमधील भांड्याला रिफाईंड तेलाचा हात फिरवून मिश्रण त्यात काढावे. मिश्रणावर वरून थोडेसे ड्रायफ्रूटस् व टुटीफ्रुटी घालून ओव्हनमध्ये दहा ते पंधरा मिनिटे राहू द्यावे.

१४. केक : प्रकार २

साहित्य : मैदा २ वाटी, पिठीसाखर २ वाटी, मिल्क पावडर १ वाटी, लोणी १ वाटी, बेकिंग पावडर १ टीस्पून, खाण्याचा सोडा अर्धा टीस्पून, पायनापल इसेन्स तीन चार थेंब, दूध १ वाटी व टुटीफ्रुटी.

कृती : केक कृती (विभाग ११ कृती १३)

१५. चॉकलेट केक

साहित्य : वरील केकच्या साहित्यापैकी व्हॅनिला इसेन्सऐवजी चॉकलेट इसेन्स २ थेंब व ड्रिंकिंग चॉकलेट २ टीस्पून व इतर साहित्य वरील केकचे.

कृती : वरील केक कृतीप्रमाणे.

१६. केक आइसिंग

साहित्य : लोणी किंवा डालडा तूप ५० ग्रॅम, आइसिंग शुगर किंवा वस्त्रगाळ केलेली पिठीसाखर १०० ग्रॅम, गुलाबी, हिरवा किंवा पिवळा फूड-कलर, व्हॅनिला इसेन्स २ थेंब, बडीशेप गोळी, जिनतान गोळी व चेरी.

कृती : लोणी किंवा डालडा तूप यापैकी कोणत्याही एका पदार्थात आईसिंग शुगर किंवा पिठीसाखर यापैकी एक पदार्थ व इसेन्स घालून फेटावे. फेटलेल्या मिश्रणापैकी ३/४ मिश्रणात गुलाबी फूड-कलर एकत्र करावा व पाव मिश्रणात हिरवा किंवा पिवळा फूड-कलर एकत्र करावा. गुलाबी रंगाचे मिश्रण केकवर चमच्याने किंवा सुरीने पसरावे. बटरपेपर किंवा प्लॅस्टिक कागदाच्या कोनमध्ये हिरवे किंवा पिवळे मिश्रण भरून हवे तसे डिझाइन काढावे व बडीशेप गोळी, जिनतान गोळी व चेरीचे तुकडे, डिझाइनला शोभतील, अशा रीतीने केकवर बसवावे.

१७. चॉकलेट कँडी

साहित्य : पिठीसाखर ७५ ग्रॅम, मिल्क पावडर ५० ग्रॅम, लोणी ७५ ग्रॅम, कोको १ टीस्पून, ड्रिंकिंग चॉकलेट २ टीस्पून व चॉकलेट इसेन्स २ थेंब.

कृती : लोणी गरम करावयास ठेवावे. गरम झाल्यावर त्यात पिठीसाखर घालून सारखे हलवावे व भांडे गॅसवरून खाली घेऊन, त्यात मिल्क पावडर घालून, खूप फेटून घ्यावे. नंतर कोको पावडर, ड्रिंकिंग चॉकलेट, इसेन्स एकत्र करावा व चांगले हलवून घेऊन हे मिश्रण तुपाचा हात फिरविलेल्या ट्रेमध्ये काढावे व सपाट करून फ्रीजमध्ये ठेवावे. गार झाल्यानंतर वड्या पाडाव्यात.

१८. रोट

साहित्य : रवा ५०० ग्रॅम, मैदा १२५ ग्रॅम, खवा १२५ ग्रॅम किंवा मिल्क पावडर १०० ग्रॅम, साखर ३५० ग्रॅम, तूप २५० ग्रॅम, खसखस २५ ग्रॅम, थोडेसे ड्रायफ्रूटस्, वेलदोडे-पूड, बेकिंग पावडर साडेबारा ग्रॅम, अमोनिया साडेबारा ग्रॅम, गुलकंद १०० ग्रॅम व दूध अर्धा लिटर.

कृती : तूप व साखर एकत्र करून फेटावे. मैदा व बेकिंग पावडर, अमोनिया एकत्र करून चाळणीने चाळून घ्यावा. तूप व साखरेच्या मिश्रणात रवा घालून फेटावे. नंतर त्यात मैदा, गुलकंद, ड्रायफ्रूटस्, वेलदोडे-पूड, दूध घालून मिश्रणाचा गोळा तयार करावा व त्यातून गोल चपट्या आकाराचे रोट तयार करावेत व या रोटवर खसखस पसरून ओव्हनमध्ये दोन-तीन इंचांचे अंतर सोडून भाजून घ्यावे.

१९. चॉकलेट सॉस

साहित्य : ड्रिंकिंग चॉकलेट २५ ग्रॅम, इन्स्टंट कॉफी पावडर ५ ग्रॅम, दूध १ कप, कॉर्नफ्लोअर अर्धा टीस्पून व साखर २५ ग्रॅम.

कृती : स्टील पातेल्यात सर्व पदार्थ एकत्र करावे व या पातेल्यापेक्षा जरा मोठ्या पातेल्यातील उकळत्या पाण्यात मिश्रणाचे लहान पातेले ठेवून मिश्रण हलवावे. मिश्रण एकजीव झाल्यावर सॉसचे पातेले बाहेर काढावे व हा गरम सॉस केकवर ओतून गार झाल्यावर डिझाइन करावे.

२०. व्हॅनिला सॉस (व्हाईट सॉस)

साहित्य : कॉर्नफ्लोअर १० ग्रॅम, दूध १ कप, साखर २५ ग्रॅम, लोणी २० ग्रॅम व व्हॅनिला इसेन्स तीन-चार थेंब.

कृती : थोड्याशा गार दुधात कॉर्नफ्लोअर एकत्र करावे. राहिलेले दूध उकळल्यानंतर त्यात कॉर्नफ्लोअरचे दूध घालावे. मंद आच करावी, हलवून घ्यावे. उकळी आल्यानंतर साखर, लोणी घालून मिश्रण एकजीव झाल्यावर भांडे खाली घेऊन इसेन्स घालावा.

२१. ऑरेंज सॉस

साहित्य : कॉर्नफ्लोअर १० ग्रॅम, दूध अर्धा कप, संत्रारस अर्धा कप, साखर २५ ग्रॅम, लोणी २० ग्रॅम, थोडा ऑरेंज फूड-कलर व दोन-तीन थेंब ऑरेंज इसेन्स.

कृती : संत्रारसात कॉर्नफ्लोअर एकत्र करावा. दूध गरम करावयास ठेवून पुढील कृती व्हॅनिला सॉसप्रमाणे करावी.

■

१२

आइस्क्रीम व कोल्ड्रिंक्स

१. पिस्ता आइस्क्रीम

साहित्य : म्हशीचे दूध २ लिटर, क्रीम २०० ग्रॅम, साखर २५० ग्रॅम, कस्टर्ड पावडर २५ ग्रॅम, थोडासा हिरवा फूड-कलर, पिस्ता इसेन्स दोन-तीन थेंब, बदाम व पिस्ते काप.

कृती : दूध गरम करावयास ठेवून, उकळी आल्यानंतर त्यातील १०० मिलीलिटर बाजूला काढून ठेवावे व उकळत असलेले दूध आटवून निम्मे करावे. बाजूला काढलेल्या गार दुधात कस्टर्ड पावडर एकत्र करावी व आच मंद करून आटून निम्मे होत आलेल्या दुधात एका हाताने कस्टर्डमिश्रित दुधाची धार सोडावी व दुसऱ्या हाताने उलथणे सारखे हलवीत राहावे. गाठी पडू देऊ नयेत किंवा दूध बुडाला डागू देऊ नये. दूध घट्ट होईल. लगेच हे दूध गॅसवरून खाली घ्यावे. त्यात साखर घालावी. क्रीम गरम करून घालावे व हलवून घ्यावे. हे मिश्रण गार झाल्यानंतर त्यात कलर व इसेन्स एकत्र करावा. चर्नरमधून (आईस्क्रीम पॉट) फिरवून घ्यावे व आइस्क्रीम थोडे घट्ट झाल्यानंतर ड्रायफ्रूटस् घालावे व परत आइस्क्रीम चर्नर चालू करून आइस्क्रीम घट्ट होऊ द्यावे.

टीप : रेफ्रिजरेटरमध्ये खाली दिलेल्या कृतीप्रमाणे आइस्क्रीम करावे.

कृती : गार झालेल्या आइस्क्रीम-मिश्रणात कलर व इसेन्स एकत्र केल्यानंतर, फ्रीजमधे ठेवता येईल, अशा ट्रेमध्ये मिश्रण काढावे. ट्रे फ्रीजरमध्ये ठेवावा. मिश्रण थोडेसे घट्ट झाल्यानंतर बाहेर काढून, मिक्सरमध्ये किंवा छोट्या आइस्क्रीम मेकरमध्ये किंवा ही दोन्ही साधने नसल्यास रवीने घुसळून घ्यावे. मिश्रण परत फ्रीजरमध्ये ठेवावे. पंधरा मिनिटांनंतर हीच कृती परत एकदा करावी व घट्ट झालेल्या आइस्क्रीमवर ड्रायफ्रूटस् पसरावीत.

२. व्हॅनिला आइस्क्रीम

साहित्य : पिस्ता इसेन्स व हिरवा कलर याऐवजी व्हॅनिला इसेन्स व इतर सर्व साहित्य पिस्ता आइस्क्रीमचे.

कृती : पिस्ता आइस्क्रीम कृतीप्रमाणे.

३. केशर आइस्क्रीम

साहित्य : पिस्ता इसेन्स व हिरवा फूड कलरऐवजी केशर किंवा केशर इसेन्स व केशरी फूड कलर व इतर साहित्य पिस्ता आइस्क्रीमचे.

कृती : पिस्ता आइस्क्रीमच्या कृतीप्रमाणे.

टीप : रेफ्रिजरेटरमध्ये पिस्ता आइस्क्रीम कृतीप्रमाणे आइस्क्रीम करावे.

४. पायनापल आइस्क्रीम

साहित्य : पिस्ता इसेन्स व हिरवा कलर याऐवजी पायनापल इसेन्स व पिवळा फूड-कलर व ड्रायफ्रूटस्ऐवजी पायनापल तुकडे व इतर सर्व साहित्य पिस्ता आइस्क्रीमचे.

कृती : पिस्ता आइस्क्रीम कृतीप्रमाणे.

५. अंजीर आइस्क्रीम

साहित्य : पिस्ता इसेन्स व हिरवा कलर याऐवजी आइस्क्रीम इसेन्स व सुक्या अंजिराचे बारीक तुकडे व इतर सर्व साहित्य पिस्ता आइस्क्रीमचे.

कृती : पिस्ता आइस्क्रीम कृतीप्रमाणे.

६. रासबेरी आइस्क्रीम

साहित्य : पिस्ता इसेन्स व हिरवा कलर याऐवजी रासबेरी इसेन्स व गुलाबी फूड-कलर व इतर सर्व साहित्य पिस्ता आइस्क्रीमचे.

कृती : पिस्ता आइस्क्रीम कृतीप्रमाणे.

या आइस्क्रीममध्ये रासबेरी इसेन्सऐवजी स्ट्रॉबेरी इसेन्स वापरून स्ट्रॉबेरी आइस्क्रीम करता येईल.

७. गुलाब आइस्क्रीम

साहित्य : पिस्ता इसेन्स व हिरवा कलर याऐवजी गुलाब (रोझ) इसेन्स व गुलाबी फूड-कलर व इतर साहित्य पिस्ता आइस्क्रीमचे.

कृती : पिस्ता आइस्क्रीम कृतीप्रमाणे.

८. चॉकलेट आइस्क्रीम

साहित्य : पिस्ता इसेन्स व हिरवा कलर याऐवजी चॉकलेट इसेन्स, ड्रिंकिंग चॉकलेट २ टीस्पून, कोको पावडर अर्धा टीस्पून व चॉकलेट फूड-कलर व इतर साहित्य पिस्ता आइस्क्रिमचे. (ड्रायफ्रूटस् नकोत.)

कृती : पिस्ता आइस्क्रीम कृतीप्रमाणे. कस्टर्ड पावडर व क्रीम घातलेले दूध गार झाल्यानंतर अर्धा कप दुधात कोको ड्रिंकिंग चॉकलेट, कलर व इसेन्स घालून केलेली पेस्ट दुधात एकत्र करावी व पिस्ता आइस्क्रीम कृतीप्रमाणे हे आइस्क्रीम तयार करावे. या आइस्क्रीममध्ये सुकामेवा घातला नाही, तरी चालेल.

९. आंबा आइस्क्रीम

साहित्य : पिस्ता इसेन्स व हिरवा कलर यांऐवजी आंबा इसेन्स, पिवळा फूड-कलर व ड्रायफ्रूटस्ऐवजी मँगो पल्प किंवा हापूस आंबारस २०० ग्रॅम व इतर साहित्य पिस्ता आइस्क्रीमचे.

कृती : पिस्ता आइस्क्रीमच्या कृतीप्रमाणे.

१०. सीताफळ आइस्क्रीम

साहित्य : पिस्ता इसेन्स व हिरवा कलर सोडून फक्त आइस्क्रीम इसेन्स व सीताफळाचा गर २०० ग्रॅम व इतर सर्व साहित्य पिस्ता आइस्क्रीमचे.

कृती : पिस्ता आइस्क्रीम कृतीप्रमाणे.

११. कसाटा आइस्क्रीम

साहित्य : वरील तयार झालेल्या आइस्क्रीमस्पैकी कोणत्याही चार प्रकारची आइस्क्रीमस्, केकचे बारीक तुकडे किंवा ग्लुकोज बिस्किटांचे तुकडे व बदाम, काजू, पिस्ते, आक्रोड, चारोळी, खिसमिस.

कृती : पोळ्याच्या डब्यासारख्या तीन-चार इंच उंचीच्या डब्यात किंवा ॲल्युमिनियम ट्रेमध्ये खाली केक किंवा बिस्किटांचे तुकडे पसरून, त्यावर थोडे सुक्यामेव्याचे मिश्रण पसरावे. चारही प्रकारची आइस्क्रीमस् फ्रीजरमध्ये ठेवावी. यापैकी एका आइस्क्रीमचा थर केक किंवा बिस्किटांच्या तुकड्यावर द्यावा व ट्रे फ्रीझरमध्ये घट्ट होण्यासाठी ठेवावा. घट्ट झाल्यानंतर हा ट्रे किंवा डबा बाहेर काढून त्यावर केक किंवा बिस्किट-तुकडे व ड्रायफ्रूटस् पसरून त्यावर दुसऱ्या आइस्क्रीमचा थर द्यावा व परत डबा किंवा ट्रे फ्रीजरमध्ये ठेवावा. याच पद्धतीने तिसऱ्या किंवा चौथ्या आइस्क्रीमचा थर द्यावा व आइस्क्रीम घट्ट होऊ द्यावे. नंतर चाकूने तुकडे करून डिशमध्ये आइस्क्रीम द्यावे.

१२. मिल्क आइसफ्रूट

साहित्य : तयार आइस्क्रीम.

कृती : बाजारात मिळणाऱ्या गॅल्वनाइज्ड किंवा ॲल्युमिनियम साच्यात तयार झालेले आइस्क्रीम किंवा आइस्क्रीमचे दूध भरून हे साचे फ्रीजरमध्ये ठेवावे व आइस्क्रीम थोडे घट्ट झाल्यावर त्यात बुरुडाकडे मिळणाऱ्या बांबूच्या काड्या मधोमध बसवून, परत साचे फ्रीजरमध्ये आइस्क्रीम घट्ट होण्यासाठी ठेवावे. ग्लासमधील पाण्यात साचा ठेवून लगेच काडी उचलली असता आइसफ्रूट बाहेर निघेल.

१३. कुल्फी

साहित्य : दूध ३ लिटर, साखर २०० ग्रॅम, क्रीम १०० ग्रॅम, वेलदोडे-पूड किंवा केशर व बदाम, पिस्ते.

कृती : दूध आटवून १ लिटर करावे. क्रीम गरम करून त्यात घालावे व साखर, वेलदोडे-पूड किंवा केशर व बदाम, पिस्ते तुकडे एकत्र करावे व हे दूध कुल्फीच्या साच्यांत भरून, हे साचे फ्रीजरमध्ये उभे करून, एक दिवस घट्ट होण्यासाठी तसेच राहू द्यावे व खाण्यास देताना डिशमध्ये, चाकूने गोल काप करून द्यावे.

१४. नगर लस्सी (गोड)

साहित्य : घट्ट दही १ लिटर, साखर २५० ग्रॅम, गुलाब इसेन्स तीन-चार थेंब, पिस्ता, व्हॅनिला, आंबा, चॉकलेट यांपैकी कोणतेही एक आइस्क्रीम, ड्रायफ्रूटस् व बर्फ.

कृती : दही, साखर, इसेन्स, बर्फाचे तुकडे एकत्र करून रवीने घुसळून घ्यावे व लस्सी ग्लासमध्ये देताना लस्सीवर अर्धा भाजीचा चमचा आइस्क्रीम व ड्रायफ्रूटस् घालून द्यावे. लस्सीमध्ये बर्फ घालावयाचा नसल्यास, लस्सी फ्रीजरमध्ये ठेवून गार होऊ द्यावी व गार लस्सी ग्लासमध्ये देतानाच त्यावर आइस्क्रीम व ड्रायफ्रूटस् घालावी.

टीप : मँगो किंवा चॉकलेट आईस्क्रीम असल्यास गुलाब इसेन्स घालू नये.

१५. खारी लस्सी

साहित्य : घट्ट दही, मीठ, जिरेपूड व बर्फ.

कृती : सर्व पदार्थ एकत्र करून रवीने घुसळून घ्यावे.

१६. गुलाब सायरप (सिन्थेटिक)

साहित्य : साखर ७५० ग्रॅम, गुलाब इसेन्स १० मिली, गुलाब फूड-कलर पाऊण ग्रॅम, सायट्रिक ॲसिड १ ग्रॅम व पोटॅशियम मेटा बाय सल्फेट अर्धा ग्रॅम.

कृती : स्टील पातेल्यात अर्धा लिटर पाण्यामध्ये साखर घालून साखरेचा दोनतारी पाक करावा. दोन-तीन थेंब लिंबू पिळून पाकातील मळी काढावी. पाक गार झाल्यानंतर पातळ कपड्याने गाळून घ्यावा व अर्धी वाटी गार पाकात कलर, पोटॅशियम मेटा बाय सल्फेट, सायट्रिक ॲसिड घालून, बोटाने घोटून एकजीव करून घ्यावे व रंगीत पाक, इसेन्स, साधा पाक एकत्र करून, हलवून, कोरड्या स्वच्छ बाटलीत हे सायरप भरून ठेवावे.

१७. पायनापल सायरप (सिन्थेटिक)

साहित्य : गुलाब इसेन्स व गुलाबी कलरऐवजी पायनापल इसेन्स ५ मिली. व पिवळा फूड-कलर तीन चतुर्थांश ग्रॅम व इतर साहित्य गुलाब सायरपचे.

कृती : गुलाब सायरप कृतीप्रमाणे.

खाली दिलेले निरनिराळ्या स्वाद व सुगंधांचे सायरपस् (क्र. १८ ते २६ पर्यंत) गुलाब सायरप कृतीप्रमाणेच पण वेगवेगळे इसेन्स व कलर वापरून तयार करता येतात.

१८. काला खट्टा

चॉकलेट कलर व काला खट्टा इसेन्स.

१९. कोला

चॉकलेट कलर व कोला इसेन्स.

२०. रासबेरी

रासबेरी रेड कलर व रासबेरी इसेन्स.

२१. ऑरेंज

ऑरेंज कलर व ऑरेंज इसेन्स.

२२. केशर (सायरप)

पिवळा कलर व केशर इसेन्स.

२३. कैरी

हिरवा कलर व कैरी इसेन्स.

२४. वाळा

हिरवा कलर व खस इसेन्स.

२५. विलायची

पिवळा कलर व विलायची इसेन्स.

२६. मँगो

पिवळा कलर व मँगो इसेन्स.

वरील सायरप्सपैकी गुलाब, पायनापल, रासबेरी, मँगो, विलायची, केशर ही सायरप्स दुधात घालून दूध कोल्ड्रिंक तयार करता येईल. तसेच, ही सर्व सायरप्स पाण्यात घालून वेगवेगळ्या स्वाद व सुगंधाची सरबते करता येतील.

२७. पायनापल सरबत

साहित्य : पायनापल सायरप १ भाजीचा चमचा, पाव लिंबाची फोड, थोडेसे मीठ, बर्फ व पाणी किंवा सोडा वॉटर.

कृती : सायरप, लिंबूरस, मीठ, बर्फ व पाणी एकत्र करावे.

२८. लॅमरी

साहित्य : रासबेरी सायरप १ भाजीचा चमचा, पाव लिंबाची फोड, थोडेसे मीठ, बर्फ व सोडा वॉटर.

कृती : सोडा वॉटरमध्ये वरील सर्व पदार्थ एकत्र करावे.

२९. लिंबू सरबत

साहित्य : लिंबू सायरप दीड भाजीचा चमचा किंवा अर्ध्या लिंबाचा रस, चिमूटभर काळे मिरे-पूड, थोडेसे काळे मीठ, (लिंबाचा रस घेतला असल्यास साखर) व बर्फ.

कृती : पाण्यात सर्व पदार्थ एकत्र करावे.

३०. आइस कॅण्डी

साहित्य : ऑरेंज, पायनापल वगैरे पाण्यातील सरबते.

कृती : अर्धा पाऊण इंच रुंद व सहा इंच लांब प्लॅस्टिक पिशवीमध्ये थोडी जागा मोकळी ठेवून सरबत भरावे. पिशवीचे तोंड जळत्या मेणबत्तीने बंद करावे व पिशवी फ्रिजरमध्ये बर्फ होण्यासाठी ठेवावी.

३१. लिंबू सायरप

साहित्य : लिंबाचा रस २०० मिली. साखरेचा तीनतारी घट्ट पाक ५५० मिली. व पोटॅशियम मेटा बाय सल्फेट एक तृतीयांश ग्रॅम.

कृती १ : लिंबाचा रस कापडाने गाळून घ्यावा व सर्व पदार्थ एकत्र करून बाटलीत भरावे. हे सायरप महिनाभर टिकेल.

कृती २ : लिंबाचा रस व पोटॅशियम मेटा बाय सल्फेट एकत्र करून हे मिश्रण काचेच्या बरणीत तसेच राहू द्यावे. नंतर पातळ कापडाने गाळून घ्यावे व साखरेच्या पाकात हा रस एकत्र करून, त्यात पुन्हा अर्धा ग्रॅम पोटॅशियम मेटा बाय सल्फेट घालून बरणीत भरावे.

३२. मिल्क शेक्स (सिन्थेटिक)

फ्रीजमधील गार दुधात गुलाब, पायनापल, रासबेरी, विलायची, मँगो यांपैकी कोणतेही एक सायरप एकत्र करून मिक्सरमधून फेसाळून घ्यावे. तसेच, सबजा-बी गार पाण्यात दोन-तीन तास भिजवून या मिल्क शेक्समध्ये एकत्र करावे. या मिक्स शेकची चव चांगली लागते.

३३. फ्रूट मिल्क शेक्स

साहित्य : चिकू, हापूस आंबा, सफरचंद व अननस यांपैकी कोणत्याही एका फळाचे तुकडे फ्रीजमधील गार दुधात एकत्र करून मिक्सरमधून साखर घालून फेसाळून घ्यावे.

३४. टरबूज शेक

साहित्य : लालभडक टरबुजाच्या चार पाच फोडी, घट्ट दूध १ लिटर, साखर १०० ग्रॅम, थोडीशी काळे मिरे पूड.

कृती : टरबूज गराच्या बिया काढून घ्याव्या. सर्व पदार्थ एकत्र करून मिक्सरमधून फिरवून घ्यावे. चहा गाळणीने गाळून घ्यावे. फ्रीजमध्ये ठेवावे किंवा ग्लासात बर्फ घालून द्यावे.

३५. डाळिंब सायरप व शेक

साहित्य : डाळिंब दाणे २०० ग्रॅम, साखर ५०० ग्रॅम, दूध किंवा पाणी २५० मि.ली., चिमूटभर मिरेपूड व चिमूटभर मीठ.

कृती : मिक्सरमध्ये सर्व पदार्थ एकत्र करून, घुसळून घ्यावेत व चहा गाळणीने गाळून घ्यावे.

टीप : हृदय-रुग्णांना हे सायरप जरूर द्यावे.

३६. सफरचंद व अननस शेक

साहित्य : सफरचंद किंवा अननसाचे तुकडे, साखर, दूध, चिमूटभर मिरेपूड, चिमूटभर मीठ.

कृती : डाळिंब शेक कृतीप्रमाणेच हे शेक तयार करून फ्रीजमध्ये ठेवावे किंवा बर्फ चुरा घालून लगेच पिण्यास द्यावे.

३७. केशर सायरप : प्रकार २

साहित्य : केशर १ ग्रॅम, साखरेचा पाक ७५० मिली. व पोटॅशियम मेटा बाय सल्फेट अर्धा ग्रॅम.

कृती : संगमरवरी दगडी खलात थोडासा साखरेचा पाक घेऊन त्यात केशर घालून, खलून हे केशर बारीक करून घ्यावे व नंतर राहिलेल्या पाकात एकत्र करावे.

३८. मिक्स सायरप (कॉकटेल्स)

खाली दिलेले निरनिराळ्या स्वाद व सुगंधाचे सायरपस्, आइस्क्रीम व सोडावॉटर एकत्र करून बहारदार मिक्स चवीची सरबते (कॉकटेल्स) करता येतील.

३९. दिलबहार गुलाब

साहित्य : गुलाब सायरप १ भाजीचा चमचा, व्हॅनिला आइस्क्रीम २ भाजीचा चमचा, सोडा वॉटर (३०० मिली.) व बर्फ चुरा.

कृती : गुलाब सायरप, व्हॅनिला आइस्क्रीम व १०० मिली. सोडा यांचे मिश्रण करून रवीने घुसळावे. नंतर ग्लासमध्ये घेऊन राहिलेला सोडा व बर्फचुरा घालून द्यावे.

४०. मँगोला

साहित्य : आंबा सायरप दीड भाजीचा चमचा, वॅनिला आइस्क्रीम १ भाजीचा चमचा, सोडावॉटर १ बाटली व बर्फ चुरा.

कृती : दिलबहार गुलाब सायरप कृतीप्रमाणे.

४१. काश्मिरी केशर

साहित्य : केशर सायरप दीड भाजीचा चमचा, व्हॅनिला आइस्क्रीम १ भाजीचा चमचा, सोडा वॉटर बाटली १, बर्फ चुरा व सुका मेवा.

कृती : दिल बहार गुलाब सायरप कृतीप्रमाणे सरबत तयार करावे. ग्लासमध्ये सरबत देताना वरून सुकामेवा घालून द्यावे.

४२. स्वरूची

साहित्य : १). लिंबू सायरप ३/४ भाजीचा चमचा व गुलाब सायरप १/४ भाजीचा चमचा २) लिंबू सायरप १/२ भाजीचा चमचा व खस सायरप १/२ भाजीचा चमचा ३) गुलाब सायरप १/२ भाजीचा चमचा व खस सायरप १/२ भाजीचा चमचा ४) कालाखट्टा सायरप ३/४ भाजीचा चमचा व गुलाब सायरप १/४ भाजीचा चमचा गार पाणी किंवा सोडा वॉटर बाटली व बर्फ चुरा.

कृती : सर्व पदार्थ भांड्यात एकत्र करून हलवून घ्यावे.

४३. सदाबहार कोला किंवा खस

साहित्य : कोला किंवा खस सायरप १ भाजीचा चमचा, १ व्हॅनिला आइस्क्रीम १ भाजीचा चमचा, सोडा वॉटर बाटली १, सुका मेवा व बर्फ चुरा.

कृती : काश्मिरी केशर सायरप कृती.

४४. नारळ पाणी

साहित्य : कच्च्या नारळाचे पाणी ३०० मिली. गुलाब सायरप ३/४ भाजीचा चमचा व बर्फ चुरा.

कृती : सर्व पदार्थ एकत्र करून हलवून घ्यावे.

४५. मिक्स ज्यूसेस (मॉकटेल्स्)

आपल्या आवडीच्या अननस, संत्री, मोसंबी, चिकू, सफरचंद यापैकी कोणत्याही दोन-तीन फळांचे ज्यूस एकत्र करून त्यांत आपल्या आवडीनुसार लिंबूरस, आलेरस, बारीक केलेली पुदिना पाने, मीठ, चाट मसाला यापैकी कोणत्याही दोन तीन

पदार्थांचा वापर करून लज्जतदार मिक्स फ्रूट ज्यूसेस तयार करता येतात.

४६. फ्रूट केक (पुडिंग)

साहित्य : केकचे बारीक तुकडे, व्हॅनिला आइस्क्रीम, संत्री, मोसंबी, अननस, सफरचंद, डाळिंब, द्राक्षे यांपैकी उपलब्ध असणारी दोन-तीन प्रकारची फळे, गुलाब किंवा पायनापल सायरप, बदाम, काजू, आक्रोड, पिस्ते व खिसमिस इ. सुकामेवा.

कृती : लहान बाऊलमध्ये खाली केकचे तुकडे पसरून त्यावर आइस्क्रीमचा थर पसरून त्यावर फळांचे तुकडे पसरावे व त्यावर क्रीमचा थर पसरावा. नंतर गुलाब किंवा पायनापल सायरप घालून शेवटी या मिश्रणावर सुकामेवा पसरून हे मिश्रण फ्रीजमध्ये ठेवावे व गार झाल्यानंतर खाण्यास द्यावे.

वि. सूचना : कसाटा आइस्क्रीम कृतीप्रमाणे पोळी डब्यात फ्रूट केक तयार करून फ्रीजमध्ये ठेवावा. नंतर चाकूने तुकडे करून बाऊलमध्ये द्यावे.

४७. आंबा मस्तानी (पुणेरी)

साहित्य : फ्रीजमधील गार दूध १ कप, आंबा आइस्क्रीम एक भाजीचा चमचा, व्हॅनिला आइस्क्रीम १ टीस्पून, किंवा दुधाची क्रीम १ टीस्पून, गुलाब सायरप अर्धा भाजीचा चमचा व ऑरेंज सायरप अर्धा भाजीचा चमचा.

कृती : ग्लासमध्ये गुलाब, ऑरेंज सरबते व गार दूध घेऊन चमच्याने ढवळून त्यावर आंबा व व्हॅनिला आइस्क्रीम घालावे.

४८. पायनापल मस्तानी (पुणेरी)

साहित्य : फ्रीजमधील गार दूध १ कप, पायनापल आइस्क्रीम १ भाजीचा चमचा, व्हॅनिला आइस्क्रीम १ टीस्पून, किंवा क्रीम १ टीस्पून, पायनापल सायरप अर्धा भाजीचा चमचा, ऑरेंज सायरप अर्धा भाजीचा चमचा व थोडेसे पायनापल तुकडे.

कृती : आंबा मस्तानी कृतीप्रमाणे.

४९. थंडाई मसाला

साहित्य : टरबूज-बी २५ ग्रॅम, खसखस ४० ग्रॅम, बडीशेप १० ग्रॅम, गुलाब-पाकळी २० ग्रॅम, विलायची १० ग्रॅम, काळे मिरे २० ग्रॅम, सायट्रिक ॲसिड १ ग्रॅम, बदाम-बी ७५ ग्रॅम व रोझ इसेन्स ५ मिली.

कृती : रोझ इसेन्स सोडून इतर सर्व पदार्थ मिक्सरमधून बारीक करावे व वस्त्रगाळ करून त्यात रोझ इसेन्स एकत्र करावा.

५०. थंडाई सरबत

साहित्य : थंडाई मसाला, साखर व फ्रीजमधील गार दूध.

कृती : सर्व पदार्थ एकत्र करून मिक्सरमधून फेसाळून घ्यावे.

५१. संत्रा सायरप

साहित्य : संत्रा रस ५०० मिली, साखर ६२५ ग्रॅम, पाणी ४०० मिली. सायट्रिक ॲसिड १० ग्रॅम, ऑरेंज इसेन्स १३ मिली., पोटॅशियम मेटा बाय सल्फेट १ ग्रॅम व ऑरेंज कलर.

कृती : संत्री धुऊन, साली काढून रस काढावा, पातळ कापडाने रस गाळून त्यात साखर, पाणी, सायट्रिक ॲसिड एकत्र करावे. थोड्याशा पाण्यात पोटॅशियम मेटा बाय सल्फेट व कलर विरघळवून मिश्रणात एकत्र करावे व बाटलीत भरून ठेवावे.

५२. मँगो स्क्वॅश

साहित्य : हापूस आंबा रस २५० ग्रॅम, पाणी २५० ग्रॅम, साखर २५० ग्रॅम, सायट्रिक ॲसिड ८ ग्रॅम व पोटॅशियम मेटा बाय सल्फेट अर्धा ग्रॅम.

कृती : आंब्याचा रस गाळून डब्यात भरावा व हा डबा उकळत्या पाण्यात ठेवून रस चांगला गरम होऊ द्यावा व गार झाल्यानंतर सर्व पदार्थ एकत्र करून, संत्रा सायरप कृतीप्रमाणे हा स्क्वॅश तयार करावा.

५३. पायनापल स्क्वॅश

साहित्य : अननस-रस ५०० मिली, पाणी २५० मिली, साखर सव्वा किलो, सायट्रिक ॲसिड ३५ ग्रॅम, पायनापल इसेन्स ५ मिली., पोटॅशियम मेटा बाय सल्फेट सव्वा ग्रॅम व थोडासा पिवळा फूड-कलर.

कृती : अननसाच्या साली स्टील चाकूने काढून आतील गराचे अगदी बारीक तुकडे करावे व ज्युसरमधून रस काढून गाळून घ्यावा. या (५०० मिली) रसात ३० ग्रॅम साखर घालून हा रस स्टेनलेस अगर ॲल्युमिनियम पातेल्यात गरम करून घ्यावा. रस गार झाल्यानंतर त्यात साखर, सायट्रिक ॲसिड व पाणी घालून हलवून घ्यावे. हे मिश्रण जाड कापडाने गाळून घ्यावे व इसेन्स व कलर एकत्र करून घ्यावे व थोड्या पाण्यात पोटॅशियम मेटा बाय सल्फेट विरघळवून मिश्रणात घालावे व बाटलीत भरून ठेवावे.

५४. फालुदा

साहित्य : गव्हाच्या शेवया, गुलाब सायरप, साखर, सुकामेवा, सब्जा व गुलाब किंवा व्हॅनिला आइस्क्रीम.

कृती : शेवया शिजवून घ्याव्या. सब्जा-बी दोन तास पाण्यात भिजवावे. फ्रीजमधील गार दुधात शेवया, सब्जा, गुलाब सायरप, आइस्क्रीम व सुकामेवा इ. एकत्र करावा.

५५. कैरी पन्हे

साहित्य : कैरी तुकडे १५० ग्रॅम, साखर २५० ग्रॅम, पाच-सहा वेलदोड्यांची पूड व केशर व मीठ.

कृती : साल काढून कैरीचे मोठे तुकडे करावे व पाण्यात शिजवून घ्यावे. गार झाल्यानंतर कुस्करून पातळ कापडाने गाळून, साखर, वेलदोडे-पूड व थोडेसे मीठ एकत्र करावे. आवडीनुसार केशर खलून घालावे.

५६. मावा कुल्फी

साहित्य : कोरे दूध १ लिटर, खवा ३०० ग्रॅम, साखर १८० ग्रॅम.

कृती : दूध उकळून सर्व पदार्थ एकत्र करावे व मिल्क आईसफ्रूट कृतीप्रमाणे ही कुल्फी तयार करावी.

टीप : गुलकंद, आंबारस, केशर, चॉकलेट इसेन्स ड्रायफ्रूटस् वगैरे पदार्थ घेवून निरनिराळ्या स्वाद व सुगंधाची मावा कुल्फी तयार करता येईल.

■

१३

आजीबाईचा बटवा व शिशुआहार

आजीबाईचा बटवा

स्त्रियांचे बाळंतपण म्हणजेच त्यांचा पुनर्जन्म होय. बाळंतपणानंतर अशक्तपणा येतो. पाठदुखी, सांधेदुखी वगैरे व्याधींचा त्रास होतो, त्याकरिता बाळंतिणीच्यासाठी काही औषधी खाद्यपदार्थांचा समावेश आजीबाईच्या बटव्यात केलेला असतो. त्यातील काही पदार्थांची माहिती दिली असता उचित ठरेल.

१. अजवान (ओवा) चाटण

साहित्य : अजवान १०० ग्रॅम, गूळ ५० ग्रॅम व साजूक तूप ५० ग्रॅम.

कृती : अजवान बारीक कुटून गाळून घ्यावे व तुपामध्ये अजवान व गूळ एकत्र करून गरम करावे.

टीप : बाळंतपणानंतरचे पहिले तीन दिवस अर्धी अर्धी वाटी चाटण दिवसातून दोनदा द्यावे.

२. हळद चाटण

साहित्य : हळद अर्धी वाटी, पिठीसाखर अर्धी वाटी व साजूक तूप १ वाटी.

कृती : तुपात हळद-पूड व पिठीसाखर एकत्र करून तीन दिवस भिजू द्यावी व चौथ्या दिवसानंतर तीन दिवस सकाळ-संध्याकाळ चमचाभर चाटण देत जावे.

ही औषधे घेतल्यानंतर पाच-सात दिवस बदाम शिरा सकाळी देत जावे. नाष्ट्यानंतर अजवान व बाळंत-शेपा, तसेच दिवसातून दोन वेळा पानविडा द्यावा. बाळंतपणानंतर आठ-दहा दिवसांनी औषधी लाडू सकाळी रोज एक याप्रमाणे पंधरा दिवस द्यावे. तसेच औषधी लाडू संपल्यानंतर डिंक लाडू किंवा पडोदी लाडू यांपैकी कोणतेही लाडू पंधरा दिवस द्यावे. तसेच, बदाम किंवा खारीक दूध पुढे दिलेल्या कृतीप्रमाणे तयार करून देत जावे.

३. बदाम किंवा खारीक दूध

साहित्य : चार बदाम किंवा दोन-तीन खारकांचे तुकडे, एक कप दूध व साखर १ टीस्पून.

कृती : सकाळी बदाम किंवा खारीक कोमट पाण्यात भिजत घालावी. रात्री मिक्सरमधून बारीक करून बदाम किंवा खारीक, साखर, दूध एकत्र करून उकळी द्यावी व रात्री झोपताना द्यावे.

४. औषधी लाडू (बत्तीसा)

साहित्य : (१) सालम मिसरी १० ग्रॅम, (२) सफेद मिसरी १० ग्रॅम, (३) पंजाब मिसरी १० ग्रॅम, (४) चिकन सुपारी १० ग्रॅम, (५) आडसाले १० ग्रॅम, (६) कंबरकस १० ग्रॅम, (७) अक्करकाढा १० ग्रॅम, (८) सुपारी फूल १० ग्रॅम, (९) जायपत्री १० ग्रॅम (१०) मायपत्री १० ग्रॅम, (११) लेंडी पिंपरी १० ग्रॅम, (१२) दालचिनी १० ग्रॅम (१३) लोद १० ग्रॅम, (१४) गूळ १० ग्रॅम, (१५) संजीरा १० ग्रॅम, (१६) खसखस १० ग्रॅम, (१७) मेथी १० ग्रॅम, (१८) पिंपळा मूळ ५ ग्रॅम, (१९) काळे मिरे ५ ग्रॅम, (२०) लवंग ५ ग्रॅम, (२१) हळीव ५ ग्रॅम, (२२) लहान जायफळ २ नग, (२३) सुंठ १०० ग्रॅम, (२४) गोडंबी १०० ग्रॅम, (२५) बदामी धने १०० ग्रॅम, (२६) सराटे १०० ग्रॅम, (२७) बदाम २५० ग्रॅम, (२८) डिंक ५०० ग्रॅम, (२९) खारीक १ किलो, (३०) खोबरे १ किलो, (३१) पिठीसाखर १ किलो, (३२) साजूक तूप १ किलो.

कृती : वरील सर्व पदार्थ साफ करून घ्यावे. डिंक जाडसर कुटून चाळणीने चाळून डिंकाची बारीक पूड बाजूला काढावी. ज्वारी दाण्याएवढ्या ओबडधोबड डिंकाचीं तुपात तळून फुले तयार करावी. खारीक-खोबरे एकत्र करून बारीक कुटून घ्यावे. राहिलेले सर्व पदार्थ वेगवेगळे कुटून बारीक करावे व चाळणीने चाळून घ्यावे. डिंकाची बारीक पूड, साजूक तूप व पिठीसाखर वगळून इतर सर्व पदार्थ एकत्र करावे. मोठ्या परातीत वरील मिश्रणाचे गोल आळे तयार करावे. आळ्यातील मध्यभागी बाजूला काढलेली बारीक डिंक-पूड घालावी. या डिंकपुडीवर थोडेसे गरम केलेले तूप घालावे व सर्व मिश्रण हलवून एकजीव करावे. नंतर या मिश्रणात पिठीसाखर व लाडू वळता येतील, एवढे तूप घालून लाडू तयार करावे.

टीप : पाव किलो गव्हाचे पीठ, थोड्याशा तुपात भाजून या लाडूत एकत्र केले, तरी चालेल.

५. डिंक लाडू

साहित्य : डिंक २०० ग्रॅम, सुके खोबरे २५० ग्रॅम, खारीक २५० ग्रॅम, बदाम १०० ग्रॅम, खसखस २० ग्रॅम, सात-आठ वेलदोड्यांची पूड, पिठीसाखर ३५० ग्रॅम व साजूक तूप.

कृती : डिंक ओबडधोबड कुटून घ्यावा व तुपात तळून फुले तयार करावी. खसखस बदामी रंगावर भाजावी. खारीक, खोबरे व बदाम एकत्र करून कुटून घ्यावे व वरील सर्व पदार्थ एकत्र करून लाडू बांधता येतील, एवढे तूप घालून लाडू बांधावे.

६. पडोदी लाडू

साहित्य : गव्हाचे जाडसर पीठ २५० ग्रॅम, डिंक १०० ग्रॅम, खारीक ५० ग्रॅम, बदाम ५० ग्रॅम, खोबरे ५० ग्रॅम, साजूक तूप २५० ग्रॅम, गोडंबी २० ग्रॅम, लोद २० ग्रॅम, सुंठ-पूड २० ग्रॅम, लेंडी पिंपरी अडीच ग्रॅम, पिठीसाखर अर्धा किलो व एक लहान जायफळ.

कृती : बदामाचे तुकडे करावे. खारीक-खोबरे एकत्र कुटून घ्यावे किंवा मिक्सरमधून बारीक करून घ्यावे. गोडंबी, लोद, लेंडी पिंपरी, जायफळ, वेगवेगळे कुटून घ्यावे. डिंक कुटून डिंक-पूड बाजूला काढून ठेवावी. जाडसर डिंकाची फुले तयार करावी, गव्हाचे पीठ तुपामध्ये बदामी रंगावर भाजून घ्यावे. कढई गॅसवरून खाली घेऊन गव्हाचे पीठ गार झाल्यानंतर त्यात सर्व पदार्थ एकत्र करून लाडू बांधता येतील, एवढे तूप घालून लाडू बांधावे.

७. शिशुघुटी

साहित्य : बदाम, हरडा, मुरुड शेंग, आंबा कोय व दूध.

कृती : बाळ सव्वा महिन्याचे झाल्यानंतर चार महिन्यांचे होईपर्यंत रोज सकाळी घुटी द्यावी. दगडी सहाणेवर एक टीस्पून दूध घेऊन त्यात बदाम, हरडा, मुरुडशेंग, आंबाकोय हे पदार्थ घासून घ्यावे (वेढे घेणे). पहिल्या आठवड्यात फक्त तीन-चार वेढ्यांचे प्रमाण ठेवून प्रत्येक आठवड्याला वेढ्यांचे प्रमाण वाढवीत जावे. सुरुवातीला पहिल्या आठवड्यात असलेले पाव बदामाचे प्रमाण बाळ चार महिन्यांचा होईपर्यंत दोन बदामांवर न्यावे.

८. शिशुआहार

नवजात बालकाची वाढ आईच्या दुधाबरोबर होत असते. आईच्या दुधाबरोबरच बालकास चौथ्या महिन्यापासून खाली दिलेला आहार देत जावा.

सोयाबीन १०० ग्रॅम, तांदूळ १२५ ग्रॅम, तूर डाळ १०० ग्रॅम हे पदार्थ एकत्र दळून आणावे व चाळून पीठ डब्यात भरून ठेवावे. सुरुवातीला अर्धा टीस्पून पीठ भिजवून त्याची कांजी बाळाला द्यावी व हे प्रमाण थोडे थोडे वाढवीत जावे. पाचव्या महिन्यानंतर गव्हाची कांजी, भाताची पेज, फळांचा रस, पालेभाज्यांचे सूप अगदी थोडेथोडे देत जावे. सहाव्या महिन्यापासून आंबा, केळी, सफरचंद, उकडलेला बटाटा हे पदार्थ अत्यल्प प्रमाणात द्यावे. तसेच शिजविलेल्या डाळी, मऊसूत भात, खिचडी देण्यास सुरुवात करावी. पाचव्या महिन्यापासूनच अंगावरील दुधाबरोबरच थोडे गाईचे दूध पातळ करून द्यावे. आठव्या महिन्यापासून टोमॅटो, काकडी देत जावे. दहाव्या महिन्यानंतर गव्हाची पोळी, भाकरी, वरण, उप्पीट वगैरे पदार्थ द्यावेत. सव्वा वर्षानंतर अंगावरील दूध बंद करून रोजच्या आहारातील पदार्थांचा समावेश त्याच्या आहारात करावा.

■

१४

सुपारी व चूर्ण

१. जिरामण

साहित्य : जिरे ५० ग्रॅम, काळे मिरे १० ग्रॅम, काळे मीठ १० ग्रॅम व पांढरे मीठ १० ग्रॅम.

कृती : जिरे व काळे मिरे मिक्सरमधून बारीक करावे. काळे मीठ कुटून घ्यावे. सर्व पदार्थ एकत्र करावे. जेवणानंतर एक ग्लास पाण्यात चवीनुसार जिरामण घालून द्यावे.

२. आवळा सुपारी

साहित्य : मोठे आवळे, काळे मिरे-पूड, काळे मीठ, शेंदेलोण, पांढरे मीठ, सुंठ-पूड, जिरे-पूड, थोडेसे सायट्रिक ॲसिड व साखर.

कृती : आवळे स्वच्छ धुऊन, कोरडे करून, स्टील चाकूने बारीक तुकडे करावे किंवा स्टील किसणीने कीस तयार करावा. वरील सर्व पदार्थ किंवा आवडीनुसार त्यातील काही पदार्थ एकत्र करून, कडक उन्हात वाळू द्यावे.

३. आलेपाक

साहित्य : आले-कूट १०० ग्रॅम, साखर २५० ग्रॅम, थोडे थोडे काळे व पांढरे मीठ व चिमूटभर काळे मिरे-पूड.

कृती : आले-कूट कडक उन्हात वाळल्यानंतर साखरेचा तीनतारी पाक करून त्यात वरील सर्व पदार्थ एकत्र करावे. स्वच्छ केलेल्या फरशीला रिफाईंड तेलाचा हात फिरवून त्यावर हे मिश्रण घेऊन लाटावे किंवा ट्रेमध्ये वड्या पाडाव्यात किंवा लहानलहान गोळ्या कराव्यात.

४. खारीक, मनुका चूर्ण

साहित्य : खारीक-तुकडे १०० ग्रॅम, बेदाणे (लाल मनुका) १०० ग्रॅम, लिंबे १ किलो, काळे मीठ पूड, सुंठ-पूड, पांढरे मीठ व चिमूटभर काळे मिरे-पूड.

कृती : लिंबाच्या रसात खारीक व मनुका तीन दिवस काचेच्या कुंडीत भिजवाव्या. कुंडी उन्हात ठेवावी. चौथ्या दिवशी आपल्या आवडीनुसार सर्व पदार्थ एकत्र करून परत कडक उन्हात तीन-चार दिवस वाळू द्यावे. नंतर काचेच्या बरणीत भरून ठेवावे.

५. खजूर चूर्ण

साहित्य : लाल भडक खजूर २५० ग्रॅम, काळे मीठ-पूड, सुंठ-पूड, पांढरे मीठ, काळे मिरे-पूड व तीन-चार लिंबे.

कृती : खजूर स्वच्छ करून, लांबसर तुकडे करून त्यातील बिया काढून टाकाव्यात. वरील सर्व पदार्थ थोडे थोडे एकत्र करून लिंबू पिळावे. कडक उन्हात तीन-चार दिवस ठेवावे व काचेच्या बरणीत भरावे.

६. ओवा चूर्ण

साहित्य : ओवा २५० ग्रॅम, काळे मीठ, पांढरे मीठ, सुंठ-पूड व लिंबे १ किलो.

कृती : लिंबू रसात ओवा एक दिवस भिजवून दुसऱ्या दिवशी वरील सर्व पदार्थ थोडे थोडे एकत्र करून कडक उन्हात वाळू द्यावे. वाळल्यानंतर काचेच्या बरणीत भरावे.

७. जिरा चूर्ण

साहित्य : जिरे व ओवा सोडून इतर साहित्य ओवा चूर्णाचे.

कृती : ओवा चूर्ण कृतीप्रमाणे.

८. हिंगाष्टक चूर्ण

साहित्य : शहाजिरे ५ ग्रॅम, जिरे १० ग्रॅम, सुंठ-पूड १० ग्रॅम, काळे मीठ २ ग्रॅम, पांढरे मीठ २ ग्रॅम, शेंदेलोण २ ग्रॅम, काळे मिरे-पूड १० ग्रॅम, लेंडी पिंपरी १० ग्रॅम, अजवान २० ग्रॅम, ज्येष्ठमध पूड ५० ग्रॅम, बडीशेप २० ग्रॅम, थोडीशी पिठीसाखर व चिमूटभर हिंग.

कृती : सर्व पदार्थ वेगवेगळे कुटून वस्त्रगाळ करावे. चोथा मिक्सरमधून बारीक करून घ्यावा व सर्व पदार्थ एकत्र करावे.

९. सुंठ वडी

साहित्य : सुंठ-पूड ५ ग्रॅम, गूळ २० ग्रॅम व तूप अर्धा टीस्पून.

कृती : गूळ व तूप एकत्र करून पक्का पाक तयार करावा. गॅसवरून भांडे खाली घेऊन सुंठ-पूड एकत्र करावी. पाटाला तुपाचा हात लावून हे मिश्रण लाटावे व गरम असेपर्यंतच चाकूने वड्या कापाव्यात.

१०. भाजलेली बडीशेप

साहित्य : बडीशेप २५० ग्रॅम, लिंबे २ नग व मीठ.

कृती : बडीशेप थोडीशी भाजून, लिंबूरस व मीठ एकत्र करावे व हे मिश्रण परत थोडेसे भाजून घ्यावे.

११. मसाला बडीशेप

साहित्य : बडीशेप २५० ग्रॅम, ज्येष्ठमध २० ग्रॅम, काळे-मीठ, पांढरे मीठ, सात-आठ लवंगा, सात-आठ वेलदोडे व थोडीशी पिठीसाखर.

कृती : सर्व पदार्थ कुटून एकत्र करावे व आवडीनुसार मीठ कमी-जास्त घालावे.

१२. मसाला सुपारी : प्रकार १

साहित्य : भाजलेली बडीशेप, पांढरी किंवा केशरी काडी सुपारी किंवा पांढरी सुपारी पातळ काप १०० ग्रॅम, धनेडाळ १०० ग्रॅम, टरबूज-बी २० ग्रॅम, बडीशेप-गोळी २० ग्रॅम किंवा जिनतान गोळी व गुंजपाला ५० ग्रॅम.

कृती : सर्व पदार्थ एकत्र करावेत.

१३. मसाला सुपारी : प्रकार २

साहित्य : लाल सुपारी २५० ग्रॅम, बडीशेप २५० ग्रॅम, ज्येष्ठमध १०० ग्रॅम, वेलदोडे ५ ग्रॅम, दालचिनी ५ ग्रॅम, लवंग ५ ग्रॅम, काळे मीठ १० ग्रॅम, साखर, मीठ व लाल सुपारी न घेतल्यास पांढरी किंवा भाजलेली पांढरी सुपारी.

कृती : भरडी (लाल) सुपारी असल्यास धुऊन कोरडी करावी व सर्व पदार्थ बारीक कुटून एकत्र करावे.

१४. मसाला सुपारी : प्रकार ३

साहित्य : सुपारी १०० ग्रॅम, ज्येष्ठमध-पूड २० ग्रॅम, ओवा १० ग्रॅम, बडीशेप २० ग्रॅम, खोबऱ्याचा कीस २० ग्रॅम, धने-डाळ २० ग्रॅम, सुंठ-पूड अर्धा टीस्पून, मीठ, अस्मानतारा (मेंथॉल) तीन-चार काड्या व थोडेसे तूप.

कृती : सुपारीचे बारीक तुकडे करावे व मिक्सरमधून बारीक करून थोड्या तुपात परतून घ्यावे. ओवा, बडीशेप, खोबऱ्याचा कीस थोडा भाजून घ्यावा व मिक्सरमधून बारीक करावा व सर्व पदार्थ एकत्र करावे.

१५. केशरी सुपारी

साहित्य : पांढरी सुपारी काडी किंवा काप किंवा तुकडे, अस्मानतारा, साखर, थोडासा पिवळा फूड कलर व केशर इसेन्स तीन-चार थेंब किंवा केशर.

कृती : थोड्याशा पाण्यात फूड कलर व साखर एकत्र करून नंतर सुपारी एकत्र करावी व सुपारी वाळल्यानंतर अस्मानतारा, इसेन्स एकत्र करावा. केशर घालावयाचे असल्यास घोटून घ्यावे. केशर घातल्यास इसेन्स, कलर घालू नये.

१६. तळलेली सुपारी

साहित्य : चिकण सुपारीचे बारीक तुकडे २५० ग्रॅम, खोबऱ्याचा कीस ५० ग्रॅम, दालचिनी ५ ग्रॅम, खसखस २० ग्रॅम, लवंग ५ ग्रॅम, थोडेसे मीठ, साखर व तळण्यासाठी तूप.

कृती : लवंग, दालचिनी तुपामध्ये तळून बारीक कुटून घ्यावी. सुपारी, खसखस, खोबऱ्याचा कीस थोड्याशा तुपात परतून घ्यावा व सर्व पदार्थ एकत्र करावे.

१७. आंबा कोय (सुपारी)

साहित्य : आंबा कोयीमधील गर व मीठ.

कृती : आंबा कोय फोडून, गर बाहेर काढून, दोन-तीनदा पाण्याने धुऊन घ्यावा. या कोयी पातेल्यात किंवा कुकरमध्ये शिजवून परत तीन-चारदा पाण्याने धुऊन घ्याव्या. परत पातेल्यात या कोयी व मीठ एकत्र करून शिजवावे. शिजल्यानंतर स्टील चाकूने पातळ काप करावे किंवा स्टील किसणीने किसून घ्यावे व प्लॅस्टिक कागदावर कडक उन्हात वाळवावे.

१८. मसाला कोय सुपारी

साहित्य : वाळलेल्या कोयींचा कीस किंवा तुकडे २५० ग्रॅम, बडीशेप १०० ग्रॅम, वेलदोडे-पूड, लवंग-पूड, काळे मीठ-पूड, ज्येष्ठमध-पूड ५० ग्रॅम व पिठीसाखर.

कृती : वरील सर्व पदार्थ एकत्र करावे.

१९. पानविडा

साहित्य : पूना, कलकत्ता, बनारस, मघई असे पान प्रकार -साधा चुना, लोणी, केशरमिश्रित चुना, काथ-गोळ्या किंवा मसाला काथ-वड्या, पांढरी, भाजकी, भरडी सुपारी, सुपारी काप, केशरी काडी सुपारी, बडीशेप, खोबऱ्याचा कीस, गुंजपाला, बडीशेप गोळी, जिनतान गोळी, गुलकंद, टुटीफ्रुटी, पानपराग, चेरी, काश्मिरी सुगंध, कानपुरी सुगंध, अस्मानतारा, चांदीवर्ख, मावा, साधी गावरान तंबाखू, ३१० किवाम जाफरान या पदार्थांचा वापर करून आपल्या आवडीनुसार साधे मसाला किंवा तंबाखू पान तयार करता येते.

२०. चटकदार चिंच

साहित्य : पिकलेल्या चिंचा, काळ्या मिऱ्यांची पूड, काळे मीठ-पूड, जिरे-पूड, सुंठ-पूड व पिठीसाखर.

कृती : चिंचेच्या शिरा व चिंचोके काढून, स्टील चाकूने चिंचेचे बारीक तुकडे करावे. पाव वाटी पाण्यात जिरे-पूड, काळे मीठ-पूड, काळ्या मिऱ्यांची पूड, सुंठ-पूड व पिठीसाखर थोड्या थोड्या प्रमाणात घालून हे मिश्रण चिंच-तुकड्यात एकत्र करावे. प्लॅस्टिक कागदावर कडक उन्हात वाळवावे व काचेच्या बरणीत भरावे.

■

१५

चायनीज विभाग

सूचना :- बहुतेक चायनीज अन्नपदार्थांत अजिनोमोटो, सोया सॉस, चिली सॉस, व्हिनेगर व कॉर्नफ्लोअर यांचा उपयोग केला जातो. त्यामुळे चायनीज पदार्थ करण्यापूर्वी हे पदार्थ बाजारातून आणून ठेवावेत.

१. स्वीट कॉर्न सूप

साहित्य : स्वीट कॉर्न (मका) मकादाणे एक कप, मीठ किंवा अजिनोमोटो चिमूटभर, साखर सहा टीस्पून, कॉर्नफ्लोअर (आरारुट पावडर) २ टीस्पून, सोया सॉस, चिली सॉस, पाणी पाच ते सहा कप, थोडीशी मिरेपूड व थोडासा आले कीस.

कृती : उकळत्या पाण्यात थोडेसे मीठ घालून मकादाणे शिजवून मऊसूत करून घ्यावे. थोड्याशा गार पाण्यात कॉर्नफ्लोअर एकत्र करावे. गाठ राहू देऊ नये. शिजविलेल्या मका दाण्यात कॉर्नफ्लोअर मिश्रणाची धार सोडावी. साखर, आले कीस, मिरेपूड घालावी व गॅसची आच मंद करावी. स्टील उलथण्याने सारखे हलवावे. मिश्रण घट्ट झाल्यावर पातेले गॅसवरून खाली घ्यावे. हे सूप गरम असतानाच बाऊलमध्ये गाळून घ्यावे. आवडीनुसार सोया सॉस व चिली सॉस घालावा. बारीक चिरलेल्या निरनिराळ्या भाज्यांचे मिश्रण (कोबी, कांदा, गवार, वाटाणे, दुधी वगैरे) उकडून नंतर या सूपमध्ये घातले तरी चालेल. चीझ उपलब्ध असल्यास वरून चीझ कीस पेरूनच द्यावे.

२. कॉर्न सूप

साहित्य : मकादाणे २५० ग्रॅम, एक बारीक चिरलेला लहान कांदा, दूध १०० मिली., पाणी १०० मिली., मीठ व चिमूटभर मिरेपूड.

कृती : उकळत्या दूध व पाण्यात सर्व साहित्य एकत्र करून वरील कृतीप्रमाणे शिजवून घ्यावे.

३. व्हेजिटेबल सूप

साहित्य : गवार, फ्लॉवर, कांदापात, कोबी वगैरे मिक्स भाज्या १ वाटी, टोमॅटो १ नग, रिफाईंड तेल अर्धा भाजीचा चमचा थोडीशी मिरेपूड, अजिनोमोटो, मीठ चिमूटभर, सोया सॉस ३ टीस्पून, चिली सॉस १ टीस्पून, व्हिनेगर १ टीस्पून, कॉर्नफ्लोअर ५ टीस्पून, पाणी १०-१२ कप व साखर चवीनुसार.

कृती : तेल गरम करावयास ठेवून त्यात बारीक चिरलेल्या भाज्या परतून घ्याव्या. थोड्याशा गार पाण्यात कॉर्नफ्लोअर एकत्र करावे. दुसऱ्या पातेल्यात पाणी उकळण्यास ठेवून त्यात कॉर्नफ्लोअर एकत्र करावे, हलवावे व लगेच या मिश्रणात परतलेल्या भाज्या घालाव्या. नंतर राहिलेले सर्व पदार्थ एकत्र करून हलवून आच मंद करावी. पाच मिनिटे उकळून पातेले गॅसवरून खाली घ्यावे.

४. हॉट ॲण्ड सोअर सूप

साहित्य : कोबी १ वाटी, गाजर १ नग, सिमला मिरची १ नग, तीन चार कांदापातीसह कांदे, चिमूटभर अजिनोमोटो, थोडीशी मिरेपूड, व्हिनेगर अर्धा भाजीचा चमचा मीठ, साखर ४ टीस्पून, सोया सॉस अर्धा भाजीचा चमचा, चिली सॉस १ टीस्पून, कॉर्नफ्लोअर ५ टीस्पून., तेल अर्धा भाजीचा चमचा, पाणी ५ कप, व एक हिरवी मिरची.

कृती : सर्व भाज्या बारीक चिरून, गरम तेलात परतून घ्याव्या. गार पाण्यात कॉर्नफ्लोअर एकत्र करावे. परतलेल्या भाज्यांत कॉर्नफ्लोअर वगळून इतर सर्व पदार्थ एकत्र करावे. नंतर उकळत्या मिश्रणात कॉर्नफ्लोअर मिश्रणाची धार सोडावी. चांगले हलवून घ्यावे व पातेले गॅसवरून खाली घ्यावे.

५. स्वीट ॲण्ड सोअर सॉस

साहित्य : टोमॅटो सॉस अर्धी वाटी, साखर ३ टीस्पून, कॉर्नफ्लोअर १ टीस्पून, चिमूटभर मिरेपूड, व्हिनेगर २ टीस्पून, थोडेसे मीठ किंवा अजिनोमोटो, व पाणी अर्धी वाटी.

कृती : गार पाण्यात कॉर्नफ्लोअर एकत्र करावे. दुसऱ्या पातेल्यात राहिलेले सर्व पदार्थ एकत्र करून मंद आचेवर उकळण्यास ठेवावे. उकळत्या मिश्रणात कॉर्नफ्लोअर मिश्रणाची धार सोडावी. थोडेसे घट्ट झाल्यावर पातेले गॅसवरून खाली घ्यावे.

६. हॉट चिली सॉस

साहित्य : ओल्या लालभडक मिरच्या ७-८, व्हिनेगर १ कप व थोडेसे मीठ

कृती : मिरच्यांचे देठ व बिया काढून, मिक्सरमधून बारीक करून घ्यावे. उकळत्या व्हिनेगरमध्ये सर्व पदार्थ एकत्र करून आच मंद करावी. सारखे हलवून मिश्रण थोडे घट्टसर झाल्यानंतर भांडे गॅसवरून खाली घ्यावे. थंड करून बाटलीत भरावे.

७. हॉट गार्लिक सॉस

साहित्य : लसूण पाकळ्या २-३, लाल मिरच्या ४-५, अर्धा कांदा, टोमॅटो सॉस ३ टीस्पून, चिमूटभर मीठ किंवा अजिनोमोटो, तेल अर्धा भाजीचा चमचा, थोडीशी मिरेपूड, आल्याचा लहान तुकडा, व्हिनेगर अर्धा कप.

कृती : लसूण, कांदा, आले, मिरच्या बारीक करून गरम तेलात परतून नंतर राहिलेले सर्व पदार्थ एकत्र करावे. मंद आच असावी. चांगले हलवून पातेले गॅसवरून खाली घ्यावे.

८. स्वीट गार्लिक सॉस

साहित्य : बारीक केलेला लसूण २ टीस्पून, बारीक चिरलेला कांदा १ नग, चिमूटभर मीठ किंवा अजिनोमोटो, टोमॅटो सॉस १ भाजीचा चमचा, थोडीशी मिरेपूड, कॉर्नफ्लोअर २ टीस्पून, तेल अर्धा भाजीचा चमचा, पाणी १ कप, बीटचा लहान तुकडा व साखर १ टीस्पून.

कृती : तेल गरम करावयास ठेवून, त्यात कांदा, लसूण परतून घ्यावे. थोड्याशा पाण्यात कॉर्नफ्लोअर एकत्र करावे. पुढील कृती हॉट गार्लिक सॉसची.

९. स्वीट सॉस

साहित्य : टोमॅटो सॉस १ भाजीचा चमचा, सोया सॉस ३ टीस्पून, व्हिनेगर ३ टीस्पून, साखर ३ टीस्पून, मीठ थोडेसे, मिरे पूड, मैदा ५ टीस्पून व पाणी १ कप.

कृती : सर्व पदार्थ एकत्र करून हलवून घ्यावे. उकळी घ्यावी व पातेले गॅसवरून खाली घ्यावे.

१०. चायनीज व्हेजिटेबल राईस

साहित्य : बासमती तांदूळ २ वाटी, बारीक चिरलेली कांदा पात, कोबी, गाजर, फ्लॉवर, सिमला मिरची, मटार दाणे, हिरवे सोलाणे यांपैकी उपलब्ध असणाऱ्या कोणत्याही तीन, चार भाज्या ३ वाटी, थोडेसे अजिनोमोटो, थोडेसे मीठ, सोयासॉस ३ टीस्पून, चिली सॉस १ टीस्पून, व्हिनेगर २ टीस्पून, तेल १ भाजीचा चमचा, मिक्सरमधून बारीक केलेल्या दोन हिरव्या मिरच्या, टोमॅटो सॉस अर्धा भाजीचा चमचा किंवा चिंच चटणी अर्धा भाजीचा चमचा.

कृती : पुलाव कृतीप्रमाणे भात शिजल्यानंतर शिल्लक राहिलेले सर्व पदार्थ एकत्र करून हलवून घ्यावे व पातेले गॅसवरून खाली घ्यावे.

११. फ्राइड राईस

साहित्य : चायनीज व्हेजिटेबल राईसचे साहित्य व चीझ ५० ग्रॅम.

कृती : चायनीज व्हेजिटेबल राईस कृतीप्रमाणे भात तयार करून १ भाजीचा चमचा तेलात भात परतून चीझ कीस घालून हलवून पातेले गॅसवरून खाली घ्यावे.

विशेष माहिती : चायनीज जेवणात नूडल्सना महत्त्वाचे स्थान दिले जाते. शाकाहारी जेवणात मुख्यत: हाका नूडल्स उपयोगात आणतात. या नूडल्स मैद्यापासून तयार केल्या जातात. या नूडल्स खाण्याकरिता चिनी लोक चॉपस्टिक्स (काड्या) वापरतात. शिजविलेल्या तसेच शिजविल्यानंतर तळलेल्या नूडल्समध्ये भाज्या व सॉसेस यांचे मिश्रण करून, बाऊलमध्ये वाढल्या जातात.

१२. शिजविलेल्या नूडल्स (बॉइल्ड)

साहित्य : नूडल्स १०० ग्रॅ, पाणी ४ कप, तेल १ टीस्पून

कृती : जाड बुडाच्या पातेल्यात, पाण्यात थोडे मीठ घालून उकळण्यास ठेवावे. नूडल्सचे मध्यम लांबीचे तुकडे करावेत. उकळत्या पाण्यात तेल व नूडल्स घालून एकत्र करावे. पातेल्यावर झाकण न ठेवता तीनचार मिनिटे शिजू द्यावे. नूडल्स बुडाला चिकटणार नाहीत अशा रितीने हलवून घ्यावे. शिजलेल्या नूडल्स, चाळणीत काढून पाणी निथळून घ्यावे. दहापंधरा मिनिटांनी या नूडल्सवर गार पाणी ओतावे. पाणी निथळू द्यावे.

१३. बॉईल्ड व्हेजिटेबल नूडल्स

साहित्य : नूडल्स १०० ग्रॅम, कोबी ५० ग्रॅम, सिमला मिरची ५० ग्रॅम, फरसबी ५० ग्रॅम, बारीक कांदा ५० ग्रॅम, मटार ५० ग्रॅम, व्हिनेगर २ टीस्पून, चिली सॉस १ टीस्पून, सोया सॉस ३ टीस्पून, मीठ, चिमूटभर मिरेपूड, तेल अर्धा भाजीचा चमचा, थोडासा अजिनोमोटो व साखर १ टीस्पून.

कृती : फरसबी व मटार शिजवून व इतर भाज्या परतून घ्याव्यात. शिजवलेल्या नूडल्स कृतीप्रमाणे नूडल्स शिजवून, पुलाव कृती प्रमाणेच सर्व पदार्थ एकत्र करून हलवून घ्यावे व पातेले गॅसवरून खाली घ्यावे.

१४. फ्राइड नूडल्स (तळलेल्या)

साहित्य : शिजवून तयार झालेल्या नूडल्स व तळणीसाठी तेल.

कृती : तेल गरम करावयास ठेवून, शिजविलेल्या नूडल्स, या तेलात लाल होईपर्यंत तळून घ्याव्या व परात तिरपी ठेवून जास्तीचे तेल काढून घ्यावे.

१५. हाका नूडल्स (व्हेजिटेबल नूडल्स) : प्रकार १

साहित्य : शिजवून तयार झालेल्या नूडल्स १०० ग्रॅम, कोबी ५० ग्रॅम, गाजर १ नग, सिमला मिरची १ नग, फरसबी ५० ग्रॅम हिरवे मटार दाणे ५० ग्रॅम, कांदापात ५० ग्रॅम, कांदा ५० ग्रॅम, फ्लॉवर ५० ग्रॅम, (यापैकी कोणत्याही चार-पाच भाज्या) थोडासा अजिनोमोटो, मीठ, सोया सॉस ३ टीस्पून, चिली सॉस १ टीस्पून, व्हिनेगर २ टीस्पून, एक बारीक वाटलेली हिरवी मिरची, तेल अर्धा भाजीचा चमचा, थोडीशी मिरेपूड व चीझ ५० ग्रॅम.

कृती : भाज्यांचे एक इंच लांबीचे पातळ काप करावे, कांद्याचे बारीक तुकडे करावे. मटार, फरसबी शिजवून घ्यावी, मिरची वाटून घ्यावी, चीझ किसून घ्यावे, भाज्या गरम तेलात परतून घ्याव्यात, त्यातच शिजविलेल्या भाज्या, मिरची, अजिनोमोटो, मीठ घालून हलवून घ्यावे, मंद आच करून राहिलेले सर्व पदार्थ एकत्र करून चांगले हलवून घ्यावे. गॅसवरून पातेले खाली घ्यावे.

टीप : या नूडल्ससोबत स्वीट ॲण्ड सोअर सॉस द्यावा.

१६. हाका नूडल्स : प्रकार २

साहित्य : फ्राईड नूडल्स १०० ग्रॅम व हाका नूडल्स सोडून इतर सर्व साहित्य हाका नूडल्सचे.

कृती : हाका नूडल्स कृती.

१७. चायनीज व्हेज भाजी (मिक्स भाजी)

साहित्य : कांदापातीचे कांदे ४ नग, तोंडली ४ नग, काकडी १ नग, गाजर १ नग, सिमला मिरची २ नग, कोबी किंवा फ्लॉवर १ वाटी (यापैकी कोणत्याही तीन-चार भाज्या) मीठ, अजिनोमोटो, तेल ३ टीस्पून, सोया सॉस ३ टीस्पून, चिली सॉस १ टीस्पून, व्हिनेगर २ टीस्पून, कॉर्नफ्लोअर १ टीस्पून व साखर १ टीस्पून.

कृती : भाज्या बारीक चिरून घ्याव्या. गार पाण्यात कॉर्नफ्लोअर एकत्र करावे. गरम तेलात सर्व भाज्या परतून घ्याव्यात. कॉर्नफ्लोअर मिश्रणाची धार भाजीत सोडावी. हलवून घ्यावे. नंतर इतर सर्व पदार्थ एकत्र करून गॅसची आच मंद करावी. हलवून व पाच मिनिटे शिजवून पातेले गॅसवरून खाली घ्यावे.

१८. चायनीज कॅरट (गाजर)

साहित्य : २-३ गाजर, १ टीस्पून तेल, ३ टीस्पून साखर, ३ टीस्पून विनेगर, १ टीस्पून कॉर्नफ्लोअर.

कृती : गाजराची साल काढून धुऊन पातळ तुकडे करावेत. गरम तेलात हे तुकडे परतून पाव कप पाणी ओतावे. थोड्याशा गार पाण्यात कॉर्नफ्लोअर एकत्र करावे. मंद आचेवर शिजवून, कॉर्नफ्लोअर मिश्रण व राहिलेले सर्व पदार्थ एकत्र करावे. चांगले हलवून कढई गॅसवरून खाली घ्यावी.

१९. कॅबेज (कोबी)

साहित्य : बारीक चिरलेला कोबी १०० ग्रॅम, कॉर्नफ्लोअर १/२ टीस्पून, मीठ, साखर १ टीस्पून, व्हिनेगर १ टीस्पून, तेल दीड टीस्पून व पाणी पाव कप.

कृती : गार पाण्यात कॉर्नफ्लोअर एकत्र करावे. तेल गरम करावयास ठेवून त्यात कोबी परतून घ्यावा. मीठ व थोडे पाणी घालून हलवावे. कॉर्नफ्लोअर मिश्रण, व्हिनेगर, साखर एकत्र करून हे मिश्रण भाजीत ओतावे. हलवून घ्यावे. मिश्रण थोडे घट्ट झाल्यावर पातेले गॅसवरून खाली घ्यावे.

२०. व्हेजिटेबल मांचुरियन (कोफ्ते)

साहित्य : बारीक चिरलेली कोबी किंवा फ्लॉवर १ वाटी, एका गाजराचा कीस, बारीक चिरलेला १ लहान कांदा, वाटलेल्या दोन हिरव्या मिरच्या, मीठ, मैदा, ३० ग्रॅम, कॉर्नफ्लोअर ३ टीस्पून, चिमूटभर खाण्याचा सोड व मोहनासाठी तेल ३ टीस्पून. तळण्यासाठी तेल.

सॉस साहित्य : लसूण २ पाकळी, थोडेसे आले, दोनतीन हिरव्या मिरच्या, पाणी १ वाटी, थोडीशी मिरेपूड, मीठ, साखर १ टीस्पून, अजिनोमोटो चिमूटभर व कॉर्नफ्लोअर १ टीस्पून.

कोफ्ता कृती : कोफ्त्याचे सर्व पदार्थ एकत्र करून घट्ट गोळा तयार करावा. या गोळ्यातून लहानलहान कोफ्ते तयार करून उकळत्या तेलात हे कोफ्ते तळून घ्यावे व हे कोफ्ते सॉससोबत खाण्यास द्यावे.

सॉस कृती : लसूण, आले, हिरवी मिरची एकत्र करून, मिक्सरमधून पेस्ट तयार करून घ्यावी. पेस्ट व अजिनोमोटो एकत्र करून थोडी भाजून घ्यावी, नंतर त्यात पाणी, सोयासॉस, मीठ, साखर, मिरेपूड एकत्र करावे. थोड्याशा गार पाण्यात कॉर्नफ्लोअर एकत्र करून, मिश्रणात ओतावे. मिश्रण मंद आचेवर ठेवून सारखे हलवून शिजवावे. सॉस थोडा घट्ट झाल्यावर गॅस बंद करावा.

टीप : आवडीनुसार कोफ्त्यावर टोमॅटो सॉस किंवा चिंच चटणी घालावी.

२१. स्प्रिंग रोल

साहित्य : रोल साहित्य (बाहेरील आवरण) : मैदा १५० ग्रॅम, रवा ५० ग्रॅम, चिमूटभर खाण्याचा सोडा, मोहनासाठी तेल ३ टीस्पून, मीठ, पाणी, तळणीसाठी तेल व कॉर्नफ्लोअर अर्धा भाजीचा चमचा.

बाखर साहित्य : सिमला मिरची, कोबी, गाजर, फ्लॉवर, मटारदाणे, हिरवे सोलाणे, फरसबी यापैकी उपलब्ध असणाऱ्या तीन-चार भाज्यांचे लांबसर बारीक तुकडे २ वाटी, एका कांद्याचे बारीक तुकडे, थोडासा अजिनोमोटो, मीठ, साखर १ टीस्पून, सोया सॉस ३ टीस्पून, चिली सॉस १ टीस्पून व तेल १ भाजीचा चमचा

रोल कृती : मैदा, रवा, कॉर्नफ्लोअर, सोडा, मीठ, मोहन व पाणी एकत्र करावे. डोसा घोळासारखा घोळ ठेवावा. नॉनस्टीक पॅन गरम करावयास ठेवून त्यात थोडा घोळ ओतावा. पॅन हलवून किंवा वाटीने किंवा लाकडी उलथण्याने हा घोळ पसरावा. पोळी उलटी करून दुसऱ्या बाजूने भाजून घ्यावी. अशारितीने सर्व पोळ्या तयार करून घ्याव्या.

बाखर कृती : थोड्याशा गरम तेलात सर्व भाज्या परतून घ्याव्या. सर्व पदार्थ एकत्र करून हलवून घ्यावेत. दोन तीन मिनिटे शिजवून पातेले गॅसवरून खाली घ्यावे.

स्प्रिंग रोल कृती : तयार केलेल्या पोळीत भाजी भरून, पोळीची घट्ट गुंडाळी करावी. या गुंडाळीच्या सर्व खुल्या बाजूंना मैदा पेस्ट लावावी. अशारितीने सर्व स्प्रिंग रोल तयार करावेत. पॅनमध्ये तेल गरम करावयास ठेवून त्यात सर्व रोल

तळून घ्यावेत. हे रोल गार झाल्यानंतर सुरीने एक एक इंच लांबीचे तुकडे करावे व सॉससोबत खाण्यास द्यावे.

२२. चॉपसुई

साहित्य : तयार झालेल्या व्हेजिटेबल नूडल्स, थोड्याशा तळलेल्या नूडल्स्, व स्वीट सॉस.

कृती : व्हेजिटेबल नूडल्समध्ये स्वीट सॉस एकत्र करून हलवून घ्यावे. बाऊलमध्ये वाढताना या नूडल्सवर थोड्याशा तळलेल्या नूडल्स घालून द्यावे.

२३. स्वीट वॉन्टॉन

साहित्य : मैदा २५० ग्रॅम, तेल ४० ग्रॅम व थोडेसे मीठ.

बाखर साहित्य : खोबरे कीस ५० ग्रॅम, पिठीसाखर २५ ग्रॅम, काजू २० ग्रॅम, बदाम २० ग्रॅम, अक्रोड २० ग्रॅम, पिस्ते २० ग्रॅम, खिसमिस २० ग्रॅम व तळण्यासाठी तूप.

कृती : मोहनासाठी घेतलेले तेल मैद्यास चोळून घ्यावे. थोडेसे कोमट पाणी, मीठ व मोहन एकत्र करून, मळून व कुटून मैद्याचा गोळा तयार करावा. हा गोळा ओलसर कापडात झाकून ठेवावा. बाखरासाठी घेतलेले सर्व साहित्य एकत्र करावे व हे वॉन्टॉन तळलेल्या मोदक कृतीप्रमाणे तयार करून गरम तेलात तळून घ्यावे.

२४. व्हेजिटेबल वॉन्टॉन

साहित्य : स्वीट वॉन्टॉन बाखर साहित्य ऐवजी स्प्रिंगरोलचे बाखर साहित्य घेऊन हे व्हेजिटेबल वॉन्टॉन तयार करावे.

२५. चायनीज ब्रेड स्लाईस कटलेट

साहित्य : चार पाच ब्रेड स्लाईस, २ बटाटे, दोन हिरव्या मिरच्यांचे कूट, थोडेसे काळे मिरे, कॉर्नफ्लोअर अर्धा भाजीचा चमचा, मैदा पेस्ट, तळणीसाठी तेल, स्प्रिंगरोलची तयार भाजी व मीठ.

कृती : बटाटे उकडून लगदा करावा. हा लगदा, मिरे, मिरचीकूट, कॉर्नफ्लोअर, मीठ व स्प्रिंगरोलची भाजी एकत्र करावी. एका ब्रेड स्लाईसवर थोडी भाजी पसरावी. भाजी दाबून घ्यावी. भाजीवर मैदा पेस्ट लावावी. हे स्लाईस गरम तेलात तळून घ्यावेत.

२६. ओनियन पिकल

साहित्य : व्हिनेगर अर्धा कप, मीठ व कांदापातीचे कांदे ४ नग.

कृती : स्वच्छ कोरड्या बरणीत सर्व पदार्थ एकत्र करून बाटलीचे बूच लावावे. बारा, तेरा दिवस बाटली रोज हलवावी. कांदे गुलाबी रंगावर झाल्यावर खाण्यासाठी वापरावे.

२७. चिली पिकल

साहित्य : तीन-चार हिरव्या मिरच्यांचे तुकडे, व्हिनेगर अर्धा भाजीचा चमचा, व मीठ.

कृती : मिरच्यांचे देठ काढून पातळ उभे काप करावे व ओनियन पिकल कृतीप्रमाणे हे लोणचे दुसऱ्या दिवसापासून चार दिवसांकरिता खाण्यासाठी वापरावे.

■

१६

अन्नपदार्थ घटक व उष्मांक तक्ता

माणसाला जगण्यासाठी ऊर्जेची गरज असते. ही ऊर्जा तो घेत असलेल्या अन्नापासून मिळत असते. म्हणूनच अन्नपदार्थांतील घटकांची व या घटकांपासून मिळणाऱ्या उष्मांकांची (कॅलरी) माहिती घेणे क्रमप्राप्त ठरते. सर्वसाधारण निरोगी मध्यम व्यक्तीला रोजच्या आहारातून दोन हजार उष्मांकांची जरुरी असते. आपली शारीरिक गरज भागविण्यासाठी आपणास पाणी, कर्बोदके, प्रथिने, स्निग्ध पदार्थ, जीवनसत्वे व खनिज द्रव्ये लागत असतात.

तांदूळ, गहू, ज्वारी, बाजरी वगैरे एकदल धान्ये, डाळी, शेंगदाणे, वाटाणे वगैरे द्विदल धान्ये यापासून कर्बोदके व प्रथिने मिळतात. तूप, तेल, लोणी, वनस्पती तूप यापासून स्निग्ध पदार्थ मिळतात. एक ग्रॅम कर्बोदक व प्रथिनापासून ४ उष्मांक मिळतात तर एक ग्रॅम स्निग्ध पदार्थापासून ९ उष्मांक मिळतात. आहारानंतर प्रथिने व स्निग्ध पदार्थ यांच्यापासून काही प्रमाणात तर कर्बोदकापासून संपूर्ण साखर तयार होते.

१०० ग्रॅम पदार्थापासून मिळणारे अन्नघटक व उष्मांक तक्ता.

पदार्थ नाव	प्रथिने	कर्बोदक	स्निग्धांश	कॅलरी
गहू	१२.१	६९.४	१.७	३४१
ज्वारी	१०.४	७२.६	१.९	३४९
बाजरी	११.६	६७.५	५.००	३५६
तांदूळ	६.८	७८.२	०.५	३४५
मूग डाळ	२४.५	५९.९	१.२	३५१
तूर डाळ	२२.३	५७.६	१.७	३५५
हरभरा डाळ	२०.८	५९.८	५.६	३७२

पदार्थ नाव	प्रथिने	कर्बोदक	स्निग्धांश	कॅलरी
पाव	७.८	५१.९	०.७	२४५
दूध (गाय)	३.२	४.४	४.१	६७
दूध (म्हैस)	४.३	५.१	६.५	११७
सोयाबिन	४३.२		१९.५	४३२
तेल, तूप				८७०

मधुमेहींसाठी दैनिक आहार

भारतीय समाजात मधुमेहाचे प्रमाण दिवसेंदिवस वाढत आहे. घराघरातून मधुमेहाचे रुग्ण आढळतात. सर्वसाधारण प्रौढ मधुमेहींसाठी १८०० उष्मांकापर्यंतचा आहार पुरेसा असतो.

हा दैनिक आहार खालीलप्रमाणे असावा –

१) सकाळी व दुपारी साखरेशिवाय चहा किंवा कॉफी १ कप.

२) सकाळी न्याहारी व दुपारी नाष्टा १ कप दूध व कोणताही एक पर्याय- अ) २ स्लाईस ब्रेड, ब) ४ मारी बिस्किटे, क) दोन पातळ खाकरे, ड) १ बशी उपमा, इ) दोन इडल्या, फ) १ बशी पोहे.

३) सकाळचे व रात्रीचे जेवण
अ) १ वाटी सार किंवा सूप, १/२ वाटी वरण, ब) एक वाटी कोशिंबीर, क) एक वाटी भाजी, ड) एक वाटी दही किंवा ताक,
इ) कोणताही एक पर्याय : दोन लहान चपात्या किंवा दीड पोळी किंवा तीन चतकोर भाकरी.

४) सायंकाळी ६ वाजता अर्धे संत्रे, अर्धे सफरचंद, अर्धा आंबा, पपई एक फाक, दहा-बारा द्राक्षे यांपैकी कोणतेही एक फळ.

५) रात्री १ कप साखरेशिवाय दूध.

■

१७

शिलकी अन्नपदार्थांपासून उपपदार्थ

रोजच्या स्वयंपाकात काही वेळेला पदार्थ शिल्लक राहतात. या पदार्थांचा उपयोग त्यातून दुसरे पदार्थ करण्यासाठी होऊ शकतो. काही शिलकी अन्नपदार्थ व त्यापासून करावयाच्या दुसऱ्या अन्नपदार्थांची कृती खाली दिली आहे.

१. फोडणीचा भात

भात, हळद, हिरव्या मिरचीचे कूट, हिंग, मोहरी, जिरे व कढीपत्ता घालून केलेल्या तेलाच्या फोडणीत कांद्याचे तुकडे परतून घ्यावे व मीठ, साखर, शेंगदाणे-कूट एकत्र करून वाढताना कोथिंबीर घालावी, लिंबू पिळावे.

२. भातवड्या

भात : भातात मीठ, मिरची-पूड, हिंग व जिरे-पूड एकत्र करून प्लॅस्टिक कागदावर वड्या घालाव्या. कडक उन्हात वाळल्यानंतर तेलात तळाव्या.

३. चपाती चिवडा

चपाती, पोळी किंवा पुरी : हळद, हिंग, मिरची-पूड व कढीपत्ता घालून केलेल्या तेलाच्या फोडणीत चपातीचे बारीक तुकडे, थोडासा पाण्याचा हबका मारून परतून घ्यावे.

४. गोड चपाती

चपाती, पोळी किंवा पुरी : दोन वाट्या पाण्यात अर्धी वाटी गूळ घालून उकळी द्यावी. उकळी आल्यानंतर त्यात चपाती किंवा पोळीचे तुकडे शिजवून घ्यावे.

५. खाकरे

चपाती किंवा पोळी : खाकरे कृतीप्रमाणे खाकरे करावे.

६. बाजरी भाकरी चिवडा

बाजरी भाकरी : चपाती चिवडा कृतीप्रमाणे, बाजरी भाकरी चिवडा तयार करावा.

७. चुटी चुरमा

बाटी : डाळबाटीतील बाटीपासून चूटीचुरमा कृतीप्रमाणे चुरमा तयार करावा.

८. पोतई (कोरमा पुडी)

मूगडाळ उसळ (मोगर), मूगडाळ वडी भाजी : या भाजीत गव्हाचे पीठ, थोडे ज्वारी-पीठ, बेसन व थोडे थोडे मसाले पदार्थ एकत्र करून पोतई करता येते.

९. थालीपीठ

कांदा कोरडी भाजी : या भाजीत बेसन व ज्वारीचे पीठ एकत्र करून थालीपीठ तयार करता येते.

१०. पोतई

पिठले, शेंगदाणे पिठले व घट्ट वरण : यात गव्हाचे पीठ, ज्वारीचे पीठ, बेसन व मसाले एकत्र करून पोतई करता येते.

११. बटाटेवडा

बटाटे भाजी : या भाजीचा बटाटेवडा किंवा ही भाजी पोळीमध्ये भरून पोळी तव्यावर तळून पराठा करता येतो.

१२. साबुदाणा पापडी

भिजलेला साबुदाणा : या साबुदाण्याच्या पापड्या करता येतात.

■

१८

शंभर माणसांचा जेवण-अंदाज

शंभर माणसांकरिता मिष्टान्न भोजन

आपल्या घरी लग्न किंवा इतर मंगल कार्यप्रसंगी मिष्टान्न-भोजनाचे आयोजन केले जाते. भोजनात एकाच गोड पदार्थाचा समावेश करून, अंदाजे शंभर ताटांना पुरेल, एवढ्या भोजन-साहित्याचे प्रमाण खाली दिले आहे. भोजनात एकापेक्षा जास्त गोड पदार्थांचा समावेश असल्यास दिलेल्या अंदाजापेक्षा हे गोड पदार्थ कमी प्रमाणात लागतील.

१. पुरणपोळी

(१) हरभरा डाळ ८ किलो, (२) गव्हाचे पीठ ४ किलो, (३) साखर किंवा गूळ ८ किलो, (४) कांदा भज्यांसाठी बेसन अडीच किलो, (५) कांदे ३ किलो, (६) तांदूळ २ किलो, (७) आमटीसाठी डाळ १ किलो, (८) साजूक तूप ३ किलो, (९) कढीसाठी दही ४ किलो.

२. श्रीखंड पुरी

(१) श्रीखंड २० किलो, (२) गव्हाचे पीठ ५ किलो, (३) मसाले-भातासाठी तांदूळ अडीच किलो, (४) साध्या भातासाठी तांदूळ दीड किलो, (५) घट्ट वरणासाठी तूर डाळ १ किलो, (६) कांदा भज्यासाठी बेसन अडीच किलो किंवा फरसाण ६ किलो, (७) बटाटे, कोरड्या भाजीसाठी ५ किलो, (८) अळू भाजीसाठी अळूपान १२ जुडी, (९) आंबट चुका २ जुडी, मुळे ४ नग.

३. डाळबाटी

(१) जाडसर गव्हाचे पीठ १२ किलो, (२) तूर डाळ साडेतीन किलो, (३) तांदूळ पावणेदोन किलो, (४) साजूक तूप दीड किलो, (५) गव्हाचे पीठ चुरम्यासाठी ५ किलो.

४. आमरस पुरी

(१) मँगोपल्प १५ किलो, (२) साखर साडेसात किलो, (३) गव्हाचे पीठ ५ किलो, (४) तांदूळ २ किलो, (५) तूर डाळ सव्वा किलो, (६) मोडाचे मठ १ किलो, (७) भज्यासाठी बेसन अडीच किलो किंवा पाटवड्यासाठी बेसन २ किलो.

५. रवा शिरा

(१) रवा अडीच किलो, (२) साखर अडीच किलो, (३) गव्हाचे पीठ ५ किलो, (४) तांदूळ ३ किलो, (५) तूर डाळ २ किलो, (६) चवळी सव्वा किलो, (७) कढीसाठी दही अडीच किलो, (८) मिक्स भाजीसाठी ढोबळी मिरची दीड किलो व कच्चे टोमॅटो १ किलो, (९) फरसाण ६ किलो, (१०) मठ्ठा करण्यासाठी दही ५ किलो.

६. मूग डाळ शिरा

(१) मूग डाळ अडीच किलो, (२) साजूक तूप सव्वादोन किलो, (३) मसाले भातासाठी तांदूळ अडीच किलो, (४) पुरीसाठी गव्हाचे पीठ ५ किलो, (५) कढीसाठी दही अडीच किलो, (६) दहीवड्यांसाठी मूग डाळ अडीच किलो.

७. लापशी

(१) गव्हाचा भरडा सव्वादोन किलो, (२) तूप पावणेदोन किलो, (३) तांदूळ सव्वादोन किलो, (४) गव्हाचे पीठ ५ किलो, (५) मठ सव्वादोन किलो, (६) कोबी पावणे दोन किलो किंवा दोडके २ किलो किंवा भेंडी २ किलो, (७) गूळ २ किलो.

८. गुलाबजामुन

(१) गुलाबजामुनसाठी खवा ५ किलो, (२) पुरीसाठी गव्हाचे पीठ ६ किलो, (३) मसालेभातासाठी तांदूळ अडीच किलो, (४) साध्या भातासाठी तांदूळ दीड किलो, (५) तूर डाळ १ किलो.

९. बुंदी

(१) बेसन साडेतीन किलो, (२) साखर ७ किलो, इतर साहित्य रवा शिरा जेवणातील.

१०. जिलेबी

(१) जिलेबीसाठी मैदा ३ किलो, (२) साखर ६ किलो, इतर साहित्य रवा शिरा जेवणातील.

११. खीर

दूध ४० लिटर आटवून २० लिटर.

१२. रबडी

दूध ५० लिटर आटवून २५ लिटर.

१३. बासुंदी

दूध ६० लिटर.

१४. काजू कतली

(१) काजू ४ किलो, (२) कतलीसाठी खवा १ किलो, या जेवणात कचोरी करावयाची असल्यास मैदा साडेचार किलो व मूग डाळ पावणेदोन किलो.

१५. खवा बर्फी

खवा ४ किलो व सोबत साबुदाणा वडे करावयाचे असल्यास साबुदाणा ५ किलो व शेंगदाणे कूट अडीच किलो लागेल.

१६. केशरी भात

बासमती तांदूळ ३ किलो, साखर ४ किलो व तूप ५०० ग्रॅम.

१७. बदाम शिरा

बदाम ३ किलो, तूप ३ किलो ५०० ग्रॅम, साखर ३ किलो ५०० ग्रॅम

१८. रसमलाई

गाईचे दूध ३० लिटर, म्हशीचे दूध २५ लिटर व साखर ३ किलो ५०० ग्रॅम.

१०० माणसांकरीता चटक मटक पदार्थ

१. बटाटे वडा

बटाटे ८ किलो, हिराबेसन ४ किलो.

२. वडा पाव

बटाटे ६ किलो, हिराबेसन ३ किलो, बन २०० नग किंवा ब्रेड (४००ग्रॅम) २० पुडे.

३. कच्छी दाबेली

बटाटे ६ किलो, तेल सव्वा किलो, दाबेली मसाला अर्धा किलो, बन २५० नग, शेंगदाणे पाकळी सव्वा किलो, डाळिंब १० नग.

४. व्हेजीटेबल स्नॅक

बटाटे ३ किलो, कांदा सव्वा किलो, गवार ६०० ग्रॅम, मटार १ किलो, सुका पिवळा हरभरा ५०० ग्रॅम, ब्रेड (४०० ग्रॅम) २० पुडे

५. चायनिज स्प्रिंग रोल

सिमला मिरची २ किलो, कोबी २ किलो, मटार १ किलो, फरसबी १ किलो, कांदा अर्धा किलो, ब्रेड १२ नग.

६. पाव भाजी

बटाटे १० किलो, कांदे ५ किलो, टोमॅटो ४ किलो, मटार ३ किलो, अमूल लोणी १ किलो, पावभाजी मसाला ४०० ग्रॅम, बन ३०० नग (७५ पॅकेट)

७. पाव मिसळ

मटार २ किलो, टोमॅटो अर्धा किलो, कांदा अर्धा किलो, फरसाणा ३ किलो व बन २०० नग.

८. सामोसे

मैदा ३ किलो, बटाटे ३ किलो, मटार ६०० ग्रॅम

९. दही कचोरी

मैदा ६ किलो, मूगडाळ ३ किलो

१०. वडा सांबार

उडीद डाळ ५ किलो, तूर डाळ २ किलो.

११. इडली सांबार

तांदूळ ६ किलो, तूरडाळ २ किलो, उडीद डाळ १ किलो

१२. दही वडा

उडीद डाळ ४ किलो, दही १० लिटर.

१३. पेपर डोसा

तांदूळ ६ किलो, उडीद डाळ २ किलो, बटाटे १० किलो, कांदे ५ किलो.

१४. साबुदाणा वडा

साबुदाणा ४ किलो, दाणेकूट सव्वादोन किलो, बटाटे २ किलो.

१५. पाणीपुरी

रवा ३ किलो.

१६. फापडा भाजी

मैदा साडे तीन किलो, गरा पाऊण किलो, बटाटे ५ किलो, मटार दीड किलो.

१७. रगडा पॅटीस

बटाटे ५ किलो, पांढरे वाटाणे २ किलो, कांदे २ किलो, टोमॅटो २ किलो.

१८. साबुदाणा खिचडी

साबुदाणा ४ किलो, दाणेकूट सव्वादोन किलो, बटाटे सव्वादोन किलो, तूप १ किलो.

१९. ओले पोहे चिवडा

पोहे साडे तीन किलो, शेंगदाणे कूट १ किलो, शेंगदाणे ३५० ग्रॅम.

२०. खमण ढोकळा

हिरा बेसन ३ किलो.

२१ मलई सॅण्डविच

मलई १ किलो, रवा दीड किलो, कोबी सव्वा किलो, मटार सव्वा किलो, सिमला मिरची १ किलो व ब्रेड १२ पुडे (४०० ग्रॅम).

२२. बेसन डोसा + गोड डोसा

बेसन ७ किलो, गव्हाचे पीठ ५ किलो, गूळ ४ किलो.

२३ रवा उप्पीट

जाड रवा ४ किलो.

२४. फ्रूट सॅलड

संत्री १५, मोसंबी १५, डाळिंब मोठे १०, चिकू ८ डझन, सफरचंद १५, द्राक्षे सव्वा किलो, केळी ४ डझन, दूध १२ लिटर.

२५. हाका नूडल्स

हाका नूडल्स ४ किलो (२०० ग्रॅम २० पुडे).

हजार (१०००) माणसांच्या स्वयंपाकासाठी अंदाजे लागणारे ठोकबंद साहित्य खाली दिले आहे.

(१) गव्हाचे पीठ ६० किलो, (२) बासमती तांदूळ २४ किलो, (३) साधे तांदूळ १५ किलो, (४) तूर डाळ ११ किलो, (५) कडधान्य (भाजीसाठी) ११ किलो, (६) तेल अडीच डबे, (७) तूप ३ डबे, (८) साखर १ पोते, (९) भाजीसाठी दोडके किंवा गवार २५ किलो, (१०) मिरची-पूड अडीच किलो, (११) धनेपूड २ किलो, (१२) हळद-पूड अर्धा किलो, (१३) जिरे अर्धा किलो, (१४) मोहरी अर्धा किलो, (१५) काळा मसाला अर्धा किलो, (१६) हिंग-पूड पाव किलो, (१७) मेथी अर्धा किलो (१८) भट्टीसाठी डिझेल ५० लिटर, (१९) मीठ २० किलो, (२०) बटाटे, भाजीसाठी ६० किलो, (२१) बेसन फरसाणसाठी ३० किलो.

शंभर कप मसाला दूध, चहा किंवा कॉफीसाठी लागणारे साहित्य खाली दिले आहे.

(१) मसाला दूध - दूध १२ लिटर, साखर पाऊण किलो, दूध मसाला १०० ग्रॅम.

(२) चहा- दूध ६ लिटर, साखर पाऊण किलो, चहा पावडर २५० ग्रॅम.

(३) कॉफी - दूध १० लिटर, साखर पाऊण किलो, इन्स्टंट कॉफी २५० ग्रॅम.

■

१९

सजावट

डायनिंग टेबल व डिश डेकोरेशन

स्वच्छ व हवेशीर डायनिंगरूम किंवा हॉलमधील लग्नसमारंभाच्या जेवणसमयी किंवा आपल्या घरीच पाहुण्यांकरिता दिल्या जाणाऱ्या भोजनसमयी डायनिंग टेबल डेकोरेशन व डिश डेकोरेशन (सजावट) आवश्यक असते.

या प्रसंगी टेबलावर फ्लॉवरपॉटस् व उदबत्ती स्टँडस् ठेवावेत. जेवण ताटाभोवती झाडांची पाने व फुलांच्या पाकळ्यांची सजावट करावी. भारतीय पद्धतीची बैठी जेवणावळ असल्यास पाटाभोवती हाताने किंवा रांगोळा ओढून रांगोळी काढावी किंवा रंगीबेरंगी खडू ओले करून डिझाइन्स काढावी. सजावटीसाठी खाण्याच्या पदार्थांचा वापर करू नये. वेळेबरोबर पदार्थावरील खर्चही वाचेल. जेवणसमयी मंद आवाजात सुमधुर सनई संगीताच्या कॅसेटस् लावाव्यात.

स्टार्च केलेले कापडी पांढरे रुमाल किंवा कागदी रुमाल टेबलावरील ग्लासमध्ये त्रिकोणी घडी करून ठेवावेत. डायनिंग चेअरमागे हात पुसण्याचे छोटे नॅपकिन्स ठेवावे. छिद्रे असलेल्या बाटल्यांमधून मीठ, मिरची-पूड, जिरे-पूड, मिरी-पूड टेबलावर ठेवाव्यात. टेबलाच्या मध्यभागी पाण्याचा जग व ग्लासेस् ठेवावेत. पदार्थांच्या बाऊल्समध्ये जरुरीप्रमाणे, स्टीलचे साधे किंवा काटेरी चमचे राहू द्यावेत. मुळा, बीट, कांदा, काकडी या पदार्थांच्या गोल चकत्या करून डिशमध्ये आकर्षक मांडणी करून टेबलावर ठेवाव्यात.

चहा किंवा नाश्त्याच्या वेळी बिस्किटे, पोहे, फळे, सुका मेवा व स्वीट डिशेस् देताना त्यातील पदार्थ आकर्षकरीत्या सजवून ठेवावेत. त्यामुळे पदार्थाची लज्जतसुद्धा वाढते. पोहे डिशवर खोबरे, कोथिंबीर, फुलीचा आकार देऊन किंवा गोल आकार देऊन वरून घालावी. मध्यभागी लिंबूफोड ठेवावी. बिस्किट डिशसाठी कॅरमबोर्डवरील टिकल्यांसारखी मांडणी करावी व सुका मेवा चौकोनी, त्रिकोणी, गोल मांडणी करून डिशमध्ये ठेवावा.

■

२०

सर्वसाधारण माहिती

सर्वसाधारण माहिती

१. साठवणीसाठी आणलेले गहू, ज्वारी, बाजरी, डाळी व कडधान्य दोन-तीन दिवस कडक उन्हात वाळवावे व गार झाल्यानंतर गहू, हरभरा डाळ डब्यात भरावी.

२. ज्वारी, बाजरी, मठडाळ, मूग डाळ व कडधान्य गार झाल्यानंतर साठवणीसाठी डब्यात ठेवताना दहा किलो धान्यास पाच ग्रॅम या प्रमाणात बोरिक पावडर चोळून नंतर डब्यात भरावी.

३. ज्वारी व बाजरी दळावयास देताना तसेच मठडाळ व मूगडाळ पापडासाठी दळावयास देताना चाळून, नंतर कापडाने पुसून द्याव्या. पण भाजीसाठी या डाळी घेताना दोन-तीनदा पाण्याने धुऊन घ्याव्या.

४. तांदूळ व पोहे (भिजविलेले सुद्धा) उन्हात वाळवू नयेत. सावलीतच पसरून ठेवावेत.

५. दहा किलो तांदळास ५ ग्रॅम, या प्रमाणात बोरिक पावडर चोळून तांदूळ साठवणीसाठी डब्यात भरावे.

६. साठवणीसाठी आणलेली सुकी लाल मिरची ओलसर असते. त्यामुळे एक दिवस कडक उन्हात वाळवून, नंतर मिरचीचे देठ काढून कांडप मशीनवर (खलबत्ता) कुटून आणावी. या कुटलेल्या मिरचीपैकी थोडी थोडी वापरात आणताना एक किलो मिरची-पुडात एक भाजी चमचा रिफाईंड तेल एकत्र करून नंतर ही मिरची बरणीत भरावी.

७. साठवणीसाठी आणलेली हळकुंडे (हळदीसाठी) दोन-तीनदा स्वच्छ पाण्याने धुऊन नंतर तास-दीड तास कोमट पाण्यात भिजू द्यावी. नंतर ओलसर असतानाच फोडून, तुकडे करून, एक दिवस कडक उन्हात वाळू द्यावी व पल्व्हरायझरवर बारीक करून आणावी. पण दोन-तीन तास उन्हात वाळवून गार झाल्यानंतर ही

हळद बरणीत भरावी.

८. कांदा तुकडे, पुदिना, गवार शेंगा कडक उन्हात वाळवून साठवणीसाठी ठेवाव्यात.

९. आपल्या घरात रेती (बारीक वाळू) शिल्लक ठेवावी. या रेतीत शेंगदाणे व भुईमूग शेंगा भाजता येतील. रेतीत शेंगदाणे एकसारखे व खमंग भाजले जातात.

१०. सुके खोबरे गार पाण्यात थोडा वेळ भिजवून नंतर काप करणे सोपे जाते.

११. फोडलेला नारळ शिल्लक राहिल्यास मिठाच्या पाण्यात खोबरे राहू द्यावे.

१२. कोरड्या चटण्या मिक्सरऐवजी खलबत्त्यात कुटून घ्याव्या. चटणीला रंग चांगला येईल व चटणीला तेल सुटेल.

१३. हुरडा चटणी (काळे मिरे, खोबरे चटणी) एक-दोन दिवसांत खवट पडते. ही चटणी शिल्लक राहिल्यास काळा मसाला घातला जाणाऱ्या भाजीमध्ये त्वरित उपयोगात आणावी.

१४. ओली हिरवी मिरची कुटताना त्यात थोडे मीठ घालावे. म्हणजे मिरची काळी पडणार नाही.

१५. लिंबाच्या साली किंवा फोडी वाळवून ठेवाव्या. कुकरमध्ये खाली पाण्यात ठेवण्यास उपयोगी पडतील.

१६. रवा व भगर शिल्लक राहिल्यास भाजून ठेवावी. किडे होणार नाहीत.

१७. साठवणीच्या धान्यांत किंवा इतर कोरड्या अन्नपदार्थांत ओला हात, ओले भांडे किंवा चमचा घालू नये. त्यामुळेही पदार्थास कीड लागेल.

१८. बदाम, पिस्ते, काजू, चारोळी वगैरे ड्रायफ्रूटस् साठवणीसाठी ठेवावयाचे असल्यास त्यात लवंग, वेलदोडे घालून ठेवावेत. म्हणजे किडे होणार नाहीत.

१९. कडधान्य, वाटाणे, काबुली चणे गार पाण्यात भिजविताना त्यात थोडासा खाण्याचा सोडा घालावा. जास्त थंडीच्या दिवसांत गार पाण्याऐवजी कोमट पाणी घ्यावे.

२०. साखरेचा पाक तयार करताना सातशे ग्रॅम साखरेस अर्धा लिटर पाणी घ्यावे व दोन-तीन थेंब लिंबूरस किंवा थोडेसे सायट्रिक ॲसिड (लिंबूसत्त्व) घालून पाकातील मळी काढावी. (अ) कच्चा पाक बोटाला चिकटणार नाही. (ब) एकतारी पाक दोन बोटांत धरल्यास, बोटे थोडीशी चिकटतील व बोटे अलग करताना पाकाची एक तार निघेल. (क) दोन-तारी पाकात बोटे जास्त चिकटतील व बोटे अलग करताना पाकाच्या दोन-तारा निघतील. (ड) बोटे अलग करताना लवकर वेगळी होणार नाहीत, म्हणजेच पक्का किंवा गोळीबंद पाक झाला, असे समजावे.

२१. सर्व प्रकारच्या भाज्या स्वच्छ धुऊन, कोरड्या करून, मगच त्यांना फोडणी द्यावी. भाजीत पाणी राहिल्यास भाजीस बरोबर लाल रंग येणार नाही.

२२. फोडणीत हळद, हिंग, मिरची थोडी घालावी. नंतर कोरडी भाजी परतून त्यात पाणी ओतावे व परत शिल्लक राहिलेली हळद, मिरची घालीत जावे. म्हणजे भाजीला रंग चांगला येतो.

२३. जास्त गरम फोडणीच्या तेलात मिरची-पूड घातल्यास उग्र वास सर्वत्र पसरतो, ठसका येतो व भाजीचा रंगसुद्धा काळसर येतो.

२४. फोडणीचे तेल किंवा तूप गॅसवर ठेवल्यावर फोडणी झाल्याशिवाय दुसऱ्या कामाकडे पाहू नये. फोडणी फार तापल्यास जाळ होण्याचा संभव असतो.

२५. भाजीला हिरवाच रंग आणावयाचा असल्यास या भाजीत हिरव्या मिरचीचा वापर करावा.

२६. राजगिरा, मोहरी, हावरी (तीळ) स्वच्छ पाण्यात धुऊन मगच उन्हात वाळवावेत व वाळल्यानंतर डब्यात भरावे. धुऊन घेतल्यामुळे, त्यातील माती निघेल.

२७. गोड भाजीत मीठ व मिरची कमी लागते.

२८. केळीच्या शेजारी दुसरे अन्नपदार्थ ठेवू नयेत. केळी फ्रीजमध्येसुद्धा ठेवू नयेत. शक्यतो दोरीला टांगून ठेवावी.

२९. कांदे, बटाटे फ्रीजमध्ये ठेवू नयेत.

३०. कांदे व फळे कापण्यासाठी वेगवेगळ्या चाकूंचा उपयोग करावा.

३१. अन्नपदार्थांच्या शेजारी, साबण, रॉकेल, नेप्थॅलिन बॉल्स (डांबरगोळी) किंवा इतर कीटकनाशके ठेवू नयेत. त्यासाठी वेगळी जागा असावी.

३२. हाताचा तेलकटपणा किंवा रॉकेलचा वास घालविण्यासाठी वापरलेला चहाचा चोथा उपयोगात आणावा.

३३. शिल्लक राहिलेल्या ब्रेड स्लाईसचे ताबडतोब टोस्टरमध्ये भाजून टोस्ट करावे. आंबूस पडलेल्या खराब झालेल्या स्लाईसचे टोस्ट करू नयेत.

३४. शिल्लक लोण्यात पाणी घालून ठेवावे. लोण्यास कढ देताना तूप रवाळ होण्यासाठी चिमूटभर मीठ घालावे.

३५. आपल्या आवडीनुसार लसणाचा वापर करता येण्याजोग्या पदार्थांत लसणाचा वापर करावा.

३६. कमी प्रमाणात किंवा जास्त प्रमाणात कोणताही पदार्थ केल्यास त्यातील तेल, तूप, साखर, गूळ, मीठ, मिरची, मसाले वगैरे साहित्य प्रमाणात फरक पडतो. कमी प्रमाणातील पदार्थांच्या साहित्यापेक्षा जास्त प्रमाणातील पदार्थांचे साहित्य थोडेसे कमी लागते.

३७. खवा, पेढे, बर्फी, बासुंदी, रबडी हे दुधाचे पदार्थ लोखंडी कढईत तयार करावे. ॲल्युमिनियम कढईत या पदार्थांचा रंग बदलतो.

३८. पापड, लोणची व मूगवड्या करताना शक्यतो इराणी हिंगाचा वापर केल्यास हे पदार्थ आणखी चवदार होतील, हा इराणी हिंग रोजच्या वापरातील बांधानी हिंगापेक्षा कमी प्रमाणात घालावा लागतो.

३९. बटाटे वेफर्स किंवा बटाटे-कीस तळण्यासाठी तुपाऐवजी मार्गारिन उपलब्ध असल्यास त्याचा वापर करावा.

४०. बिस्किटे, केक करण्याआधी पाच मिनिटे ओव्हन चालू करावा व त्यातील ट्रे गरम होऊ द्यावा. गरम झालेल्या ट्रेमध्ये वरील पदार्थ बेक करावेत.

■

परिशिष्ट २

मराठी शब्दांना इंग्रजी पर्याय

मसाले	Spices
जिरे	Cumin Seed
मोहरी (राई)	Mustard Seed
धने	Coriander Seed
हिंग	Asofoetida
हळद	Turmeric
मिरची पूड	Chilli Powder
शहाजिरे	Black Cummin Seed
मसाला विलायची	Spice Cordamom
लवंग	Clove
काळी मिरी	Black Pepper
दालचिनी	Cinnamon
मेथी	Fennugreek
जायपत्री	Mace
जायफळ	Nutmeg
तमालपत्र	Bayleaf
दगडफूल	Licheri
बादलफूल	Star anise
नाकेश्वर	Spice Clove
खसखस	Poppy Seed
बडीशेप	Anise Seed, Sweet Fennel
तीळ	Sesamum Seed
ओवा, आजवान	Oregeno

सुंठ	Dry Giger
तुळस, मंजिरी	Basil
कांदा बी	Nigella, Onion Seed
मीठ	Salt
सैंधव (काळे मीठ)	Black Salt
चिंच	Tamarind
तेल	Oil
लसूण	Garlic
आले	Giger
आंबोळे	Mangosteene Peels
कोकम	Mangosteene
हिरवी मिरची	Green Chilli
सुपारी	Betal Nut
सिरका (आंब)	Vinegar
डिंक	Gum
गूळ	Jaggery
गुळी साखर	Brown sugar
साखर	Suger
पिठीसाखर	Powdered Sugar
खडीसाखर	Cube Sugar
दूध	Milk
दही	Curd
लोणी	Butter

तूप	Ghee
ताक	Butter Milk
खवा	Thickened Milk, Khoya
पनीर	Cottage Cheese
तांदूळ	Rice
गहू	Wheat
ज्वारी	Jowar
बाजरी	Millet
मका	Maize, Corn
मैदा	Refined Flour
रवा, गरा	Semolina
बेसन	Gram Flour
डाळी	Pulse Split Beans
हरभरा डाळ	Bengal dal Gram
तूर डाळ	Red Gram Pulse
मसूर डाळ	Lentil Dal
मूग डाळ	Green Gram
उडीद डाळ	Black Gram Pulse
मठ	Whole Pigeon Pea
मूग	Whole Green Pea
चवळी	Black eyed pea
राजमा	Red Kidney Bean
वाल	Field Bean, Kidney Bean
शेंगदाणे	Ground nut
वाटाणा	Dried Pea
मोड फुटलेले कडधान्य	Sprouted Beans
बटाटा	Potato
टोमॅटो	Tomato
रताळे	Sweet Potato
बीट	Beet Root
मुळा	Radish
काकडी	Cucumber, Kakri
वांगे	Brinjal
कांदा	Onion
लसूण	Garlic
दूधी भोपळा	White Goard
भोपळा	Pumpkin
गाजर	Carrot
श्रावण घेवडा	French Bean
पापडी	Bean Pod
पडवळ	Snake Goard
तांदूळजा	Amarwath Bean
अळूपान	Elepuarpear
करेला	Bitter Goard
फरसबी, घेवडा	Indian Bean
शेवगा शेंग	Drum Stick
गवार	Vetoch
भेंडी	Ladies Fingeres
ढोबळी मिरची	Capsicum
सलगम	Turnip
सोलाणे	Raw Green Pea
कोबी	Cabbage
फुलगोबी	Cauliflower
डिंगरी	Rat Tailed Raddish
वाल शेंगा	Field Goard
दोडके	Ridge Goard
कोथिंबीर	Coriander Leaves
कढीपत्ता	Curry Leaves
पुदिना	Mint
पालक	Spinach
मका कणीस	Corn Cob
अळंबी	Mushroom
लिंबू	Lime

अननस	Pineapple	काजू	Cashewnut
सफरचंद	Apple	जर्दाळू	Plum
संत्रे	Orange	सुके अंजीर	Dryfig
मोसंबी	Sweet Orange	अक्रोड	Walnut
केळी	Banana	खिसमिस/बेदाणे	Raisin
द्राक्षे	Grapes	खारीक	Dry Date
अंजीर	Fig	केशर	Saffron
पेरू	Guava	सुके खोबरे कीस	Deciccated Coconut
कलिंगड	Water Melon	मुरमुरे	Puffed rice
चिकू	Sapota	पोहे	Rice Flakes
डाळिंब	Pomegranate	फुटाणे	Puffed Gram Pulse
सीताफळ	Custard apple	साबुदाणा	Sago
जांभूळ	Black Plum	खिचडी	Porridge
खरबूज	Muskmelon	लोणचे	Pickle
कौठ/कवठ	Wood Apple	शेव	Gram String
शिंगाडा	Water Nut	शेवया	Vermicelli Nooddles
नारळ	Coconut	मध	Honey
आवळा	Goose berry	कणीक	Wheat Flour
बदाम	Almond	मनुका	Currant
पिस्ता	Pistachio	खजूर	Date

■

परिशिष्ट : ३

या ग्रंथात समाविष्ट झालेल्या पदार्थांची अकारविल्हे सूची

(या सूचीमध्ये पदार्थाच्या पुढील आकडे पृष्ठक्रमांकाचे आहेत.)

ख

स

ह

■